उपयोजित मराठी

उपयोजित मराठी

प्रा. डॉ. संजय संभाजी लांडगे

दिलीपराज प्रकाशन प्रा. लि.
२५१ क, शनिवार पेठ, पुणे - ४११ ०३०.

उपयोजित मराठी / Upayogit Marathi

प्रकाशक
राजीव दत्तात्रय बर्वे,
मॅनेजिंग डायरेक्टर,
दिलीपराज प्रकाशन प्रा. लि.,
२५१ क, शनिवार पेठ,
पुणे - ४११ ०३०

प्रकाशन दिनांक : १५ ऑगस्ट २०११

प्रकाशन क्रमांक : १८९९

ISBN : 978 - 81 - 7294 - 899 - 3

टाईपसेटिंग
पितृछाया मुद्रणालय,
९०९, रविवार पेठ, पुणे - ४११ ००२

मुद्रितशोधन
संदीप तापकीर, पुणे

मुखपृष्ठ
शिरिष घाटे

मराठी संस्कृती, मराठी भाषा,
मराठी माणूस यांवर
मनापासून प्रेम करणारे...
माझ्या आयुष्याचा इंद्रधनू फुलविणारे
श्री. चंद्रकांत दिगंबर साबळे गुरुजी आणि
कालकथित सौ. लता चंद्रकांत साबळे (अक्का)
यांना...
कृतज्ञतापूर्वक अर्पण!!!

मनोगत

एकविसाव्या शतकामध्ये जग झपाट्याने बदलत आहे. बदलणाऱ्या जगाबरोबर अनेक नवनवीन संज्ञाप्रवाह, प्रसारमाध्यमं आणि इतर तांत्रिक कौशल्ये, भाषिक कौशल्ये या सर्वांचाच मानवी जीवनाच्या व्यावहारिक व सार्वजनिक अंगांवर विविध तऱ्हेने परिणाम होत आहे. जीवनाच्या विविध क्षेत्रांत आणि माध्यमांतून आपले विचार अचूक आणि मोजक्या शब्दांत प्रभावी व परिणामकारकपणे व्यक्त करण्यासाठी विद्यार्थी व अभ्यासू मन प्रभावी बनवावे लागते. या दृष्टीने इथे कार्यालयीन पत्रव्यवहार, कार्यालयीन टिप्पणी, बातमी लेखन, जाहिरात लेखन असे प्रकार अभ्यासपूर्णरीतीने समजावून दिले आहेत; परंतु बदलत्या जगाबरोबर संवादकौशल्य ही बाबही अत्यंत महत्त्वपूर्ण आहे. त्यासाठी दूरदर्शनवरील संभाषण, आकाशवाणीवरील भाषणे या दोन्ही माध्यमांद्वारे प्रस्तुत होणारे निवेदन, सूत्रसंचालन, कार्यक्रम व्यवस्थापन, आशयलेखन, कथालेखन, पटकथा लेखन, संवाद लेखन, नभोनाट्य, श्रुतिका, प्रासंगिक व इतर प्रबोधनपर होणारे कार्यक्रम याविषयीचे विवेचन सोदाहरण व तपशीलवार सांगितले आहे.

मुलाखत लेखन, स्मरणिका संपादन, मुद्रितशोधन, शुद्ध शब्दावली, भाषांतर, संगणक, इंटरनेट अशा सगळ्या व्यावहारिक कौशल्यांचा कार्यालयीन आणि व्यवहार क्षेत्रात होणारा वापर याविषयीचे विवेचन या पुस्तकात अत्यंत, सोप्या, सहज, साध्या भाषेत केले आहे. त्यासाठी काही समर्पक उदाहरणांचा वापर केला आहे. मानवी मनाच्या व जीवनाच्या सार्वजनिक व व्यावहारिक क्षेत्रांतील प्रस्तुत सर्व भाग समजून घेणे म्हणजे त्या त्या अभ्यासक रसिक वाचकांच्या, वैयक्तिक, बौद्धिक कौशल्याचा भाग आहे. यातूनच त्याचे चांगले व्यक्तिमत्त्वही घडू शकते; पण त्यासाठी हा सारा परिकल्प समजून घेणे, हस्तगत करणे महत्त्वाचे आहे.

या पुस्तकाच्या प्रकाशनासाठी काही चांगल्या पुस्तकांचे वाचन झाले, त्यांचा

उपयोग झाला. साहित्य महामंडळाचे अध्यक्ष श्री. कौतिकराव ठाले पाटील यांनी शुद्धलेखनविषयक नियमावली छापण्यास अनुमती दिली; तसेच हिराचंद नेमचंद ग्रंथालय, सोलापूर, पूर्वविभाग सार्व. ग्रंथालय, सोलापूर यांनीही सहकार्य केले. त्याबद्दल या सर्वांचे मी मन:पूर्वक आभार मानतो.

या पुस्तकाच्या प्रकाशनासाठी सतत माझ्या मागे लागून लिखाण करून घेणारे माझे गुरुवर्य डॉ. राजशेखर गंगाधर हिरेमठ यांच्या पाठपुराव्यामुळेच हे पुस्तक निघत आहे. डॉ. भीमाशंकर बिराजदार, डॉ. वामन जाधव, माझे मोठे भाऊ लेखक– कवी प्रमोद लांडगे, कीर्तिपाल गायकवाड, सोलापूर विद्यापीठ सामाजिक शास्त्र विभागाचे अधिष्ठाता प्रा. डॉ. विलास निंबाळकर, प्रा. शिरीष भोसले या सर्वांच्या सहकार्यामुळेच हे पुस्तक प्रकाशित होत आहे.

माझी सहचारिणी सौ. छाया, कन्या कु. ऐश्वर्या, चि. सुयश यांनी मला लिखाणासाठी भरपूर वेळ दिला. माझा आत्मविश्वास आणि उत्साह वाढता ठेवला. या पुस्तकाचे मुद्रण सुबक व आकर्षक व्हावे म्हणून ज्यांनी कष्ट घेतले आणि हे पुस्तक प्रकाशित केले, त्या दिलीपराज प्रकाशन, पुणे यांची सर्व टीम, तसेच मॅनेजिंग डायरेक्टर श्री. राजीव बर्वे या सर्वांनीच अत्यंत कष्ट घेतलेले आहेत, ते विसरता येणार नाहीत. ही सारी नाती आणि त्यांनी दिलेले प्रेम शब्दांच्या पलीकडचे आहे. ते मला शब्दांत सांगता येणार नाही. ही नाती आणि हा स्नेह दृढ व्हावा, हीच मनोकामना व्यक्त करतो.

प्रा. डॉ. संजय संभाजी लांडगे
सोलापूर

अनुक्रम

१ **व्यावहारिक मराठीचे स्वरूप आणि महत्त्व** ११
* व्यावहारिक मराठी म्हणजे काय? * व्यावहारिक मराठीचे स्वरूप * व्यावहारिक मराठीच्या अभ्यासाचे महत्त्व

२ **कार्यालयीन पत्रव्यवहार** १७
* कार्यालयीन पत्र * टिप्पणी लेखन * इतिवृत्त लेखन * अहवालत्मक इतिवृत्त लेखन * सरकारी पत्र * कार्यालयीन आदेश * आदेश * परिपत्रक * स्मरणपत्र * प्रेस नोट * अर्ज * जाहीर निवेदन * माहितीपत्रक

३ **जाहिरात मसुदा लेखन** ७२
* वृत्तपत्रातील आणि नियतकालिकातील जाहिरात * जाहिरातीचे घटक * मथळा * मुद्रा * घोषवाक्य * मांडणी * आकाशवाणीवरील जाहिरात * दूरचित्रवाणीवरील जाहिरात * जाहिरात संहितेचा नमुना

४ **स्मरणिका संपादन व मुलाखत लेखन** ९१
* स्मरणिका प्रकाशित करण्याचे प्रसंग * स्मरणिकेचे स्वरूप * संपादन कार्याचे स्वरूप * मुलाखत लेखन * मुलाखत लेखनाचे नमुने

५ **प्रसारमाध्यमांसाठी वृत्तलेखन** १०७
* बातमी लेखनाची पद्धती * बातमीचा नमुना * आकाशवाणी आणि दूरचित्रवाणीवरील बातम्यांचे लेखन

६ **प्रसारमाध्यमांसाठी मराठीतून लेखन** ११८
* आकाशवाणी-दूरचित्रवाणी कार्यक्रमांचे स्वरुप * बोली भाषा आणि आकाशवाणी * उद्घोषणा * भाषण * रुपक * नभोनाट्य * पटकथा लेखन * टेलिड्रामा लेखन * डॉक्युमेंट्री लेखन (माहितीपट) * संवाद लेखन

७ **प्रसारमाध्यमे आणि मराठी** १४१
* सॅटेलाईट * टेलिग्राफ * संगणक आणि इंटरनेट * टेलिप्रिंटर * फॅक्स * टेलिफोन * कॉर्डलेस टेलिफोन * एस. टी. डी. * आय. एस. डी. * पेजर * सेल्युलर फोन * व्हिडिओ फोन * टेलिटेक्स्ट * टेलिकॉन्फरन्स * टेलेक्स * व्हिडिओ टेक्स * इलेक्ट्रॉनिक मेल

८ **विज्ञान आणि संगणकीय क्षेत्रात मराठी भाषा** १६०
* सॉफ्टवेअर * हार्डवेअर * फर्मवेअर * इंटरनेटवर अवतरली मराठी * कार्यालयीन उपयोग * शैक्षणिक उपयोग * छपाईसाठी उपयोग * व्यापारी क्षेत्र

९ **लेखनविषयक नियम** १६४
* अखिल भारतीय मराठी महामंडळाने मान्य केलेले लेखनविषयक नियम * लेखनविषयक शुद्ध शब्दावली

१० **मुद्रितशोधन (Proof Reading)** २०२
* मुद्रितशोधन म्हणजे काय? * मुद्रित शोधकाने लक्षात ठेवावयाच्या गोष्टी * मुद्रितशोधनाच्या खुणांचा तक्ता

११ **कार्यालयीन व्यवहार क्षेत्रातील पारिभाषिक शब्दावली**
* साहित्य व समीक्षा क्षेत्रातील काही पारिभाषिक शब्द * बँक व्यवहार क्षेत्रातील काही पारिभाषिक शब्द * पोस्ट व्यवहार क्षेत्रातील काही निवडक पारिभाषिक शब्द * संगणक व्यवसाय क्षेत्रातील काही निवडक शब्द

१२ **मराठीमधील पदनाम** २२१

१३ **कार्यक्रमाची रुपरेषा** २२५
* सूत्रसंचालन * प्रास्ताविक * पाहुण्यांचा परिचय * औपचारिक व्याख्यान * अध्यक्षीय समारोप * आभार * निमंत्रणपत्रिका

१४ **भाषांतर** २३२
* भाषांतर म्हणजे काय? * भाषांतराचे महत्त्व * यशस्वी भाषांतरासाठी आवश्यक गोष्टी * भाषांतराचे प्रकार * भाषांतराचे नमुने

१

व्यावहारिक मराठीचे स्वरूप आणि महत्त्व

गेल्या पंचवीस-तीस वर्षांत जीवनाच्या सर्वच क्षेत्रांत संकल्पना मांडणी, अद्ययावतीकरण, शिस्त यांना फार महत्त्व आले आहे. त्यामुळे भाषा व वाङ्मयीन क्षेत्रांतील अभ्यास विषयांची व्याप्ती वाढली आहे. भाषा केवळ संपर्क आणि संज्ञापनासाठीच असते, असे नसून तिच्यावर आधारित अनेक व्यवसायही निर्माण झाले आहेत. जागतिक बाजारपेठेसारखा व्यवसाय सर्व तऱ्हेच्या माणसांच्या गरजा भागवितो. इतकेच नव्हे तर, नव्या गरजाही निर्माण करतो. भाषिक राज्य, भाषा नियोजन, शिक्षण, राजकारण, प्रसारमाध्यमांतून होणारे विविध गुणदर्शन, सांस्कृतिक जीवन यांपासून आज कोणताही माणूस वंचित राहिलेला नाही. अशा जीवनाला व्यापून असणाऱ्या व्यावहारिक भाषेचीही मानवी जीवनाला फार गरज आहे; कारण भाषा वापरातील ढिसाळपणा, चुका, अज्ञान यांची फार मोठी किंमत समाजाला भोगावी लागत आहे. ती भरून काढण्यासाठीच व्यावहारिक मराठीच्या अभ्यासाची गरज आहे.

कोणत्याही भाषेचा अभ्यास म्हणजे त्या भाषेतील साहित्य परंपरेचा आणि साहित्यकृतीचा अभ्यास होय. अशा अभ्यास पद्धतीमुळे निरीक्षणशक्ती, चिंतनशीलता, सौंदर्यदृष्टी आणि निकोप जीवन पद्धती हे गुण वाढीस लागतात. म्हणून विद्यापीठामध्ये भाषाविषयक अभ्यासाला महत्त्वपूर्ण स्थान दिले जाते. आज मानवी जीवनाच्या दिशा व्यापक होत आहेत. विद्यार्थ्यांबद्दलच्या अपेक्षाही वाढत चालल्या आहेत. भाषेच्या अभ्यासाबद्दलचा दृष्टिकोनही व्यापक बनत चालला आहे. अशा स्थितीत महाविद्यालयांमधून पदवी घेऊन बाहेर पडलेल्या विद्यार्थ्यांना दोन शब्द नीट बोलता येत नसतील, शुद्ध शब्द लिहिता येत नसतील, तर मग अशा भाषेच्या शिक्षणाचा काय उपयोग? असा प्रश्न निर्माण होतो. खरे तर शिक्षण जीवनाभिमुख झाले पाहिजे. समाजजीवनात समर्थपणे जगायचे असेल, तर केवळ पुस्तकी ज्ञान मिळून

चालणार नाही; त्याचबरोबर व्यवहारज्ञानही मिळाले पाहिजे, असे आता प्रत्येकाला वाटू लागले आहे. व्यवहारातील कौशल्य समजावून घेऊन ते ज्ञान प्राप्त करण्याकडे आज तरुणाईचा कल वाढत चालला आहे. जीवनात कोणताही व्यवसाय करताना हा तरुण कमी पडता कामा नये. हे ओळखून भाषा विषयाचा अंतर्भाव महाविद्यालयीन अभ्यासक्रमात सुरू झाला. काळाची गरज म्हणून या अभ्यासक्रमाला आज महत्त्व प्राप्त झाले आहे.

व्यावहारिक मराठी म्हणजे काय?

घरादारात आणि समाजात बोलली जाणारी, उपयोगी पडणारी भाषा म्हणजे 'व्यावहारिक मराठी' होय; तसेच बाजार, रस्ता, दुकाने, शाळा, कारखाने, कार्यालये, सभा, मेळावे, शिबिरे, यात्रा, जत्रा अशा खाजगी व सार्वजनिक ठिकाणी जी भाषा वापरली जाते, ती व्यावहारिक मराठी भाषा होय. अशा मराठीत माहिती, ज्ञान, सूचना, आज्ञा, केल्या जातात. हे कार्य कसे घडते, याचे व्यवस्थापन नीटनेटके कसे करता येईल याचा अभ्यास होण्याची गरज आहे. आज नियतकालिकांत संगीत, नृत्य, शिल्प, शेती, पर्यावरण, नाटक, स्पर्धा, क्रीडा, अंधश्रद्धा निर्मूलन, प्रवास, मुलाखती, तसेच शिक्षणविषयक अनेक प्रश्न यासंबंधी समर्थपणे मराठीतून लेखन करणाऱ्या लेखकांची सदैव मागणी चालू असते. विशेषत: आकाशवाणी आणि दूरचित्रवाणीसाठी लेखन करणाऱ्या लेखकांची चणचण भासते; कारण ती एक मराठी कौशल्याची बाब असते. विस्तार, पाल्हाळ, पुनरुक्ती न करता शब्दांचा मार्मिक व अचूक वापर करून मनोगत तयार करावयाचे असते. सारांशलेखन असो, बातमी लेखन असो, जाहिरात लेखन असो तेथे अलंकारिक, क्लिष्ट, साहित्यिक भाषेला फाटा देऊन अत्यंत संक्षिप्त, मुद्देसूद, तटस्थ, औचित्यपूर्ण आणि नियमांनुसार भाषेचा उपयोग करावयाचा असतो. भाषांतर, सारलेखन व परिभाषेचे ज्ञान या काळात कार्यालयीन भाषा व्यवहारात निश्चितपणे लाभदायक ठरते. सरावाने कार्यालयीन भाषेवर प्रभुत्व मिळवता येते. वाणिज्य, विज्ञान या विद्याशाखांमध्येही आज व्यावहारिक भाषेचा प्रचंड वापर वाढला आहे. आजच्या विज्ञान, संगणकाच्या जगात वाढत्या गरजा भागविण्यासाठी भाषेचा उपयुक्त वापर अटळच आहे. मराठी भाषेच्या अभ्यासकाने आता सर्व प्रकारच्या व्यवहारांसाठी भाषेचे उचित उपयोजन कसे करावयाचे हे समजून घेतले पाहिजे. महत्त्वपूर्ण, सकस, अचूक, वेधक आणि व्यवहारोपयोगी लेखनाकडे आज दुर्लक्ष करून चालणार नाही. आधुनिक जगाबरोबर जायचे असेल, तर व्यावहारिक मराठी आत्मसात केलीच पाहिजे.

व्यावहारिक मराठीचा बराचसा भाग मौखिक असला, तरी त्याचे ध्वनिमुद्रण, जतन करणे शक्य असते. अशा मौखिक व लिखित आविष्काराचे; तसेच संवाद, संभाषण, निवेदन, सादरीकरण अशा अनेक अभिव्यक्ती पद्धतींचा विविध दृष्टिकोनांतून अभ्यास करणे शक्य व गरजेचे आहे. शालेय व महाविद्यालयीन अभ्यासक्रमामध्ये अशा अभ्यासाचा समावेश झाला आहे ही, गोष्ट महत्त्वपूर्ण आहे.

व्यावहारिक मराठीची व्याप्ती

व्यावहारिक मराठीची व्याप्ती, संकल्पना स्पष्ट करताना अनेक गोष्टींचा विचार करावा, लागतो. मौखिक, लिखित, तात्त्विक, उपयोजित, संपादक, संवाद शिक्षण या अंतर्गत येणाऱ्या साऱ्याच गोष्टींचा बारकाईने अभ्यास करावा लागतो.

१) मौखिक :

१) मौखिक परंपरेत संवाद कौशल्य, व्यावहारिक स्वरुपात येणारी सर्वच साधने उदा. बाजार, दुकान, स्टेशन, डॉक्टर, घर, मित्र इ. ठिकाणी बोलली जाणारी भाषा, वापरली जाणारी भाषा, तसेच व्यावसायिक संवाद कौशल्यांच्या आधारे विचार करताना वकील, डॉक्टर, पुरोहित, विक्रेता, दलाल, शेअर दलाल, नट इत्यादींच्या मार्फत संवर्धन केली जाणारी भाषा, त्याचबरोबर प्रशासकीय संवाद कौशल्य, रंगभूमीवरील संवाद कौशल्य, लोकरंगभूमीवरील संवाद कौशल्य अशा विविध कार्यरत संवाद कौशल्यांतील महत्त्वपूर्ण भाषा आणि त्यातील व्यावहारिक शब्दावलींचा विचार इथे अभिप्रेत आहे.

२) **संवाद प्रकार :**

अ) **व्यक्तिगत -** भाषण - संभाषण, मुलाखत, सूत्रसंचालन, निवेदन, प्रतिसाद, मुक्तसंवाद, सादरीकरण (प्रबंध, प्रकल्प, खेळ, रिपोर्ट, सांस्कृतिक कार्यक्रम)

ब) **सामूहिक -** गटचर्चा, परिसंवाद, चर्चासत्र, कार्यशाळा, शिबिर, मेळावे, प्रश्नमंजूषा, मैफल इ.

३) **संवादक :**

मुलाखत घेणारा, सूत्रसंचालक, कीर्तनकार, जनसंपर्क अधिकारी, कौन्सिलर, सूत्रधार, अध्यापक, नट

४) **संवाद शिक्षण :**

अ) **औपचारिक -** लेखी-तोंडी सूचना, जाहीर निवेदन, दिनदर्शिका,

प्रौढशिक्षण, पालकशिक्षण, प्रवासी शिक्षण, संगणक शिक्षण इ.

ब) **अनौपचारिक** - कुटुंब, मित्रसंघ, मेळावे, शिबिर स्थाने, स्पर्धा स्थाने, जाहिरात, कोडी इ.

२) लिखित :

लिखित कौशल्यांच्या पंरपरेत संवाद कौशल्याचा बोध घेताना अनेक प्रकार दिसून येतात.

अ) **प्रगत लेखन कौशल्य** - परिच्छेद लेखन, संक्षेप लेखन, विस्तार लेखन, भाषांतर, रुपांतर, आस्वाद लेखन, संपादन, रिपोर्ट रायटींग, जाहिरात लेखन, पटकथा लेखन

ब) **प्रसारमाध्यमांसाठी लेखन कौशल्य** - दूरचित्रवाणी, आकाशवाणी, पत्रकारिता, सदर लेखन, निबंध लेखन, प्रास्ताविक, सारांशलेखन, परिचयपत्र, ग्रिटिंग, माहितीपट, वार्तापट

क) **प्रशासकीय लेखन कौशल्य** - कार्यालयीन, शासकीय संस्था इ. इतिवृत्त, सभावृत्त, अहवाल, टिप्पणी, अर्ज, पत्रलेखन (सर्व प्रकार) प्रमाणपत्र लेखन

ड) **सार्वजनिक आविष्काराचा रूपबंध** - प्रकाशन, परिपत्रक, निविदा, जाहीर निवेदन, नोटीस, माहितीपत्रक, स्फूट लेखन, कार्यक्रम-पत्रिका, प्रास्ताविक, मासिके, दिनदर्शिका, हॅन्डबिल.

इ) **लेखन** - लेखनविषयक नियम, फलकलेखन, चित्र/दृश्य लेखन, सुलेखन, ग्रंथव्यवहार, वाणिज्य व्यवहार लेखन, वैज्ञानिक लेखन कौशल्य, अर्थशास्त्रीय लेखन कौशल्य, मुद्रितशोधन

३) तात्त्विक :

व्यावहारिक भाषेचे स्वरूप, नियम, संवादशास्त्र (जनसंवाद माध्यम, संवाद, भारतीय व पाश्चात्त्य संवादपद्धती, संवाद क्षेत्रे, संवादाचे तत्त्वज्ञान इ.), लेखनविद्या (लेखनकार्य पद्धती इ.), व्यावहारिक भाषेचे स्वरूप, थिम लेखनाचा अभ्यास, कार्यात्मक, व्याकरण, पाठ्यपुस्तकांची परिशिष्टे, स्वाध्याय, माध्यम भाषा, नाट्यभाषा, चित्रभाषा, भाषावैपुल्य (सामाजिक व्यवहारातील अध्यापन, चर्चासत्र इ. ठिकाणची)

४) उपयोजित :

अ) **कोश** - वाक्यकोश, शब्दार्थ कोश, द्विअर्थी शब्दकोश, धातुरूप

शब्दकोश, भाषांतर शब्दकोश

ब) संदेशवहन

१) पारंपरिक - भाषण, संभाषण, नक्कल, कलाप्रकार, ललित, सण, उत्सव प्रसंगी

२) आधुनिक - ई-मेल, ई. बुक्स, एस.एम.एस., चॅटिंग, कौन्सिलिंग, सॉफ्टवेअर निर्मिती, सायबर, मोबाईल, फेसबुक

क) लोकशिक्षण - प्रौढ शिक्षण, लोकसंवादाच्या माध्यमांचा वापर करून दिलेले शिक्षण, समांतर माध्यमातून दिलेले शिक्षण (बाहुली, नाट्य, पेपर शो, स्टीकर प्ले पट्ट्या), पर्यायी शिक्षण- ग्राहक शिक्षण (प्रेक्षक श्रोता, रुग्णवाचक), अमराठी लोकांसाठी शिक्षण- हस्तपुस्तिका, कार्यपुस्तिका साधन सामग्री - संभाषण पाठ विकसन- चित्रमान, शेती, पाककृती, पर्यावरण राशीभविष्य जाहीरनामे इ.

वरील सर्व संकल्पित माहितीवरून आपल्या लक्षात येते की, व्यावहारिक मराठी हे फार मोठे अभ्यास क्षेत्र आहे. वरील सर्व क्षमता आपण प्राप्त केल्या, तर आपण आपले जीवन सुरळीतपणे जगू शकू आणि आपणास योग्य ते काम मिळाल्यास व करण्यास सोपे होईल व ते कार्य सहजपणे पार पाडता येईल.

व्यावहारिक मराठीच्या अभ्यासाचे महत्त्व

व्यावहारिक मराठीची व्याप्ती मौखिक, लिखित, तात्त्विक व उपयोजित क्षेत्रांत आपण वर्गीकरण केली आहे; परंतु श्रवण, भाषण, वाचन, लेखन ही भाषिक कौशल्ये विद्यार्थ्यांना शिकविली जातात. दुसऱ्याचे ऐकणे, समजावून घेणे म्हणजे श्रवण. मुद्देसूद बोलणे, आपल्या मनोगत विचारांची आणि भावनांची मांडणी करणे म्हणजे भाषण. लिहिलेले अचूकपणे वाचणे म्हणजे वाचन. आपणास जे काही दुसऱ्यास सांगावयाचे आहे, ते प्रभावीपणे मांडणे म्हणजे लेखन. व्यावहारिक मराठीच्या अभ्यासक्रमात याच नव्हे, तर आजच्या विज्ञान जगाच्या पातळीवर जी जी वैशिष्ट्ये सापडतील, त्या सगळ्या दृष्टिकोनातून व्यावहारिक मराठीचा अभ्यास झाला पाहिजे. त्यासाठी खालील गोष्टी लक्षात घेणे गरजेचे आहे.

१) मराठी भाषेच्या कौशल्यांचे विविध आविष्कार समजून घेणे.

२) आशय, आविष्कार आणि संपर्क माध्यमांचा परस्पर संबंध अभ्यासणे.

३) मराठीचा व्यावसायिक वापर आणि गरज समजून घेणे.

४) व्यावहारिक मराठीला ज्ञानभाषेचा दर्जा प्राप्त करून देण्यासाठी प्रयत्न करणे.

५) विविध विद्याशाखांसाठी पारिभाषिक शब्दांची निर्मिती करणे.

६) मराठी भाषा प्रभावी होण्यासाठी प्रेरणा व प्रोत्साहन देणे.

या गोष्टी डोळ्यांसमोर ठेवून विद्याशाखीय व्यावहारिक मराठीचा स्वतंत्र अभ्यास करणे; आज प्रत्येक क्षेत्रासाठी अशा अभ्यासक्रमांची गरज तयार झाली आहे. यासाठी भाषा-व्यवहार सुलभ आणि प्रभावी झाला पाहिजे. त्याशिवाय व्यावहारिक मराठी भाषेचे सामर्थ्य वाढणार नाही.

आज व्यावहारिक मराठीचे विद्यापीठ पातळीवरचे अभ्यासक्रम केवळ सिद्धांत स्वरूप असून चालणार नाही, तर त्या अभ्यासक्रमांना प्रात्यक्षिकांची जोड द्यावी लागेल. त्यामुळे अभ्यासक्रम सैद्धांतिक व प्रात्यक्षिक अशा दोन्ही पातळ्यांवर राबवावा लागेल. त्यामुळे लेखनकार्याला गती मिळेल. व्यवहार भाषेचे ज्ञान होण्यासाठी भाषा व्यवहाराच्या प्रत्यक्ष निरीक्षणाला अधिक महत्त्व प्राप्त होणार आहे. जसे की, शेअर बाजाराच्या भाषा अभ्यासासाठी तेथील व्यवहारही समजून घ्यावा लागेल. त्यानंतर भाषा व्यवहारात सुबकता, सुलभता, सहजता प्राप्त होईल. ही आजच्या काळाची गरज ओळखून सामाजिक गरजांची पूर्ती करण्यासाठी व्यावहारिक मराठी भाषेची अत्यंत गरज आहे, हे वेळीच ओळखले पाहिजे. जागतिकीकरणाच्या रेट्यात विज्ञानवादी जगाबरोबर जाताना आपल्या मराठी भाषेची समृद्धी अशा अनेक नव्या गोष्टींमध्ये, नव्या साधनांमध्ये, नव्या जगाच्या विविध नव्या संकल्पनांमध्ये आहे, याचा शोध आपण घेतला पाहिजे. हीच खरी व्यावहारिक मराठी भाषेच्या गतिमान वाटचालीची यशश्री आहे.

■

२

कार्यालयीन पत्रव्यवहार

पत्रलेखन ही एक कला आहे. पत्रलेखनासाठी वैयक्तिक ज्ञान आणि अनुभव महत्त्वपूर्ण ठरतो; तसेच आपले भाषाज्ञान आणि शब्दसंग्रह अत्यंत उपयोगी आहे. पत्रलेखन म्हणजे दोन व्यक्ती किंवा दोन संस्थांना जोडणारा सुकर मार्ग आहे. पत्रव्यवहारामुळे परस्परांमध्ये विचार, भावना आणि संदेशांची देवाण-घेवाण होते. पत्रलेखकाच्या विचारांचे, भावभावनांचे, अंतरंगाचे व व्यक्तिमत्त्वाचे प्रतिबिंब पत्रामध्ये पडलेले असते. ते 'अक्षररूप' असल्याने कायमचे टिकते. महनीय व्यक्तींच्या पत्रव्यवहारांतून समकालीन सामाजिक, सांस्कृतिक जीवनाचे दर्शन घडते. डोळस आणि संवेदनशील मनाने केलेले कलात्मक पत्रलेखन हे चांगल्या साहित्यकृतीचे स्थान प्राप्त करते. पत्रव्यवहार हा जीवनाशी आणि समाजवास्तवाशी संवाद साधणारा भक्कम पुरावाच असतो.

पत्रव्यवहार म्हणजे कार्यालयीन व व्यावहारिक संपर्काचे महत्त्वाचे साधन आहे. शासकीय/निमशासकीय सहकारी संस्था, उद्योगधंदे, कारखाने, कंपन्या, तसेच इतर छोट्या-मोठ्या अशा अनेक कार्यालयांचा परस्परांशी संपर्क व व्यवहार पत्रांच्या माध्यमातूनच होत असतो. फोन, मोबाईल, इंटरनेट, फॅक्स, ई-मेल अशा सुविधांचा आज वापर होत असला, तरी अजूनही पत्रव्यवहार हाच भक्कम व विश्वसनीय पुरावा मानला जातो. त्यामुळे आजच्या विज्ञानयुगातही पत्रलेखन महत्त्वपूर्ण व विश्वसनीय ठरते. आदर्श पत्रलेखनाचे तंत्र समजून घेऊन त्याचा सराव केल्यास ही कला आत्मसात करता येते. यशस्वी पत्रलेखन करणे हे जगण्याचे आणि जीवनाचे एक प्रभावी माध्यम आहे.

पत्रलेखनाचे प्रकार

पत्राच्या स्वरूपावरून सामान्यत: पत्रलेखनाचे दोन प्रकार पडतात.

अ) कौटुंबिक किंवा व्यक्तिगत पत्रलेखन आणि ब) कार्यालयीन पत्रलेखन

अ) कौटुंबिक किंवा व्यक्तिगत पत्रलेखन

कुटुंबातील सदस्य, नातेवाईक, मित्र-मैत्रिणी, गुरुजन, सन्माननीय व्यक्ती वगैरे वैयक्तिक पत्रव्यवहार या प्रकारामध्ये मोडतात. अशा पत्रांमध्ये आत्मीयता, जिव्हाळा, स्नेह, ओलावा या गोष्टी महत्त्वपूर्ण असतात. अशा पत्रांमध्ये भावनिक देवाणघेवाण, सलगी, काळजी, विचारणा, चौकशी हे प्राधान्याने येते. साधारणतः अशा प्रकारचे या पत्राचे स्वरूप असते.

ब) कार्यालयीन पत्रव्यवहार

कौटुंबिक पत्रलेखनापेक्षा कार्यालयीन पत्रव्यवहाराचे स्वरूप वेगळे असते. सामान्य माणसाचा दररोजच्या जीवनामध्ये सरकारी-निमसरकारी संस्था, खाजगी संस्था, कंपन्या, कारखाने, वित्तसंस्था, शिक्षणसंस्था इत्यादी कार्यालयांशी कोणत्या ना कोणत्या कामाच्या निमित्ताने संबंध येत असतो. पत्रलेखक आपल्या कामाचे स्वरूप पत्रातून कार्यालयाला कळवितो. या पत्रावर कार्यालयासाठी उपस्थित केलेल्या मुद्द्यांच्या अनुषंगाने कार्यालयामध्ये विशिष्ट पद्धतीने प्रक्रिया होते. शेवटी पत्रलेखकाला उत्तर पाठविले जाते. या सर्व प्रक्रियेचा समावेश कार्यालयीन पत्रव्यवहारामध्ये होतो. याचबरोबर एका संस्थेच्या कार्यालयाने दुसऱ्या संस्थेच्या कार्यालयाला कामासंबंधी पाठविलेली पत्रेही कार्यालयीन पत्रव्यवहारामध्ये समाविष्ट होतात.

कार्यालयीन पत्रव्यवहारात पुढील बाबींचा समावेश होतो.

१) व्यक्तीकडून कार्यालयास पाठविले जाणारे पत्र, २) कार्यालयाने पत्रावर कार्यवाहीसाठी केलेली प्रक्रिया आणि ३) कार्यालयाकडून व्यक्तीला किंवा दुसऱ्या कार्यालयाला पाठविले जाणारे पत्र

१) व्यक्तीकडून कार्यालयास पाठविले जाणारे पत्र

व्यक्ती कामानिमित्त कार्यालयाशी पत्रव्यवहार करीत असते. पत्रव्यवहाराचे स्वरूप औपचारिक/ व्यावहारिक असते. त्यामुळे पत्रलेखन जितके मुद्देसूद, आटोपशीर व नेमके असेल, तितके प्रभावी ठरते. सुस्पष्टता, निःसंदिग्धता, अचूकता, नम्रता वगैरे गुण पत्रांमधून प्रतिबिंबित झाले पाहिजेत. पत्राची भाषा औपचारिक आणि ओघवती असावी. पत्रलेखनात शिस्त व काटेकोरपणा पाहिजे. पत्रामध्ये तपशीलवार माहिती व मुद्देसूदपणा यांना महत्त्व असते.

पत्रलेखन सर्वसाधारणपणे पुढील क्रमाने केले जाते.

- पत्राच्या वरच्या बाजूस उजव्या कोपऱ्यात पत्रलेखकाचे नाव, पत्ता, दिनांक लिहावा.
- डाव्या बाजूस 'प्रति' असे लिहून त्याखाली ज्या कार्यालयास पत्र पाठवावयाचे आहे, तेथील कार्यालयाचा पत्ता लिहावा.
- पत्राचा नेमका विषय संक्षेपाने नोंदवावा. त्याखाली संदर्भ लिहावा.
- संदर्भीय विषयाच्या अनुषंगाने आशयाची थोडक्यात सुस्पष्ट मांडणी करावी.
- शेवटी खाली उजव्या कोपऱ्यात आपला विश्वासू असे लिहून, त्याखाली स्वाक्षरी करावी.
- पत्रासोबत काही पूरक माहिती/कागदपत्रे पाठविली असल्यास खाली डाव्या बाजूस 'सोबत' असे लिहून त्याखाली जोडलेल्या कागदपत्रांची यादी क्रमशः लिहावी.
- पत्राची प्रत अन्य व्यक्तींना किंवा कार्यालयांस पाठविली असल्यास पत्राच्या तळाशी 'प्रत....... यांना माहितीसाठी' असे लिहावे.

कार्यालयीन पत्रलेखन - नमुना क्र. १

प्रकाश रामचंद्र आगरकर
अधिव्याख्याता,
रसायनशास्त्र विभाग प्रमुख
छत्रपती शिवाजी कॉलेज,
सोलापूर
दि. १ ऑक्टोबर २००८

प्रति,
मा. शिक्षण सहसंचालक,
मॉडर्न कॉलेज परिसर,
जुने सोलापूर, विजापूर रोड, सोलापूर

विषय : सर्वसाधारण भविष्यनिर्वाह निधीतून ना परतावा
अग्रीम रक्कम मिळणेबाबत

महोदय,

उपरोक्त विषयानुसार मी शिवाजी कॉलेज, सोलापूर येथे १० जून १९८५ पासून अधिव्याख्याता या पदावर कायम सेवेत आहे. मला माझ्या कन्येच्या विवाहासाठी पैशांची अत्यंत गरज आहे.

माझ्या सर्वसाधारण भविष्यनिर्वाह निधीतून मला एक लाख रुपये इतकी ना परतावा अग्रीम रक्कम मिळावी, ही विनंती. माझ्या भविष्यनिर्वाह निधीचा खाते क्र. SLR/Tos/1412 असा आहे.

कळावे

आपला विश्वासू
सही/-
(प्रकाश रामचंद्र आगरकर)

● सोबत :-
१. लग्नपत्रिका
२. अपेक्षित खर्चाचे अंदाजपत्रक

कार्यालयीन पत्रलेखन - नमुना क्र. २

रोहित विजय केतकर
वरिष्ठ लिपिक,
वरिष्ठ संचालनालय, पुणे
दि. १० नोव्हेंबर २००७

प्रति,
मा. शिक्षण संचालक,
शिक्षण संचालनालय,
महाराष्ट्र राज्य, पुणे

विषय : अर्जित रजा मंजूर करणेबाबत

महोदय,

मी गेले काही दिवस डोळ्यांच्या आजारामुळे त्रस्त असून गेल्या सात दिवसांपासून नेत्ररोगतज्ज्ञ डॉ. श्रीकृष्ण नेने यांच्या हॉस्पिटलमध्ये दाखल झालो आहे. काही दिवसांपूर्वी माझ्या डोळ्यातील मोतीबिंदूवर शस्त्रक्रिया झाली; पण काही गुंतागुंतीमुळे त्याचे पर्यवसान काचबिंदूत झाले असून येत्या २५ नोव्हेंबर रोजी त्यावरील शस्त्रक्रियेचा निर्णय डॉक्टरांनी घेतला आहे. डॉक्टरांच्या मतानुसार शस्त्रक्रियेनंतर किमान तीस-बत्तीस दिवस तरी सक्तीची विश्रांती लागेल. तसे त्यांनी दिलेले वैद्यकीय प्रमाणपत्र मी या अर्जासोबत जोडले आहे. तरी कृपया मला पंचेचाळीस दिवसांची अर्जित रजा मंजूर करावी, ही विनंती. माझी नव्वद दिवसांची

अर्जित रजा शिल्लक आहे.

कळावे.

आपला विश्वासू,
सही/-
(रोहित विजय केतकर)

● सोबत :-
वैद्यकीय प्रमाणपत्र

कार्यालयीन टिप्पणी (Office Note)

कार्यालयाकडे अनेक विषयांसंदर्भात पत्रे येत असतात. ही आलेली पत्रे एकत्र करून कार्यालयामधील त्या-त्या संबंधित विभागाकडे ही पत्रे पाठविण्यासाठी एक स्वतंत्र विभाग असतो. येथे आलेल्या प्रत्येक पत्रावर कार्यालयाचा शिक्का मारून त्यावर दाखल तारीख व आवक-जावक क्रमांक टाकला जातो. नंतर पत्राची वर्गवारी करून संबंधित विभागप्रमुखांकडे ती अवलोकनार्थ पाठविली जातात. तात्काळ, तातडीचे, महत्त्वाचे असा निर्देश असलेली पत्रे बाजूला काढून त्यांना कार्यवाहीसाठी प्रथम प्राधान्य दिले जाते.

कार्यालय प्रमुख किंवा संबंधित विभागप्रमुख पत्राचे अवलोकन करतात व त्यावर योग्य ते शेरे नोंदवून पुढील कार्यवाहीसाठी संबंधित विभागाच्या लिपिकाकडे किंवा साहाय्यकाकडे पाठवितात. कार्यालयाकडे आलेले पत्र अशा रीतीने संबंधित लिपिकाकडे येऊन पोहोचते. पत्रावर कार्यवाही करण्यासाठी लिपिक पत्रामध्ये उपस्थित केलेल्या मुद्द्यांचा अभ्यास करून उत्तरवजा टिप्पणी तयार करतो. पत्रात विचारलेल्या प्रश्नांविषयी कोणत्या स्वरूपाची कार्यवाही करावी, याविषयीचे आपले मत या टिप्पणीत त्याने नोंदविलेले असते. एकप्रकारे लिपिकाचा हा लेखी अभिप्रायच असतो. असे टिपण तो संबंधित वरिष्ठ अधिकाऱ्याकडे अवलोकनार्थ सादर करतो. कार्यालयातील कामकाजासंबंधीचे हे टिपण असल्याने त्यास कार्यालयीन टिप्पणी (Office Note) असे म्हणतात. कार्यालयीन टिप्पणी ही एकप्रकारे कार्यालयात असलेल्या पत्रावर केल्या जाणाऱ्या कार्यवाहीचा आरंभ होय.

टिप्पणी लेखनाचा हेतू

टिप्पणी ही वरिष्ठ अधिकाऱ्यांना प्रकरणांची साद्यंत माहिती देण्यासाठी लिहिली जाते. त्यामुळे प्रकरणाच्या संबंधित कागदपत्रे वाचण्याचा, संबंधित नियमावली शोधण्याचा त्या अधिकाऱ्यांचा वेळ वाचतो. त्यांना त्या प्रकरणावर निर्णय घेण्यास मदत होते.

टिप्पणी लेखनाचे स्वरूप

टिप्पणी लिहिण्यापूर्वी लिपिक संपूर्ण फाईल किंवा प्रकरण काळजीपूर्वक वाचतो. नंतर तो ज्यावर कार्यवाही करावयाची, त्या पत्रातील नेमके मुद्दे नोंदवितो. त्यानंतर या मुद्यांशी संबंधित अशी माहिती व सामग्री (उदा. कायदे, परिपत्रके, नियमावली, संकेतपूर्ण प्रकरणे इत्यादी) यांची जुळवाजुळव करतो. ही तयारी झाल्यानंतर तो प्रत्यक्ष टिप्पणी लेखन करतो.

टिप्पणीचे प्रकार

कार्यालयात लिहिल्या जाणाऱ्या टिप्पणीचे चार प्रकार पडतात.

१) नित्याच्या स्वरूपाची टिप्पणी
२) माहितीपर टिप्पणी
३) कार्यवाहीसाठी वरिष्ठांकडून आदेशाची अपेक्षा करणारी टिप्पणी
४) अंतर्गत कार्यालयीन टिप्पणी

नित्याच्या स्वरूपाची टिप्पणी

कार्यालयामध्ये एकाच प्रकारची अनेक प्रकरणे येत असतात. त्यावर करावयाची कार्यवाहीही ठरलेली असते. तिचे ज्ञान संबंधित लिपिकाला व अधिकाऱ्याला असते. अशा साचेबंध प्रकरणावर केवळ उपचार म्हणून छोटी टिप्पणी लिहिली जाते. तिला नित्याची टिप्पणी म्हणतात. उदा. छापील स्वरूपातील नमुना अर्जाची मागणी, कार्यालयीन कागदपत्रांच्या नकलांची मागणी, दाखला यांची मागणी इत्यादी विषयांवरील पत्रांच्या अनुषंगाने लिहिलेली टिप्पणी नित्याच्या स्वरूपात मोडते. या टिप्पणीतील नोंदी औपचारिक स्वरूपाच्या असल्याने त्याची फाईल ठेवण्याची गरज नसते. अर्जदाराने केलेल्या मागणीची पूर्तता करणे एवढीच कार्यवाही या टिप्पणीची असते. अशा टिप्पणीचे महत्त्व नगण्य असते.

माहितीपर टिप्पणी

आवश्यक ती माहिती, आकडेवारी, एखाद्या प्रकरणाची सारंभूत माहिती या टिप्पणीमध्ये नोंदवलेली असते. कागदपत्रांच्या साहाय्याने माहिती गोळा करून त्यावरून ही टिप्पणी तयार केली जाते. कार्यालय आणि सदर प्रकरणाच्या दृष्टीने या टिप्पणीला महत्त्व असते. महत्त्वाचा कागद म्हणून ही टिप्पणी जपून ठेवली जाते.

वरिष्ठांकडून आदेशाची अपेक्षा करणारी टिप्पणी

या टिप्पणीमध्ये संबंधित अधिकाऱ्यांकडून विचाराधीन प्रकरणाच्या संबंधाने कोणती कार्यवाही करावी, या संदर्भात निश्चित आदेशाची अपेक्षा केलेली असते. अशी टिप्पणी सविस्तर लिहिलेली असते. कार्यालयात आलेल्या मूळ पत्राच्या मागणीनुसार किंवा माहितीनुसार मूळ पत्रातील आवश्यक मुद्दे, त्याला पूरक नियम व अधिनियम यांच्यासह आपला अभिप्राय नोंदवून वरिष्ठाकडून त्याचा निर्णय व मार्गदर्शन मागितलेले असते. अशी टिप्पणी अतिशय महत्त्वाची असते. ती जपून ठेवली जाते. टिप्पणीत उपस्थित केलेल्या मुद्द्यांसंबंधाने एखादी माहिती पुरवणे आवश्यक असते. अकारण माहितीची नोंद केल्यास टिप्पणी फुगल्याप्रमाणे वाटते. अवांतर माहिती देणारी स्वतंत्र टिप्पणी तयार करताना तिला पूरक टिप्पणी म्हणतात. मुख्य टिप्पणीच्या सोबत जोडून किंवा संपूर्ण फाइलच्या तळाशी 'पूरक टिप्पणी' अशी पताका (फ्लॅग) लावून ठेवतात. पूरक टिप्पणी ही एक प्रकारची माहितीपर टिप्पणीच असते.

अंतर्गत कार्यालयीन टिप्पणी

कार्यालयामध्ये प्रमुख विभागाशिवाय अनेक विभाग असतात. आपापल्या कार्यभागानुसार ते कार्यरत असतात. एका विभागाकडून दुसऱ्या विभागाकडे आवश्यक त्या कागदपत्रांची मागणी अथवा आवश्यक वस्तूंची मागणी करणाऱ्या अथवा माहिती देणाऱ्या टिप्पणीला 'अंतर्गत कार्यालयीन टिप्पणी' असे म्हणतात.

टिप्पणी लेखनासाठी महत्त्वाचे

- कार्यवाहीसाठी असलेल्या पत्रातील वस्तुस्थितीचे थोडक्यात विवरण
- पत्रात उपस्थित केलेले प्रश्न
- अनुकूल आणि प्रतिकूल मुद्दे
- पत्रात नियमाविरुद्ध कोणतीही गोष्ट अथवा मुद्दा असल्यास त्याचा उल्लेख प्रकरणाशी संबंधित नियम, अधिनियम किंवा संकेत यांची माहिती, पूर्वी अशाच स्वरूपाच्या दुसऱ्या एखाद्या प्रकरणाविषयी काही निर्णय दिला असल्यास त्याची थोडक्यात माहिती
- प्रकरण निकालात काढण्याच्या दृष्टीने आवश्यक असलेला निष्कर्ष आणि त्यासाठी सुचविलेला निर्णय

टिप्पणी लिहिण्याची पद्धत

- टिप्पणीच्या कागदावर अगदी वर उजव्या कोपऱ्यात विभाग, उपविभाग किंवा शाखेचे नाव लिहावे.
- टिप्पणीत संपूर्ण प्रकरणांची कल्पना थोडक्यात द्यावी. टिप्पणी संक्षिप्त स्वरूपात मुद्देसूद आणि काटेकोर भाषेत असावी. एखादे प्रकरण प्रदीर्घ असल्यास टिप्पणीही दीर्घ होते. अशा टिप्पणीत शेवटच्या परिच्छेदात तिच्यातील सर्व मुद्द्यांचा सारांश द्यावा.
- प्रत्येक मुद्द्यांचा स्वतंत्र परिच्छेद असावा आणि त्यास क्रमांक द्यावेत.
- पत्रात महत्त्वाचे मुद्दे उपस्थित केले असतील, तर प्रत्येक मुद्द्याची छाननी स्वतंत्रपणे व तपशीलवार करावी. वरिष्ठाकडून प्रत्येक मुद्द्यासाठी स्वतंत्र आदेश आवश्यक असल्यास टिप्पणीतही प्रत्येक मुद्द्याचा स्वतंत्र परिच्छेद करून त्याची छाननी व चर्चा करावी.
- फाईलमधील विशिष्ट कागदपत्रांचा निर्देश करावयाचा असल्यास त्या कागदपत्रांचा उल्लेख करावा. संदर्भ क्रमांक द्यावा आणि फाईलमधील त्या कागदांवर पताका लावून ठेवावी. त्यामुळे अधिकाऱ्यांना आवश्यक ते कागदपत्र लवकरात लवकर मिळणे सोयीचे होईल.
- टिप्पणी नि:पक्षपातीपणे लिहिलेली असावी वैयक्तिक स्तुती, अकारण समर्थन किंवा दोषदर्शन तीमध्ये नसावे.
- टिप्पणीची भाषा साधी, सोपी आणि सुस्पष्ट असावी. खाडाखोड नसावी.
- एखाद्या टिप्पणीवर पुन्हा टिप्पणी लिहावी लागते. त्यावेळी अगोदरच्या टिप्पणीचा फक्त संदर्भ नोंदवावा. त्यातील निर्णयाशी सहमत असल्यास फक्त स्वाक्षरी करावी. सहमत नसल्यास अभिप्राय तेथे नोंदवून स्वाक्षरी करावी.
- टिप्पणीच्या अखेरीस डाव्या बाजूला खाली टिप्पणी लेखकाने आपल्या नावाची आद्याक्षरे आणि दिनांक नोंदवावा. त्यानंतर ज्या अधिकाऱ्याकडे ती सादर करावयाची आहे, त्या अधिकाऱ्याचा हुद्दा संक्षेपाने समासात लिहावा. एकापेक्षा अधिक अधिकाऱ्यांना टिप्पणी सादर करावयाची असल्यास त्यांचे हुद्दे चढत्या क्रमांकाने लिहावेत.

टिप्पणी लिहिताना घ्यावयाची काळजी

- टिप्पणी लिहिण्यापूर्वी मूळ पत्र काळजीपूर्वक वाचून त्यात उपस्थित केलेले प्रश्न बारकाईने समजावून घेणे आवश्यक आहे.
- टिप्पणीतील भाषा क्लिष्ट असू नये. साधी, सोपी व सुस्पष्ट असावी.

प्रदीर्घ व गुंतागुंतीची वाक्यरचना नसावी. छोटीछोटी वाक्ये, सुटसुटीत शब्दयोजना असावी. कार्यालयीन भाषा असावी.

० टिप्पणी लेखनात खाडाखोड, अशुद्धता नसावी. हस्ताक्षर सुवाच्य असावे.

माहितीपर टिप्पणी लेखनाचा नमुना क्रमांक-१

शिक्षण विभाग

अनुक्रमांक

श्री. विनय रामजी काळे यांच्या रजेसंबंधी विचारलेल्या प्रश्नांची माहिती खालीलप्रमाणे सादर करीत आहे.

१) श्री. काळे यांची दि. २० डिसेंबर २००७ अखेर ७५ दिवसांची अर्जित रजा शिल्लक होती. दि. ११ जानेवारी २००८ ते १० फेब्रु. २००८ पर्यंत त्यांना ३१ दिवसांची अर्जित रजा मंजूर करण्यात आली. त्यामुळे त्यांच्या खाती आता ४४ दिवसांची अर्जित रजा शिल्लक आहे.

२) श्री. काळे यांची १७० दिवसांची अर्धपगारी रजा शिल्लक आहे.

कार्यालयीन पत्रलेखन - नमुना क्र. १

प्रकाश रामचंद्र आगरकर
अधिव्याख्याता,
रसायनशास्त्र विभाग प्रमुख
छत्रपती शिवाजी कॉलेज,
सोलापूर
दि. १ ऑक्टोबर २००८

प्रति,
मा. शिक्षण सहसंचालक,
मॉडर्न कॉलेज परिसर,
जुने सोलापूर, विजापूर रोड, सोलापूर

विषय : सर्वसाधारण भविष्यनिर्वाह निधीतून ना परतावा अग्रीम रक्कम मिळणेबाबत

महोदय,

उपरोक्त विषयानुसार मी शिवाजी कॉलेज, सोलापूर येथे १० जून १९८५

पासून अधिव्याख्याता या पदावर कायम सेवेत आहे. मला माझ्या कन्येच्या विवाहासाठी पैशांची अत्यंत गरज आहे.

माझ्या सर्वसाधारण भविष्यनिर्वाह निधीतून मला एक लाख रुपये इतकी ना परतावा अग्रीम रक्कम मिळावी, ही विनंती. माझ्या भविष्यनिर्वाह निधीचा खाते क्र. SLR/Tos/1412 असा आहे.

कळावे

आपला विश्वासू
सही/-
(प्रकाश रामचंद्र आगरकर)

● सोबत :-

१. लग्नपत्रिका

२. अपेक्षित खर्चाचे अंदाजपत्रक

कार्यवाहीसाठी वरिष्ठांकडून आदेशाची अपेक्षा करणारी टिप्पणी

भविष्य निर्वाह निधी विभाग

अनुक्रमांक -

श्री. प्रकाश रामचंद्र आगरकर, अधिव्याख्याता छत्रपती शिवाजी कॉलेज सोलापूर यांच्या दि. १ ऑक्टोबर २००८ च्या पत्रास अनुसरुन सादर-

१) श्री. प्रकाश रामचंद्र आगरकर यांनी त्यांच्या कन्येच्या विवाहासाठी सर्वसाधारण भविष्य निर्वाह निधीतून रु. १,००,०००/- (रुपये एक लाख फक्त) इतक्या ना परतावा अग्रिम रकमेची मागणी केलेली आहे. खाते क्र. SLR/Tos/1412 असा आहे.

२) श्री. आगरकर हे दि. १० जून १९८५ पासून अधिव्याख्याता या पदावर कायम सेवेत आहेत. त्यांची २२ वर्षे सेवा झाली आहे.

३) श्री. आगरकर यांच्या भविष्य निर्वाह निधी खात्यावर रु. ४,२५,०००/- इतकी रक्कम जमा असून यापूर्वी त्यांनी ती काढलेली नाही.

४) भविष्य निर्वाह निधी नियम 17 (1) D नुसार मुलामुलीच्या लग्नकार्यासाठी ना परतावा रक्कम मंजूर करता येते.

५) श्री. आगरकर हे भविष्य निर्वाह निधीतील ना परतावा अग्रिम रक्कम घेण्यास नियमानुसार पात्र आहेत. तसेच त्याबाबतची आवश्यक ती कागदपत्रे त्यांनी जोडली आहेत.

६) श्री. आगरकर यांनी मागितलेली रक्कम ही त्यांच्या भविष्य निर्वाह निधी खात्यावरील जमा रक्कमेच्या ३/४ पेक्षा जास्त नाही व त्यांनी ज्या कारणासाठी रक्कम मागितली आहे ते लक्षात घेता त्यांना त्यांच्या भविष्य निर्वाह निधीतून रुपये १,००,०००/- ना परतावा अग्रिम रक्कम मंजूर करता येईल असे वाटते.

वित्त अधिकारी,

१६ डिसेंबर २००८.

अशाप्रकारे टिप्पणीवर कार्यालय प्रमुखाचे लेखी आदेश घेतले जातात. त्या आधारे लिपिक मूळ पत्रास उत्तर तयार करतो. कार्यालय प्रमुखांच्या स्वाक्षरीने पत्र लेखकास कार्यालयाकडून उत्तर पाठविले जाते.

अंतर्गत कार्यालयीन टिप्पणीचा नमुना

प्रौढ साक्षरता

दि. १० मार्च २००८

अंतर्गत कार्यालयीन विभाग

भांडार विभागास

प्रौढ साक्षरता विभागात सोमवार दि. २० मार्च २००८ रोजी 'प्रौढ साक्षरता मोहिमेतील समस्या' या विषयावर शिक्षकांसाठी चर्चासत्र आयोजित केले आहे. त्यात सहभागी विद्वानांचे निबंध चक्रमुद्रीत करण्यासाठी एक रिम कागद आणि सहभागी शिक्षकांना देण्यासाठी १०० फाईल्स पाठवाव्यात.

सही/-

प्रमुख

प्रौढ साक्षरता विभाग.

ब) इतिवृत्तलेखन :

नगरपालिका, ग्रामपंचायती, सहकारी आणि व्यापारी संस्था, कंपन्या, बँका, सांस्कृतिक संस्था व मंडळे यांची स्थापना कायद्यातील विशिष्ट तरतुदीनुसार झालेली असते. कांही संस्थांची घटनाही स्वतंत्र असते. सर्व प्रकारच्या संस्थांच्या कामकाजावर आणि कारभारावर विशिष्ट नियमांचे नियंत्रण असते. त्यांचे पालन करून इतिवृत्ते लिहिणे आवश्यक असते. संस्थेची/ कंपनीची वार्षिक सर्वसाधारण सभा, दैनंदिन कामकाजाच्या संदर्भात वेळोवेळी होणाऱ्या सभा, विशेष सर्वसाधारण सभा अशा

वेगवेगळ्या कारणांसाठी आणि वेगवेगळ्या प्रसंगांच्या निमित्ताने ही इतिवृत्ते लिहावी लागतात. काही कारणांच्या निमित्ताने किंवा प्रसंगांच्या निमित्ताने इतिवृत्तांचे स्वरूप बदलत असते. वार्षिक सर्वसाधारण सभा, विशेष सर्वसाधारण सभा यांच्या इतिवृत्तांपेक्षा एखाद्या प्रश्नाच्या संदर्भात चौकशीसाठी अथवा पाहणीसाठी नेमलेल्या समितीचे इतिवृत्त वेगळ्या स्वरूपाचे असते; कारण प्रत्येक सभेचे आणि नियुक्त समितीचे प्रयोजन आणि स्वरूप वेगवेगळे असते. पुढील प्रसंगांच्या निमित्ताने इतिवृत्ते लिहिली जातात.

- कंपनीमध्ये/संस्थेमध्ये वेळोवेळी होणाऱ्या सभांतील कामकाजाची आणि घेतलेल्या निर्णयांची नियमानुसार नोंद आवश्यक म्हणून.
- कंपनीच्या/संस्थेच्या वार्षिक सर्वसाधारण सभेपुढे कंपनीच्या/ संस्थेच्या कार्याचा आढावा सादर करण्यासाठी.
- एखादा नवीन व्यवसाय सुरू करण्यासाठी त्या क्षेत्राची/ परिसराची प्राथमिक पाहणी करून उपयुक्त माहिती सादर करण्यासाठी.
- विशिष्ट प्रश्न, घटना किंवा एखादी व्यक्ती यांच्या संदर्भात नियुक्त केलेल्या चौकशी समितीचे निष्कर्ष सादर करण्यासाठी.

सभेची पूर्वतयारी

सभा म्हणजे दोनपेक्षा अधिक व्यक्तींनी ठरावीक उद्देशाने व कायद्याला मान्य असलेल्या हेतूने एकत्र येणे; अशी सभेची व्याख्या सांगितली जाते. सभेचे स्वरूप लक्षात घेता तिच्या आयोजनात काही गोष्टी नियमांच्या व कायद्याच्या दृष्टीने अत्यंत महत्त्वाच्या आणि आवश्यक असतात व सभेमध्ये त्या बंधनकारक असतात.

- सभेची सूचना (Notice of the metting)
- सभेची विषयपत्रिका (Agenda)
- गणसंख्या (Quoram)
- प्रस्ताव (Motion)
- ठराव (Resolution)
- अध्यक्ष (Chairman)
- सभेचे इतिवृत्त (Minutes of the meeting)

या महत्त्वाच्या गोष्टी अनुसरून सभेचे इतिवृत्त लिहिले जाते. इतिवृत्त हा सभेच्या कामकाजाचा अंतिम भाग असतो. तत्पूर्वी सभेची सूचना, सभेची विषयपत्रिका किंवा कार्यसूची सभेत मांडावयाचा प्रस्ताव यांचे लेखन काळजीपूर्वक करावे लागते.

१) सभेची सूचना व विषयपत्रिका (कार्यसूची)

- सभेची सूचना - काही ठराविक दिवस अगोदर जबाबदार अधिकाऱ्याच्या सहीने सभेची सूचना सभासदांना पाठविली जाते. त्यासोबत सभेत व्हावयाच्या कामकाजाची माहिती द्यावी लागते.
- सभेची जागा, दिनांक, वार व वेळ
- सभेचा उद्देश
- सभेत व्हावयाच्या कामकाजाचे स्वरूप
- काही विशेष कामासाठी सभा असल्यास, त्या कामाचे स्वरूप
- सभेस येताना सभासदांनी काही दस्तऐवज किंवा महत्त्वाची कागदपत्रे आणावयाची असल्यास त्याबाबत सूचना

सभेची विषयपत्रिका

अध्यक्ष आणि संचालक अधिकारी यांच्या सह्यांनुसार विषयपत्रिका तयार केली जाते. सभेचे कामकाज या विषयपत्रिकेनुसार चालते. सभेतील कामकाजाच्या सर्वसामान्य बाबी प्रथम आणि विशेष बाबी त्यानंतर असा क्रम विषयपत्रिकेत असतो.

सभेची सूचना व विषयपत्रिका यांचा नमुना क्र. १

सुशील शैक्षणिक संकुल शिक्षक सहकारी पतसंस्था मर्यादित, पुणे

जाहीर नोटीस

(फक्त सभासदांकरिता) दि. १ नोव्हे. २००७

आपल्या संस्थेच्या सभासदांना कळविण्यात येते की, पतसंस्थेची वार्षिक सर्वसाधारण सभा सोमवार, दि. २२ नोव्हेंबर २००७ रोजी दुपारी ३.०० वाजता मातोश्री सभागृहात आयोजित केली आहे. तरी संस्थेच्या सर्व सभासदांनी वेळेवर उपस्थित राहावे, ही विनंती.

- **सभेपुढे येणारे विषय :-**

१) मागील वार्षिक सर्वसाधारण सभेचा वृत्तांत वाचून कायम करणे.

२) सन २००७-०८ चा वार्षिक अहवाल, तेरीज ताळेबंद व नफा-तोटा पत्रके मंजूर करणे.

३) सन २००७-०८ साली झालेल्या खर्चास मान्यता देणे.

४) डॉ. आर. एन. माने, अंतर्गत तपासणीस यांच्या सन २००७-२००८ च्या

तपासणी अहवालाबाबत विचार करणे.

५) सन २००७-०८ सालच्या नफा विभागणीस मंजुरी देण्याविषयी.

६) सन २००८-०९ सालाचे अंदाजपत्रक मंजूर करण्याविषयी.

७) सन २००८-०९ सालाकरिता अंतर्गत तपासणीस यांची निवड करणे.

८) मा. अध्यक्ष यांच्या परवानगीने ऐनवेळी येणाऱ्या विषयांचा विचार करणे.

श्री. टी. के. गायकवाड	**डॉ. व्ही. सी. जानराव**	**श्री. एल. सी. जोशी**
उपाध्यक्ष	अध्यक्ष	चिटणीस

सभेची सूचना व विषयपत्रिका यांचा नमुना क्र. २

छत्रपती शाहू शिक्षण संस्था, कोल्हापूर

(फक्त सभासदांकरिता) दि. १० सप्टेंबर २००७

छत्रपती शाहू शिक्षण संस्था, कोल्हापूर या संस्थेची वार्षिक सर्वसाधारण सभा गुरुवार, दि. १०/१०/२००७ रोजी दुपारी ठीक १.०० वाजता शिक्षण संस्थेच्या 'राजर्षी' सभागृहात आयोजित केली आहे. तरी सर्व सभासदांनी उपस्थित राहावे, ही विनंती.

- **सभेपुढे येणारे विषय :-**

१) मागील वार्षिक सर्वसाधारण सभेचा वृत्तांत वाचून कायम करणे.

२) सन २००७-०८ सालचा अहवाल, ताळेबंद, खर्चपत्रके वाचून त्यास मंजुरी देणे.

३) मा. शासकीय ऑडिटर यांच्याकडून तपासणी होऊन आलेला अहवाल वाचून मंजुरी देणे.

४) सन २००८-०९ सालाकरिता लोकल ऑडिटर नेमणे व त्याचा मेहनताना ठरविणे.

५) सन २००८-०९ सालाकरिता खर्चाचे अंदाजपत्रक ठरविणे.

६) शैक्षणिक कार्यक्षेत्रात नवीन शाखा सुरू करण्याबाबत विचार करणे.

७) मा. अध्यक्ष यांच्या परवानगीने आयत्यावेळी येणाऱ्या विषयांचा विचार करणे.

सर्वांस कळावे.

दि. २०-९-२००७

डॉ. पी. एन. औरंगाबादकर	**डॉ. आर. बी. जोशी**	**मा. टी. एन. पाटील**
उपाध्यक्ष	अध्यक्ष	सेक्रेटरी

विशेष सूचना :- सभेच्या कामकाजाविषयी सभासदांना काही प्रश्न विचारावयाचे असल्यास किंवा काही सूचना करावयाच्या असल्यास त्या दि. ५/१०/२००७ अखेर कार्यालयीन वेळेत कार्यालयात आणून द्याव्यात.

२) प्रस्ताव (Motion)

एखाद्या कंपनीचे संचालक मंडळ किंवा एखाद्या संस्थेची कार्यकारिणी असो, त्यांना बहुतेक निर्णय ठरावाच्या स्वरूपात घ्यावे लागतात. ठराव संमत होण्यासाठी विचारार्थ आणि मान्यतेसाठी सभेत मांडलेली प्रारंभीची लेखी योजना म्हणजे प्रस्ताव (Motion) होय. सभेने प्रस्तावास मान्यता दिल्यानंतर त्यास ठराव (Resolution) ही संज्ञा प्राप्त होते. सभेत मांडावयाचा प्रस्ताव नकारात्मक, अभावात्मक असू नये. प्रस्तावाची भाषा सुस्पष्ट असावी. प्रस्तावाच्या खाली अनुमोदक, सूचक यांची नावे, सह्या, तसेच प्रस्ताव मांडल्याचा दिनांक आवश्यक आहे.

३) ठराव (Resolution)

प्रस्तावास सभेची मान्यता मिळाल्यानंतर त्याचे ठरावात रुपांतर होते. ठरावास सूचक/अनुमोदक यांची आवश्यकता नसते. ठराव हा संस्थेतील सर्व उपस्थित व अनुपस्थित सदस्यांवर बंधनकारक असतो. सभेत सर्वानुमते ठराव केला जातो. ठरावाच्या मसुद्यास 'ठरविण्यात येते की', अशा शब्दांनी सुरुवात होते अथवा 'असा ठराव संमत करण्यात येत आहे', अशा शब्दांनी त्याचा शेवट होतो. ठरावात दुरुस्ती होऊ शकत नाही. त्यामधील निर्णयाची अंमलबजावणी व्हावयाची असल्याने ठरावाची भाषा अत्यंत स्पष्ट व अचूक शब्दांनी वापरलेली असावी.

ठरावाचे नमुने

१) संचालक मंडळाने कंपनीच्या सर्वसाधारण निधीतून ५० लाख रुपये आश्विनी रुग्णालय संस्थेच्या इमारतीसाठी द्यावेत, असा ठराव संमत करण्यात येत आहे.

२) समाजातील अनाथ आणि देहविक्रय मार्गाला असलेल्या स्त्रियांच्या निराधार मुलांसाठी निवासी शाळा सुरू करून त्यांना स्वत:च्या पायांवर उभे करण्यासाठी शासनाच्या विविध योजनांचा लाभ मिळवून द्यावा. संस्थेने त्यांचे पालन-पोषण आणि शिक्षण याची जबाबदारी घ्यावी, असे सर्वानुमते ठरविण्यात आले.

३) संस्थेच्या नियोजित इमारतीसाठी भविष्यकाळात उपयोगी पडावी म्हणून रुपये ५,००,०००/- (रुपये पाच लाख फक्त) इतकी रक्कम जनता को-ऑप. बँक लि., सोलापूर विद्यानगर शाखा येथे दामदुप्पट ठेव योजनेत

गुंतवावी. संस्थेचे अध्यक्ष आणि सचिव यांच्या जोडसहीने हे खाते चालविण्यात यावे. यामध्ये काही बदल झाल्यास तो संबंधित बँकेला कळविण्यात यावा. सर्वानुमते हा ठराव संमत करण्यात येत आहे.

सभेचे इतिवृत्त (Minutes of the meeting)

सभेत असे...असे घडले, असे सांगणारी जी टिपणे लिहून ठेवली जातात, त्यांना 'इतिवृत्त' असे म्हणतात. इतिवृत्त किंवा नोंदी (Minutes) या संज्ञेचा अर्थ 'स्मरणात ठेवण्यासाठी टिपणे' असा आहे. सभेत जे निर्णय, ठराव, कामकाज झाले, त्याची अधिकृत लेखी नोंद म्हणजे 'इतिवृत्त' होय. प्रत्येक संस्थेकडे सभेच्या नोंदी ठेवण्यासाठी एक स्वतंत्र इतिवृत्त किंवा नोंदी रजिस्टर असते. त्या-त्या सभेचे इतिवृत्त लिहून त्याखाली सभेच्या अध्यक्षांनी सही करावी लागते.

इतिवृत्ताचे दोन प्रकार असतात.

१) सभेतील ठरावाचे इतिवृत्त (Minutes of Resolution) : इतिवृत्ताच्या या प्रकारात सभेने घेतलेले निर्णय व ठराव यांची नोंद केलेली असते. हे ठराव आटोपशीर स्वरूपात, अचूक शब्दांत व सुस्पष्ट भाषेत लिहिणे आवश्यक असते.

नमुना - असे ठरविण्यात येते की, श्री. मोहन पांडुरंग फडके यांना दि. १० जून २००७ पासून कंपनीच्या जनसंपर्क अधिकारी पदावर घेण्यात यावे. तसे त्यांना पत्राने कळवावे.

२) वर्णनात्मक इतिवृत्त (Minutes of Narration) : सभेमध्ये प्रस्तावावर झालेल्या चर्चेचा थोडक्यात वृत्तांत आणि प्रस्तावावर झालेल्या मतदानाबाबत थोडक्यात माहिती या प्रकारात दिलेली असते. संस्थेच्या अथवा कंपनीच्या कामकाजासंबंधी व संमत झालेल्या ठरावाबाबत वर्णनात्मक माहिती दिलेली असते.

नमुना- संस्थेने नवीन शाखेकरिता जागा खरेदी केलेले खरेदीपत्र संस्थेचे कायदातज्ज्ञ श्री. पानवलकर पी.आर. यांनी सभेपुढे हजर केले. अध्यक्ष, सेक्रेटरी व पाच संचालकांनी त्याची तपासणी करून त्यावर जागा खरेदी-विक्री नोंदणी अधिकाऱ्याच्या कार्यालयाची मुद्रा असल्याची खात्री करून घेतली. त्यानंतर नोंदणी पत्रक मान्य करण्यात आले.

इतिवृत्त लेखनाची पद्धत

कंपनीच्या/संस्थेच्या सभेचे इतिवृत्त पुढे दिलेल्या बाबींना अनुसरून लिहावयाचे असते. त्याची क्रमवारी खालीलप्रमाणे ठरलेली असते.

१) आयोजित केलेल्या सभेचे नाव

२) सभेचा दिनांक, वार, वेळ व स्थळ
३) सभेच्या अध्यक्षांचे नाव
४) सभेला हजर असणाऱ्या सभासदांची संख्या, त्यांची नावे, विशेष निमंत्रित म्हणून उपस्थित असल्यास त्या सदस्यांची नावे (ती कंपनीची सभा असल्यास सभेस हजर असणाऱ्या संचालकांची, चिटणीसांची नावे, सभेला हजर असणारे हिशोब तपासणीस, कायदाविषयक सल्लागार, कोषाध्यक्ष यांची नावे)
५) विषय किंवा प्रस्ताव (सूचक, अनुमोदकांसह)
६) ठराव व त्याचा तपशील
७) ठराव बहुमताने किंवा एकमताने संमत झाला असल्यास त्याचा उल्लेख करणे योग्य ठरेल. विशिष्ट ठरावावर मतदान झाले असल्यास अनुकूल/प्रतिकूल मतदान करणाऱ्या सभासदांची संख्या व त्यांची नावे
८) सभेत निर्णय घेण्यात आलेल्या विषयांची यादी
९) सभेची टिपणे बरोबर असल्याची खात्री करून घेतल्याबद्दलची सभेच्या अध्यक्षांची सही व दिनांक (इतिवृत्ताच्या खाली उजव्या बाजूस) इतिवृत्त लिहिणाऱ्या चिटणीसांची सही व दिनांक (इतिवृत्ताच्या खाली डाव्या बाजूस)

इतिवृत्त लेखनासंबंधी महत्त्वाचे

इतिवृत्त लिहिणाऱ्या चिटणिसाची जबाबदारी मोठी असते. इतिवृत्त हा एक प्रकारचा दस्तऐवज आहे, हे लक्षात ठेवून त्याने इतिवृत्त लेखन केले पाहिजे.

इतिवृत्त हे परिपूर्ण (सभेच्या सुरुवातीपासून अखेर पर्यंतच्या कामाचा वृत्तांत देणारे) असावे. सभेत झालेल्या कामकाजाचा लेखी व कायदेशीर पुरावा म्हणून इतिवृत्ताचा उपयोग होतो. त्यासाठी ते परिपूर्ण व अचूक असणे आवश्यक आहे.

इतिवृत्त अचूक, मोजक्या मुद्देसूद शब्दांत असावे.

सभेतील कामकाजाची माहिती क्रमाने लिहावी.

लेखनात संदिग्धता मुळीच नसावी. आशय सुस्पष्ट होईल अशी भाषा आणि अचूक शब्दयोजना व वाक्यरचना त्यात असावी. विशेषत: संस्था/कंपनी ज्या क्षेत्रातील असेल, त्या क्षेत्रातील / उद्योगातील पारिभाषिक शब्दांचा उपयोग इतिवृत्तात करावा. त्यामुळे अर्थात स्पष्टता राहते.

कोणत्याही व्यक्तीच्या बदनामीचा अथवा निंदाजनक मजकूर त्यात असू नये.

इतिवृत्त तटस्थ वृत्तीने आणि समतोलपणाने लिहावे. आपली व्यक्तिगत मते

अथवा एखाद्या गटाकडे, व्यक्तीकडे मनाचा कल त्यात प्रतिबिंबित होऊ नये याची काळजी घ्यावी.

सभेच्या इतिवृत्त लेखनाचा नमुना क्र. १

सभा सातवी दि. ६ जाने. २००७

छत्रपती शाहू शिक्षण संस्था, कोल्हापूर या संस्थेच्या कार्यकारी मंडळाची सभा बुधवार, दि. ६ जानेवारी २००७ रोजी येथील 'राजर्षी' सभागृहात भरली होती. त्यावेळी सभेस खालील सभासद हजर होते.

१)	डॉ. आर. बी. जोशी	- अध्यक्ष
२)	डॉ. पी. एन. औरंगाबादकर	- उपाध्यक्ष
३)	प्रा. टी. एन. पाटील	- सेक्रेटरी
४)	पी. पी. शेटे	- खजिनदार
५)	बी. एन. पवार	- सदस्य
६)	टी. के. गायकवाड	- सदस्य
७)	एस. एम. जाधव	- सदस्य
८)	व्ही. एन. गोरे	- सदस्य
९)	बी. पी. साबळे	- सदस्य
१०)	टी. एन. टोपे	- सदस्य
११)	आर. पी. माने	- सदस्य

सभेपुढे आलेल्या विषयांवर खालीलप्रमाणे निर्णय घेण्यात येऊन सर्वानुमते ठराव संमत करण्यात आले.

विषय क्रमांक- १ : मागील सभेचा वृत्तांत वाचून कायम करणे

ठराव - मागील सभेचा वृत्तांत वाचून तो सर्वानुमते कायम करण्यात आला.

सूचक : डॉ. पी. एन. औरंगाबादकर

अनुमोदक : व्ही. एन. गोरे

विषय क्रमांक- २ : संस्थेस देणगी स्वरुपात आलेल्या वस्तू व चेकचा विचार करणे

ठराव - संस्थेस श्री. टी.के. गायकवाड यांनी त्यांच्या वडिलांच्या स्मरणार्थ ५१,०००/- (एक्कावन्न हजार रुपये फक्त) देणगी चेकने दिली. ती सर्वानुमते स्वीकारून संस्थेच्या खात्यात बँकेत जमा करण्यास संमती दिली; तसेच श्री.

बी.एन. पवार यांनी दोन गोदरेज कपाटे देणगी स्वरूपात दिली. ती सर्वानुमते स्वीकारल्याची संमती दिली. वरील दोन्ही देणगीदारांचा पुढील संस्थेच्या कार्यक्रमात सत्कार घेण्याचे सर्वानुमते ठरले.

सूचक : प्रा. टी. एन. पाटील

अनुमोदक : आर. पी. माने

विषय क्रमांक- ३ : गरीब विद्यार्थ्यांना गणवेश व वह्या वाटपाबाबत

ठराव - हुशार, होतकरू, गरीब विद्यार्थ्यांना संस्थेकडून मोफत गणवेश व वह्या वाटप मागील विकास निधीतील शिल्लक रक्कम रुपये १०,०००/- इतकी रक्कम वापरण्यास सर्वानुमते ठराव संमत.

सूचक : बी. पी. साबळे

अनुमोदक : टी. एन. टोपे

विषय क्रमांक- ४ : नवीन सभासद होण्यासाठी आलेल्या अर्जांचा विचार करणे

ठराव - नवीन सभासद होण्यासाठी आलेल्या अर्जांमध्ये- १) श्री. गोविंद विठ्ठल पाठक, २) श्री. किशोर हरी दरगड, ३) श्री. प्रसाद बाबुराव यादव, ४) श्री. सुरेश प्रकाश तोरणे यांचा समावेश आहे. वरील चारही जणांच्या अर्जांचा विचार होऊन त्यांना संस्थेचे सभासद करून घ्यावे, अशी सर्वानुमते संमती.

सूचक : प्रा. टी.एन. पाटील

अनुमोदक : एस. एम. जाधव

वरीलप्रमाणे विषयावर निर्णय होऊन सभा समाप्त झाली.

सेक्रेटरी	अध्यक्ष
सही व दिनांक	सही व दिनांक

सभेच्या इतिवृत्त लेखनाचा नमुना क्र. २

सोलापूर चादर उत्पादक मंडळ, सोलापूर

दि. ५ फेब्रुवारी २००७

सोलापूर चादर उत्पादक मंडळाच्या रौप्यमहोत्सवी प्रदर्शन समितीची सभा सोमवार, दि. ५ फेब्रुवारी २००७ रोजी सायंकाळी ५ वाजता ह. दे. प्रशालेच्या मुळे सभागृहात आयोजित करण्यात आली होती. सभेस प्रदर्शन समितीचे खाली

निर्देशिलेले सदस्य उपस्थित होते.

१) श्री. रामदास शेवडे, २) श्री. श्रीकृष्ण चिलका, ३) श्री. राजेंद्र मामड्याल, ४) श्री. गजेंद्र पिट्टा, ५) श्री. जयसिंह फत्तेवाले

उपरोक्त सभासद जमल्यावर श्री. गजेंद्र पिट्टा यांच्या अध्यक्षतेखाली सभेच्या कामकाजास सुरूवात होऊन खालीलप्रमाणे ठराव संमत करण्यात आले.

ठराव नं. १ :- सोलापूर चादर उत्पादक मंडळाच्या रौप्यमहोत्सवानिमित्त सोलापूर शहरात एक मोठे औद्योगिक व व्यापारी प्रदर्शन भरवावे. या प्रदर्शनाच्या संयोजनात सर्व स्थानिक संस्थांनी मोठ्या प्रमाणावर सहकार्य देऊन हा उपक्रम यशस्वी करावा.

ठराव नं. २ :- प्रदर्शनाची व्याप्ती सोलापूर व पुणे जिल्ह्यातील व्यापारी संस्थांपुरती मर्यादित ठेवावी. या जिल्ह्याबाहेरच्या प्रदेशातील काही संस्था भाग घेऊ इच्छित असल्यास विशेष बाब म्हणून प्रदर्शन समिती त्यांना प्रवेश देऊ शकेल.

ठराव नं. ३ :- प्रदर्शनात विविध उत्पादकांच्या आकर्षक व नावीन्यपूर्ण चादरी, टॉवेल, शाल, बेडशीट, पिलो कव्हर, सतरंजी, गालीचा, पडदे अशा ग्राहकोपयोगी टिकाऊ वस्तू इत्यादी वस्तू ठेवण्यास परवानगी द्यावी.

ठराव नं. ४ :- प्रदर्शनास दि. १ मे २००७ रोजी प्रारंभ होईल, अशा बेताने प्रदर्शन भरवावे. प्रदर्शनाचा कालावधी ५ ते ७ दिवसांचा असावा.

ठराव नं. ५ :- प्रदर्शनात एकूण १०० ते १५० गाळे तात्पुरत्या स्वरूपात बांधून प्रदर्शनाच्या काळात ते औद्योगिक व व्यापारी संस्थांना भाड्याने द्यावेत. आवश्यकता भासल्यास काही गाळे मोफत देण्याचे अधिकार प्रदर्शन समितीला राहतील.

ठराव नं. ६ :- प्रदर्शनाच्या जागेसाठी तांत्रिक प्रशाला (नॉर्थकोट प्रशाला) किंवा होम मैदान याविषयी विचारणा करावी. दोन्ही जागेचे फायदे-तोटे लक्षात घेऊन संबंधित उपसमितीने जागा निश्चित करावी.

ठराव नं. ७ :- प्रदर्शनासाठी समितीचे अध्यक्षपद श्री. जयसिंह फत्तेवाले यांनी स्वीकारावे व समितीचे इतर सदस्य खालीलप्रमाणे असावेत.

१) श्री. गणेश भोसले, २) श्री. रमेश फुले, ३) श्री. प्रभाकर काळे, ४) गोविंद विठ्ठल पाठक, ५) किशोर हरी दरगड, ६) रामदास शेवडे, ७) श्रीकृष्ण चिलका, ८) गजेंद्र पिट्टा, ९) राजेंद्र मामड्याल, १०) दादासाहेब भोसले, ११) विजय राजे, १२) अशोक देशपांडे, १३) रमण पारेख, १४) श्री. बी.जी. व्यास, १५) प्रशांत गाजरे, १६) बी.बी. रामराजे

ठराव नं. ८ :- संमेलन प्रदर्शन आयोजनाच्या खर्चासाठी सोलापूर चादर उत्पादक मंडळाने शक्य तितका पैसा पुरवावा. कारखानदार, धनिक व्यापारी

यांच्याकडून प्रत्येकी किमान एक हजार रुपये गोळा करावेत; तसेच श्री. बी.बी. रामराजे यांनी आश्वासन दिल्याप्रमाणे शासकीय संस्थांकडून योग्य त्या वेळी शक्य ते आर्थिक साहाय्य मिळवावे.

ठराव नं. ९ :- पुढील सभा रविवार, दि. १७ फेब्रुवारी २००७ रोजी सायंकाळी ५ वाजता बोलवावी.

चिटणीस	अध्यक्ष
सही व दिनांक	सही व दिनांक

सभेच्या इतिवृत्त लेखनाचा नमुना क्र. ३

सन २००७-२००८ सालच्या वार्षिक सर्वसाधारण सभेचे इतिवृत्त

दि. २० जून २००८

शरद सहकारी पतसंस्था मर्यादित, सोलापूर या संस्थेची सन २००७-२००८ सालची वार्षिक सर्वसाधारण सभा रविवार, दि. २०/३/२००८ रोजी दुपारी ३.०० वाजता 'शिवस्मारक' सभागृहात भरली होती. त्या सभेत खालीलप्रमाणे निर्णय घेण्यात आले.

विभाग नं. १ - मागील वार्षिक सर्वसाधारण सभेचा वृत्तांत वाचून सर्वानुमते कायम करणे

ठराव :- मागील वार्षिक सर्वसाधारण सभेचा वृत्तांत वाचून सर्वानुमते तो कायम करण्यात आला.

सूचक :- श्री. ए. सी. चौधरी
अनुमोदक :- श्री. के. एन. शिंदे

विभाग नं. २ - सन २००७-०८ चा वार्षिक अहवाल, तेरीज, ताळेबंद, नफा-तोटा पत्रके मंजूर करणे

ठराव :- सन २००७-०८ चा वार्षिक अहवाल, तेरीज, ताळेबंद व नफा-तोटा पत्रके वाचून सर्वानुमते मंजूर करण्यात आली.

सूचक - श्री.डॉ. एन. एम. कदम
अनुमोदक - श्री. एस. बी. कुलकर्णी

विभाग नं. ३ - सन २००७-०८ साली झालेल्या खर्चास मान्यता देणेबाबत

ठराव - सन २००७-०८ साली झालेल्या खर्चास रुपये ८०६७.८० या रकमेस सर्वानुमते मान्यता देण्यात आली.

सूचक - श्री. पी. के. जोशी
अनुमोदक - श्री. वाय. एल. माने

विभाग नं. ४- मे. सहकारनियुक्त लेखापरीक्षक यांच्याकडून संस्थेचा सन २००७-०८ सालचा आलेला तपासणी अहवाल व त्यावरील दोषदुरुस्ती अहवाल याबाबत चर्चा करणे

ठराव - मे. सहकारनियुक्त लेखापरीक्षक श्री. साखरे, चार्टर्ड अकौंटंट यांच्याकडून आलेला संस्थेचा सन २००७-०८ सालचा तपासणी अहवाल वाचून त्यावर केलेली उपाययोजना व दोषदुरुस्ती याविषयीचे अहवाल सर्वानुमते कायम करण्यात आले.

सूचक - श्री. बी. बी. पवार
अनुमोदक - श्री. टी. पी. जाधव

विभाग नं. ५- श्री. एन.टी. कुलकर्णी, अंतर्गत तपासणीस यांच्या सन २००७-०८ च्या तपासणी अहवालाबाबत विचार करणे

ठराव- श्री. एन.टी. कुलकर्णी, अंतर्गत तपासणीस यांच्याकडून आलेला सन २००७-०८ चा तपासणी अहवाल वाचून सर्वानुमते मंजूर करण्यात आला.

सूचक - श्री. आर.आर. पाटील
अनुमोदक - श्री. व्ही. एल. गडकरी

विभाग नं. ६- सन २००७-०८ सालच्या नफा विभागणीस मंजुरी देण्याविषयी

ठराव - सन २००७-०८ या सालात एकूण १२,९३८.०१ इतका नफा झाला आहे. सदर नफ्याची विभागणी खालीलप्रमाणे करावी, असे सर्वानुमते ठरले.

१) राखीव निधी (२५ टक्के)	₹	३२२२.२०
२) लाभांश वाटपासाठी (९ टक्के)	₹	७२०७.४०
३) लाभांश ३ टक्के शेअरपोटी	₹	२४०२.४०
४) इमारत निधी	₹	१००.००
५) शिल्लक नफा	₹	०६.०१
एकूण-	₹	**१२९३८.०१**

वरीलप्रमाणे सन २००७-०८ ची नफा विभागणी करावी; तसेच शेअरपोटी जमा होणाऱ्या ३ टक्के लाभांशाची रक्कम ₹ १०.०० अगर त्याच्या पटीत पूर्ण होण्यासाठी कमी पडणारी रक्कम दरमहा होणाऱ्या वसुलीबरोबर सभासदांकडून वसूल करावी, असे सर्वानुमते ठरविण्यात आले.

सूचक - श्री. बी. ए. पानगावकर

अनुमोदक - श्री. जी. पी. गोळे

विभाग नं. ७- सन २००८-०९ सालचे अंदाजपत्रक मंजूर करण्याबाबत

ठराव- सन २००८-०९ चे अंदाजपत्रक खालीलप्रमाणे सर्वानुमते मंजूर करण्यात आले.

१) सादिलवार ₹ २००/-, २) छपाई ₹ ५००/-, ३) मेंबर ठेव व्याज ₹ ३३००/-, ४) ऑडिट फी- ₹ ३५०/-, ५) शिक्षण निधी- ₹ २५०/-, ६) संस्था सभासद वर्गणी- ₹ ५/-, ७) झीज- ₹ १५०/-, ८) सर्वसाधारण सभा खर्च- ₹ २००/-, ९) मेहनताना- ₹ १४४०/-, १०) टपालखर्च- ₹ १०/-, ११) किरकोळ- ₹ २५०/-, १२) सर्व सभासदांना भेटवस्तू व जेवण खर्च- ₹ ४०००/-, एकूण ₹ १०,८५५/-

सूचक - श्री. एस. एम. पाटील

अनुमोदक - श्री. एन. एस. शिखरे

विभाग नं. ८- सन २००८-०९ सालाकरिता अंतर्गत तपासनीस यांची निवड करणे

ठराव- सन २००८-०९ सालासाठी अंतर्गत तपासनीस म्हणून श्री. माधव इनामदार यांची सर्वानुमते निवड करण्यात आली.

सूचक - श्री. बी. व्ही. ठोंबरे

अनुमोदक - श्री. विनायक बी. देशपांडे

विभाग नं. ९- मा. चेअरमन यांच्या परवानगीने ऐनवेळी येणाऱ्या विषयांचा विचार करणे आणि सर्व सभासदांना भेटवस्तू व जेवण देणेविषयी

ठराव- सन २००८-०९ या सालात सर्व सभासदांना या अंदाजपत्रकात तरतूद केल्याप्रमाणे भेटवस्तू देण्यात याव्यात; तसेच सर्वांकरिता सामुदायिक भोजनाचा कार्यक्रम आखण्यात यावा, असे सर्वानुमते ठरविण्यात आले.

सूचक - श्री. जे. के. कल्याणी

अनुमोदक - श्री. डी. एस. तांदळे

शेवटी श्री. पी. टी. ताटे यांनी सर्व उपस्थितांचे आभार मानून सभा समाप्त झाल्याचे जाहीर केले.

वरीलप्रमाणे निर्णय होऊन सभा समाप्त झाली.

चिटणीस	अध्यक्ष
सही व दिनांक	सही व दिनांक

मागील सभेचा वृत्तांत वाचून कायम करण्यात आला.

चिटणीस	अध्यक्ष
सही व दिनांक	सही व दिनांक

अहवाल इतिवृत्त (Report)

सभेच्या इतिवृत्तापेक्षा अहवालात्मक इतिवृत्ताचे स्वरूप वेगळे असते. सभेचे इतिवृत्त (Minutest) हे वर्णनात्मक असते, तर अहवालात्मक इतिवृत्त (Report) मात्र चिकित्सक आणि विश्लेषणात्मक स्वरूपाचे असते. अहवालात्मक इतिवृत्तांत पाहणीमधून किंवा चौकशीअंती हाती आलेले निष्कर्ष मांडावयाचे असतात. एखादा नवीन उद्योग अथवा कंपनीची, संस्थेची नवीन शाखा सुरू करण्यासाठी संबंधित क्षेत्राची, परिसराची पाहणी करून उपयुक्त माहिती देणे, विशिष्ट प्रश्न, परिस्थिती, व्यक्ती यांच्या संदर्भात चौकशीसाठी नियुक्त केलेल्या समितीने सत्यशोधन करून वस्तुस्थितीबद्दलचे आपले निष्कर्ष सादर करणे असा हेतू अहवालात्मक इतिवृत्तांचा असतो. काही अहवालात्मक इतिवृत्तांत पाहणीनंतरचे निष्कर्ष सांगून उपाययोजना सुचविलेल्या असतात, तर काही ठिकाणी शिफारशीही केलेल्या असतात.

अहवालात्मक इतिवृत्ताचे स्वरूप

१) व्यक्तीच्या मुलाखती/चर्चा, उपलब्ध कागदपत्रे, परिसर पाहणी यांद्वारे मिळविलेली माहिती तटस्थपणे या इतिवृत्तात येते.

२) या इतिवृत्तात येणारी माहिती आपण कोणते कागद व संदर्भाच्या आधारे घेतली त्याचे स्वरूप, महत्त्व, तसेच ती कागदपत्रे कोणत्या कार्यालयीन पद्धतीने प्राप्त झाली याची माहिती या इतिवृत्तात आवश्यक असते.

३) उपलब्ध साधनसामग्रीच्या (कागदपत्रे, चर्चा, मुलाखती, पाहणी, प्रश्नावली

इ.) आधारे काढलेले निष्कर्ष या इतिवृत्ताच्या शेवटी द्यावयाचे असतात. आवश्यक वाटल्यास चौकशी, विषयासंदर्भात काही सूचना करण्याचे स्वातंत्र्य इतिवृत्त लेखकास समितीस आहे.

४) लेखनापूर्वी इतिवृत्ताची व्याप्ती आणि मर्यादा निश्चित करणे आवश्यक असते. समिती नियुक्त करताना तिच्या पाहणी,चौकशीची व्याप्ती व मर्यादा अगोदरच स्पष्ट केलेली असते. त्याचबरोबर या इतिवृत्ताद्वारे कोणत्या संदर्भात निर्णय हवा, तेही सूचित केलेले असते.

५) या इतिवृत्त लेखनाची जबाबदारी कधी एकाच व्यक्तीकडे, तज्ज्ञांकडे (सदस्य समिती असल्यास) तर कधी एखाद्या समितीवर सोपविली जाते.

लेखनाची पद्धती

अहवालात्मक इतिवृत्त हे वेगवेगळ्या परिस्थितीत आणि वेगवेगळ्या कारणांमुळे लिहिले जाते. त्यामुळे त्याचे स्वरूप निश्चित असे नसते. कारणपरत्वे ते बदलते; परंतु ते कोणत्याही स्वरूपात असले, तरी त्याचे लेखन हे पद्धतशीर असले पाहिजे.

अहवालात्मक इतिवृत्ताचे ४ भाग पडतात. १) प्रास्ताविक, २) इतिवृत्ताचा मुख्य भाग- आशय, ३) निष्कर्ष आणि ४) परिशिष्ट

इतिवृत्ताच्या प्रारंभी व शेवटी तारीख व स्थळ यांची नोंद अत्यंत आवश्यक आहे. शीर्षकावरून इतिवृत्ताचा विषय काय आहे हे समजते; तर तारखेशिवाय कोणताही दस्तऐवज निरुपयोगी असतो.

१) प्रास्ताविक

अ) इतिवृत्त सादर करणारी समिती कोणाच्या आणि कोणत्या हुकमानुसार नियुक्त झाली ते प्रास्ताविकात प्रथम नमूद करावयास हवे. अहवाल सादर करण्यासाठी आपली नियुक्ती कोणत्या पद्धतीने झाली, याचा संदर्भ प्रारंभी देणे आवश्यक असते. अहवालात्मक इतिवृत्त हा एक दस्तऐवज असतो. पुढील काळात माहितीसाठी त्याचा अनेकदा आधार घेतला जातो. म्हणून असा संदर्भ उपयुक्त ठरतो.

ब) समिती रचना :- समिती सदस्यांची नावे, निमंत्रक स्पष्ट करावे. तिच्यामध्ये काही बदल असल्यास त्याचा उल्लेख करावा.

क) समितीच्या कार्याची व्याप्ती आणि मर्यादा : ज्या गोष्टीची चौकशी आणि मूल्यमापन करून निष्कर्ष सादर करावयास सांगितले, त्या गोष्टीचा, विषयांचा उल्लेख करावा. कोणत्या मर्यादेपर्यंत या गोष्टीची चौकशी करावयास

सांगितले तेही स्पष्ट करावे.

ड) समितीची कार्यपद्धती - समितीने कामाचे संयोजन कसे केले, सभा कुठे व किती घेतल्या, काही विशेष शोध, पाहणी केली काय? प्रश्नावली दिल्या होत्या काय? प्रतिसाद कसा मिळाला? विचार-विनिमयासाठी चर्चा करण्याचे कार्यक्रम केले होते काय? केल्यास कधी कोणत्या व्यक्तीबरोबर, तारीख याची माहिती द्यावी.

इ) अहवालात्मक इतिवृत्त प्रदीर्घ असते. त्याची मांडणी कशी केली हे स्पष्ट करणे वाचणाऱ्यांच्या दृष्टीने सोयीचे ठरते. मांडणीच्या स्पष्टीकरणामुळे इतिवृत्त समजण्यास व वाचण्यास सोपे जाते.

ई) ऋणनिर्देश : अभ्यासपूर्ण इतिवृत्त हा संबंधित अनेक व्यक्तींच्या सहकार्याने साकार होणारा उपक्रम असतो. त्यासाठी ज्यांनी सहकार्य व मार्गदर्शन केले त्यांचा इतिवृत्तात व्यक्तिशः नामोल्लेख करण्याची प्रथा आहे.

२) अहवालात्मक इतिवृत्ताचा मुख्य भाग अथवा आशय -

या इतिवृत्ताचे स्वरूप बहुधा प्रदीर्घ असल्याने त्याच्या मुख्य भागाचे अनेक उपविभाग आणि प्रकरणे पाडलेली असतात. प्रत्येक विभागातील परिच्छेदाला क्रमांक देण्याची प्रथा आहे. सुरुवातीपासून शेवटपर्यंतच्या परिच्छेदांना सलग क्रमांक देतात. क्रमांक देण्याची ही पद्धत सोपी व सहज लक्षात घेण्यासारखी असावी.

शिफारशी - अहवालात्मक इतिवृत्ताचा मुख्य भाग शिफारशीच्या परिच्छेदाने संपतो. विषयाच्या स्वरूपानुसार काही वेळा मुख्य शिफारशी आणि अन्य शिफारशी अशी विभागणी करून त्या लिहिल्या जातात. छोटेखानी इतिवृत्तात चौकशीविषयक परिच्छेदातच शिफारशीही नमूद केल्या जातात.

३) निष्कर्ष -

इतिवृत्ताच्या शेवटी निष्कर्षाखाली उजव्या बाजूस खालच्या कोपऱ्यात समिती सदस्यांनी क्रमाने सह्या कराव्या आणि डावीकडील कोपऱ्यात स्थळ व दिनांक लिहावा.

४) परिशिष्ट -

आवश्यक असल्यास इतिवृत्ताच्या शेवटी प्रश्नावलीच्या प्रती, त्यांची उत्तरे पाठविणाऱ्या व्यक्ती व संस्थांच्या नावाची सूची, पाहणी केलेल्या स्थळांचे नकाशे व माहितीचे तक्ते, आकृत्या, योजना इत्यादींचा समावेश असलेले परिशिष्ट जोडावे.

अहवालात्मक इतिवृत्त हा पाहणीचा, चौकशीचा महत्त्वपूर्ण निष्कर्ष असल्याने त्याचे लेखन काटेकोरपणे आणि वस्तुनिष्ठपणे झाले पाहिजे. ते संक्षिप्त स्वरूपात असावे. त्याची भाषा सुस्पष्ट, अचूक असावी. महत्त्वाच्या मुद्द्यांचा त्यात समावेश असावा. संबंधित प्रकरणाचे आवश्यक व परिपूर्ण वास्तव चित्रण आणि निष्कर्ष यांना विशेष महत्त्व आहे.

अहवालात्मक इतिवृत्ताचा नमुना क्र. १

पुणे येथील नवीन महाविद्यालय सुरू करणेकामी जागेच्या निवडीसंबंधी चिटणिसाने संस्थेच्या संचालक मंडळास सादर केलेले अहवालात्मक इतिवृत्त

पुणे,
दि. ४ ऑगस्ट २००८

संचालक मंडळ,
श्री विठ्ठल शैक्षणिक विकास प्रबोधिनी,
३३८, शुक्रवार पेठ, कर्वे रोड, पुणे
महोदय,

संचालक मंडळाच्या क्र. ३६०/६५ दि. १४ फेब्रुवारी २००८ च्या ठरावानुसार अपेक्षिल्याप्रमाणे आपल्या शैक्षणिक प्रबोधिनीच्या नव्या शाखेकरिता जागेच्या निवडीसंबंधीचा माझा अहवाल पुढीलप्रमाणे सादर करीत आहे.

१) पुणे शहरातील पाच खुल्या जागांची मी पाहणी केली. त्यापैकी येरवड्याच्या वरच्या बाजूस डॉ. बाटलीवाला रोडवरील प्लॉट नं. ५४३ व ५४४ आणि ५४६ मधील जागेची मी ठामपणे शिफारस करीत आहे.

२) चांगली लोकवसाहत आणि भरपूर विद्यार्थीसंख्या, तसेच येथील बऱ्याच नगर वसाहतींना हे ठिकाण केंद्रवर्ती आहे. तसेच येथे सगळीकडून येणाऱ्या बसेसचे थांबे आहेत. शिवाय आसपासच्या दहा किलोमीटरच्या परिसरामध्ये महाविद्यालयाचा अभाव. त्यामुळे येथे नव्याने उघडल्या जाणाऱ्या महाविद्यालयास भरपूर विद्यार्थीसंख्या मिळू शकते व इतरही गोष्टी, सोयी-सुविधांच्या दृष्टीने सोयीच्या आहेत.

३) या जागेच्या परिसरात म. गांधी बाग असून त्यापलीकडे चाफेकर मैदान आहे. शिवाय आरोग्यविषयक सुविधा, अग्निशामक केंद्र या जागेपासून एक फर्लांगावर आहे.

४) माझ्या मते, विकत मिळण्याजोगी जमिनीची उपलब्धता हे या जागेचे

महत्त्वाचे वैशिष्ट्य आहे. इतरही ठिकाणी मी जागा पाहिल्या; परंतु त्या फारच तोकड्या आणि गैरसोयीच्या होत्या. वरील पसंतीच्या जागेचे वास्तुशास्त्र सल्लागार आणि मूल्यांकनतज्ज्ञ श्री. एच. के. गोडबोले व श्री. एस. ए. प्रधान यांच्याकडून मी मूल्यांकन मी करून घेतले असून त्याचा अहवालही सोबत जोडला आहे. श्री. गोडबोले यांच्या मतानुसार ₹ ५८,७५,०००/- ही प्रस्तुत जागेची किंमत विकत घेणाऱ्याच्या दृष्टीने अनुकूल अशीच आहे.

पुणे, सही/-

दिनांक - ४ ऑगस्ट २००८ वि. स. सबनीस

(चिटणीस)

अहवालात्मक इतिवृत्ताचा नमुना क्र. २

शिवाजीनगर, पुणे येथील गृहनिर्माण महामंडळाच्या वसाहतीतील विद्यानगरी परिसरामध्ये सहकारी तत्त्वावर हॉस्पिटल सुरू करण्याची शक्यता आजमावण्यासाठी नियुक्त केलेल्या समितीने सादर केलेले अहवालात्मक इतिवृत्त

दि. २० फेब्रुवारी २००८

मा. अध्यक्ष,

शिवाजीनगर,

पुणे गृहनिर्माण महामंडळ,

पुणे- ४११ ०३०

महोदय,

शिवाजीनगर, पुणे महामंडळाच्या वसाहतीतील विद्यानगरी परिसरामध्ये महामंडळातर्फे प्रस्तुत जागेत सहकारी तत्त्वावर हॉस्पिटल सुरू करण्याची शक्यता आजमावण्यासाठी दि. १ जाने. २००८ रोजी एक समिती नियुक्त केली होती. तिचा अहवाल पुढीलप्रमाणे सादर करीत आहोत.

१) समितीतील सदस्य पुढीलप्रमाणे होते - श्री. कृ. पा. कुलकर्णी, श्री. एस. टी. रामस्वामी, श्री. एन. पी. पाटील, श्रीमती भार्गवी भोसले, श्री. गो. नी. देशपांडे.

२) प्रस्तुत समितीने वेगवेगळ्या ७ सभा घेतल्या.

३) वरील सभांमध्ये झालेल्या विचार-विनिमयांनी या वसाहतीमध्ये सहकारी तत्त्वावर हॉस्पिटल सुरू करू नये असे या समितीचे मत झाले आहे. त्याची कारणे पुढीलप्रमाणे आहेत.

- विद्यानगरी परिसरामध्येच सहकारी तत्त्वावर नुकतेच एक मोठे हॉस्पिटल सुरू झाले आहे. त्यामुळे नवीन हॉस्पिटल आताच व घाईघाईने सुरू करणे योग्य होणार नाही.
- येथे राहणारे बहुतेक सगळे लोक या नवीन हॉस्पिटलमध्येच जातात. अत्यंत विश्वासाने तेथे उपचार घेतात. बाकीचे 'रुबी' किंवा अन्यत्र उपचारास जातात.
- या नव्या हॉस्पिटलवर आणि तेथील डॉक्टरांवर पेशंट्सचा खूपच विश्वास असल्यामुळे शिवाय हे हॉस्पिटल सर्व सोयींनी युक्त व जवळ असल्यामुळे तेथील लोकांसाठी ते जिव्हाळ्याचे व अत्यंत विश्वसनीय बनले आहे. त्यामुळे या परिसरात एवढ्यात दुसरे हॉस्पिटल हा उपक्रम यशस्वी होणे अवघड आहे. त्याबद्दल समितीतील सर्व सदस्यांचे एकमत झाले आहे.
- हॉस्पिटल सुरू करणेकामी सर्वांत महत्त्वाची अडचण म्हणजे या परिसरात अशी चांगली जागाच मिळण्याची शाश्वती नाही. अथक प्रयत्नाने एखादी मिळाल्यास त्याची बाजारभावापेक्षा दुप्पट किंमत द्यावी लागेल. याचाही विचार समितीने केला आहे.
- समिती बऱ्याच निष्कर्षानंतर अशा निष्कर्षाला आली आहे की, अर्थपुरवठा करणाऱ्या कोणत्याही सहकारी संस्थेकडून कर्ज मान्य करून घेण्यातही निवारता न येण्यासारख्या बऱ्याच कायदेशीर अडचणी आहेत.
- वरील सर्व गोष्टींचा विचार करता प्रस्तुत योजनेचा पाठपुरावा करण्याचा विचार सोडून देण्यात यावा, अशी या समितीची शिफारस आहे.

पुणे,
दि. २० फेब्रु. २००८

आपले,

सही/-	सही/-	सही/-
कृ. पा. कुलकर्णी	**श्री. एस. टी. रामस्वामी**	**श्री. एन. पी. पाटील**

सही/-	सही/-
श्रीमती भार्गवी भोसले	**श्री. गो. नी. देशपांडे**

सरकारी पत्र

कोणत्याही सरकारी कार्यालयामधून पाठविलेले पत्र म्हणजे सरकारी पत्र होय. अशी पत्रे विविध सरकारी कार्यालये, मंत्रालये, न्यायालय, लोकसेवा आयोग,

निर्वाचन आयोग, विदेशी-सरकारी-राज्य सरकारी कार्यालये अशा सर्व कार्यालयांमध्ये सरकारी पत्रांचा वापर केला जातो. विविध प्रकारचे, सरकारी मंत्रालय त्यातील विविध विभागांतर्गत विशिष्ट कार्यालयीन कामकाजासंबंधी सरकारी पत्रांची देवाण-घेवाण होत असते. जनता, तसेच सरकारी कर्मचारी, जनतेचे प्रतिनिधी इत्यादींनासुद्धा सरकारी पत्र पाठविले जाते. सरकारी पत्राच्या सुरुवातीला असे म्हटले जाते की, मला आपल्या ह्या कार्यालयाला दि.. .... चे पत्र क्रमांक ...... च्या बाबतीत असे सांगण्याचा आदेश मिळाला आहे की,

किंवा ----

या मंत्रालयाचे दि. .... चे पत्र क्रमांक .... च्या आदेशानुसार मला आपणाला काही सांगण्याचा संदेश मिळाला आहे की,........ आपले दिनांक ...... अथवा ...... ज्या पत्र क्रमांकाच्या बाबतीत सांगावयाचे आहे की, पत्र क्रमांक .... ला संबोधून आपले दिनांक .... चा क्रमांक ...... च्या उत्तरामध्ये मला असे सांगावयाचा आदेश मिळाला आहे की,

मला आपले दिनांक .... चे पत्र क्रमांक ..... मंत्रालय विभाग यांच्या पत्राकडे वळविण्याचे व त्या पत्रासाठी असे कळविण्याचा आदेश झालेला आहे की, ...

किंवा --

आज टेलिफोनवर आपली व आपले प्रतिनिधी यांच्याशी जी बातचीत झाली, त्याबाबत मला म्हणावयाचे आहे की,

या प्रकारच्या वाक्याने मात्र हा आदेश आहे का सरकारी आदेशा-निर्देशानुसार लिहिले गेलेले पत्र आहे हे समजते. सरकारी पत्रांची काही महत्त्वपूर्ण वैशिष्ट्ये असतात.

१) पत्र क्रमांक हा पत्राच्या वरच्या बाजूला लिहिला जातो.

२) पत्र क्रमांक, तसेच शासकीय कार्यालय, मंत्रालय यांच्या नावाखालीच प्रेषकाचे नाव व पद लिहिले जाते.

३) प्रेषित (पत्र स्वीकारणारा) पत्रावरच स्वीकारणाऱ्याचे नाव, पत्ता, पद, त्याचे शिक्षण इ. माहिती दिली जाते.

४) प्रेषकाचे ठिकाण व दिनांक – खाली डावीकडे ठिकाण --- दिनांक --- दिला जातो.

५) पत्राचा विषय– मध्येच पत्राचा विषय मोठ्या अक्षरांत दिला जातो. त्याखाली रेषा मारली जाते.

६) उद्देशून - उद्देशून लिहावयाच्या बऱ्याच गोष्टी आहेत, जसे सरकारी अधिकारी

- महोदय/महोदया, एखाद्या संस्थेच्या व्यक्तीला प्रिय/माननीय अशी विशेषणे लिहिली जातात.

७) पत्राचा मुख्य भाग - जर पत्रात वर विषय दिला असल्यास त्याचा संदर्भ देत विषय सांगावा. विषय बराच मोठा असल्यास अ ब क ड भाग करून सांगावा व शेवटी निष्कर्ष सांगावेत.

८) शेवटी लिहिणाऱ्याची सही, नाव लिहावे.

सरकारी पत्राचे स्वरूप पुढीलप्रमाणे -

सरकारी पत्र नमुना - १

विभाग महाराष्ट्र सरकार गृहमंत्रालय
जा. क्र. म. शा. ११२८/गृह ८११०
श्री. एम. जी. बनारसे
अप्पर सचिव,
महाराष्ट्र सरकार गृहमंत्रालय,
विभाग - मुंबई

कार्यकारी अधिकारी
मराठी प्रशिक्षण योजना
सर्व प्रादेशिक केंद्र

विषय - मराठी प्रशिक्षण योजनेविषयी

महोदय,

मराठी प्रशिक्षण योजनेसंबंधी सर्व कार्यकारी अधिकाऱ्यांना कळविण्यात येते की, सर्व कर्मचारी वर्गाला निश्चित वेळेमध्ये मराठीचे कार्यसाधक ज्ञान देण्यासंबंधी शीघ्र कारवाई केली जावी, असे प्राप्त आदेशावरून

१) अशा सर्व कर्मचाऱ्यांना-ज्यांना १९९५ पर्यंत मराठीचे कार्यसाधक ज्ञान प्राप्त करणे आवश्यक होते, अशा सर्व कर्मचाऱ्यांना मराठी प्रशिक्षणासाठी पाठविले जावे किंवा अशा सर्व कर्मचाऱ्यांची यादी तयार करून या कार्यालयाकडे पाठविली जावी.

२) ह्या योजनेला यशस्वी बनवण्यासाठी सर्वांकडून सक्रिय सहभागाची अपेक्षा आहे. आपल्या कार्यालयातील कर्मचाऱ्यांना योजनेनुसार मराठी प्रशिक्षण

वर्गात पाठविणे हे आपले कर्तव्य आहे.

३) मराठी प्रशिक्षण सरकारी कार्याचाच एक भाग आहे. त्याकरिता ही सुविधा कार्यालयीन वेळेतच दिली जाते. सर्वांनी हे लक्षात ठेवावे की, कोणी जाणून-बुजून या प्रशिक्षण वर्गाची अवहेलना करू नये, याची सूचना सर्वांना द्यावी. मराठीची निश्चित परीक्षा प्राप्त करणे आवश्यक आहे, हे ही सर्वांच्या निदर्शनास आणावे.

सप्टेंबर महिन्यात सुरू होणाऱ्या सत्रामध्ये मराठी प्रशिक्षण वर्ग सुनियोजित व चांगल्याप्रकारे आयोजित केले जावेत.

सही
एम. जी. बनारसे
अप्पर सचिव गृहमंत्रालय विभाग,
महाराष्ट्र सरकार

प्रति - सर्व कार्यकारी अधिकाऱ्यांसाठी मराठी प्रशिक्षण केंद्र

सरकारी पत्र नमुना - २

भारत सरकार गृहमंत्रालय
जा.व. क्र. ५/३०/६५ (गृ)
श्री. भगवानदास (आय.ए.एस.)
उपसचिव, भारत सरकार
नवी दिल्ली -२
दिनांक - १५/६/२००१

मुख्य सचिव
महाराष्ट्र सरकार, मुंबई

विषय - मुंबईत झालेल्या विद्यार्थ्यांच्या उपद्रवासंदर्भात

महोदय,

मला आपणास असे सूचित करावयास कळविण्यात आले आहे की, आता काही दिवसांपूर्वी मुंबईमध्ये झालेल्या विद्यार्थ्यांच्या नाहक उपद्रवाबाबत भारत सरकार चिंतेत आहे. या विद्यार्थी आंदोलनाने सांप्रदायिक वळण घेतले होते, तर काही मर्यादेपर्यंत ते अराष्ट्रीय बनले होते. विद्यार्थ्यांमध्ये असलेली ह्या प्रकारची उत्तरदायित्व

उदासीनता त्यांच्या बेशिस्त हीनतेचे दर्शन घडविते.

अशा प्रकारच्या चाललेल्या गोष्टींना कठोरतापूर्वक नियंत्रणात ठेवले पाहिजे. अशा या गोष्टीचा प्रभाव दुसऱ्या राज्यांवरसुद्धा पडू शकतो आणि तिथेही अशीच अलांच्छनीय प्रतिक्रिया घडू शकते; तसेच भारत सरकार हे पण जाणू इच्छिते की, ह्या उपद्रवामागे कोणत्या राजनीतिक दलाचा तर काही संबंध नाही ना? जर अशा प्रकारचे काही ठोस पुरावे मिळाले की, कोणत्या तरी राजकीय दलाने या विद्यार्थ्यांना चकवले आहे, तर अशा दलावर सक्त आणि सतर्क नजर ठेवली जावी; ज्यामुळे अशा घटना वारंवार घडू नये याची दक्षता घ्यावी.

भवदीय,
(हस्ताक्षर)
भगवानदास
उपसचिव, भारत सरकार
१५ (जून) २००१

कार्यालय आदेश

कार्यालय आदेश हे असे पत्र आहे की, जे कोणत्याही मंत्रालय विभाग कार्यालयातील कर्मचाऱ्यासंबंधी सूचना देण्यासाठी लिहिले जातात. अशा प्रकारच्या कार्यालयीन आदेशामध्ये अशा प्रकारची सूचना असू शकते की, जिचा संबंध कार्यालयातील संपूर्ण किंवा अनेक कर्मचाऱ्यांशी असतो आणि दुसरीकडे कार्यालयीन आदेशामध्ये कोण्या एका व्यक्तीविषयी सूचनापण असू शकते.

नवीन नियुक्त्या, सुट्ट्या, तसेच पदवृद्धी इ. सूचना कित्येक वेळा कार्यालयीन आदेशाद्वारेच दिल्या जातात. अशाप्रकारे कार्यालयासंबंधी तयार केल्या गेलेल्या काही सामान्य नियमांची सूचनासुद्धा कार्यालयीन आदेशाद्वारे दिली जाऊ शकते.

कार्यालय आदेशाची सूचना सरळ आणि साधी असते. त्यावर क्रमांक आणि कार्यालय व मंत्रालय यांचे नाव आणि दिनांक टाकूनच आदेश लिहिले जाऊ शकतात. याच्या वाक्याच्या रचनेत उत्तम पुरुषाचा प्रयोग केला जात नाही. खाली डावीकडे आदेश स्वीकारणाऱ्या अधिकाऱ्याचे हस्ताक्षर आणि पदाचा उल्लेख असतो. स्वतःचा उल्लेख करण्यासाठी कोणताही शब्द नसतो. खाली बाकी आणि त्या लोकांचा उल्लेख असतो, ज्या लोकांसाठी हा आदेश दिला आहे किंवा ज्यांना याची प्रत पाठविली जाणार आहे.

कार्यालय आदेश - नमुना

भारत सरकार
गृहमंत्रालय
जा. क्र.
नवी दिल्ली
दि. २६ (मार्च) २००३

केंद्रीय सचिवालयाच्या सेवेत असणाऱ्या चतुर्थ श्रेणीतील अधिकाऱ्यांच्या रुपात नियुक्त श्री. क.ख.ग. यांना पदवृद्धी करून १० एप्रिल २००३ पासून गृहमंत्रालयामध्ये कार्यवाहक विभाग अधिकारी या पदी नियुक्त केले आहे; परंतु नवीन आदेश येईपर्यंत त्यांची नियुक्ती (पोस्टिंग) राजकीय विभागात केली गेली आहे.

अ.आ.ई
अप्पर सचिव
भारत सरकार,
गृहमंत्रालय
१) सर्व मंत्रालयाचे अधिकारी व विभाग
२) श्री. क. ख. ग.
३) श्री. च. छ. ग. (स्थापना १)

आदेश

केंद्र सरकार व राज्यसरकार यांची कार्यालये, विभागांमध्ये नवीन पदांची सृजन कर्मचाऱ्यांना महत्त्वपूर्ण विषयावर सरकारद्वारा घेतलेल्या विविध निर्णयांची माहिती, प्रशासकीय बाबतीत केलेल्या कारवाईच्या सूचना, योजना यांची माहिती आदेशाद्वारे दिली जाते.

काही कार्यालये कार्यालय आदेश शासनादेशाच्या रुपातच ठेवतात किंवा शासन आदेशाला दिलेल्या वर्गातच वाटतात. १) सामान्य शासनादेश २) परिपत्र शासनादेश.

शासनाकडून कर्मचाऱ्यांना जे पत्र पाठविले जाते, त्यास सामान्य शासनादेश म्हणतात. पाहिले तर शासन त्याद्वारे काही विशिष्ट आदेश देत असेल अथवा काही सूचना पाठविल्या असतील. कर्मचारी आणि अधिकाऱ्यांच्या पदस्थितीच्या अनुरूपनतेनुसार आदेशाच्या भाषेत आवश्यकतेनुसार परिवर्तन केले जाते. विभाग अध्यक्ष, प्रमुख कार्यालय अधीक्षक आदींना जे शासनाचे आदेशपत्र पाठविले जातात, त्यांनाच

'परिपत्र शासनादेश' असे म्हटले जाते.

कार्यालय आदेश - नमुना

महाराष्ट्र शासन
महाराष्ट्र विभाग
जा. क्र.
मुंबई
दि. ---------

दिनांक ----- रोजी आदेश क्र -------- च्याद्वारे सगळ्या कर्मचाऱ्यांचे लक्ष वेधले जाते की, ज्यामध्ये असा उल्लेख केला गेला आहे की, सर्व कामकाजाच्या दिवशी मध्यांतर दुपारी १-३० ते २-०० वाजेपर्यंत असेल. गेल्या अनेक दिवसांपासून हे लक्षात आले आहे की, बरेच कर्मचारी दुपारी २.१५ पर्यंत आणि त्यानंतरही त्यांच्या कार्यस्थानी येत नाहीत. सर्व कर्मचाऱ्यांना कळविण्यात येते की, मध्यांतराची वेळ केवळ अर्धा तासापर्यंतच मर्यादित असावी आणि दुपारी २-०० नंतर निश्चितपणे आपण आपल्या कामाला सुरुवात करावी.

हस्ताक्षर
अवर सचिव,
महाराष्ट्र शासन

परिपत्रक

जेव्हा एखादे सरकारी पत्र कार्यालय कामाकाजाबाबत एकाच वेळी अनेक कार्यालयांसाठी, अनेक कर्मचाऱ्यांसाठी पाठविले जाते, तेव्हा त्याला 'परिपत्रक' असे म्हटले जाते. या परिपत्रकाला इंग्रजीमध्ये सरक्युलर (Circular) म्हणतात. परिपत्रक हा सरकारी पत्रव्यवहाराचा महत्त्वपूर्व भाग आहे. परिपत्रक हे आवश्यकतेनुसार सरकारी पत्र कार्यालय विज्ञापनाच्या स्वरूपात लिहिले जाते. जेव्हा सर्व राज्य सरकारांना एकच सरकारी पत्र पाठवायचे असेल, तर त्याला 'परिपत्रक' असे म्हटले जाते; तसेच जेव्हा एखादे कार्यालयीन विज्ञापन जेव्हा भारत सरकारच्या सर्व मंत्रालयांना पाठवावयाचे असते, तेव्हा ते सुद्धा परिसंलग्न पत्रकच असते. अशाप्रकारे जेव्हा एखादे विज्ञापन एखाद्या मंत्रालयाच्या विविध विभागांना, ऑफिसर, कर्मचारी आणि संलग्न सरकारी कार्यालय यांचे नावे पाठवयाचे असेल, तर त्यालाही परिपत्रकच म्हटले जाते. परिपत्रकाची रचना आवश्यकतेनुसार सरकारी पत्र आणि विज्ञापनाच्या समान असेल.

अशाप्रकारे परिपत्रक केंद्रीय सरकारी कार्यालयांमध्ये, तसेच राज्याच्या शासकीय

कार्यालयांकडे पाठविताना हिंदी, इंग्रजी किंवा संबंधित राज्यांची जी भाषा असेल त्या भाषेमध्ये काढले जाते; जसे महाराष्ट्रात मराठीमध्ये परिपत्रक शासन पातळीवर काढले जाते.

अशा परिपत्रकात विषय व्यवस्थित व सर्वांना समजेल अशा भाषेत मांडला जातो. अशा परिपत्रकाची भाषा साधी, सरळ, सोपी आणि परिणामकारक असावी लागते.

परिपत्रक - नमुना

जा. क्र.
परिपत्रक क्र.
महाराष्ट्र शासन
मुंबई
दि. ---------

महाराष्ट्र शासन
.... विभाग

आमच्या असे निदर्शनास आले आहे की, काही कार्यालयांतील कर्मचारी, तसेच जमादार हे रूम, इमारती व शौचालयाची साफ-सफाई नीट करीत नाहीत. जागोजागी कोळ्यांचे जाळे, भिंतीवर बसलेली धूळ, घाण यांमुळे असे लक्षात येते की, खूप दिवसांपासून योग्यप्रकारे साफसफाई केली गेलेली नाही. ही गोष्ट फारच त्रासदायक आहे. सर्व कर्मचारी, तसेच जमादार यांना या परिपत्रकाद्वारे सूचित करण्यात येते की, आपल्या कर्तव्य-पालनात यापुढेसुद्धा अशाप्रकारच्या चुका आढळून आल्यास संबंधित व्यक्तीच्या विरुद्ध त्वरित कारवाई केली जाईल, याची नोंद घ्यावी.

(क. ख. ग.)
अपर सचिव,
महाराष्ट्र शासन

स्मरणपत्र

स्मरणपत्राला इंग्रजीत Riminder Letter असे म्हटले जाते. मूळ पत्रात करावयास सांगितलेले काम जेव्हा होत नाही, त्यावेळी स्मरणपत्र पाठवून त्या कामाचा पाठपुरावा केला जातो. स्मरणपत्र पाठवून राहिलेल्या कामाला गती देऊन ते काम पूर्ण केले जाते. पूर्वीचे पत्र ज्या कार्यालयाला, ज्या व्यक्तीला पाठविले गेले होते, त्याच कार्यालयाला किंवा व्यक्तीला असे स्मरणपत्र पाठविले जाते.

स्मरणपत्राचे स्वरूप सरकारी पत्रासाठी सरकारी पत्राच्या स्वरूपात किंवा

निमसरकारी पत्रासाठी निमसरकारी पत्राच्या स्वरूपातच असते.

स्मरणपत्राचा आकार लहान असतो; कारण यामध्ये फक्त पूर्वपत्राच्या संदर्भात स्मरण केले जाते. स्मरणपत्रात पूर्व पत्राचा संदर्भ क्रमांक, दिनांक देणे आवश्यक असते. कारण असे स्मरणपत्र पाहूनच पूर्वपत्र पाहिले जाते व त्यावरूनच उत्तर दिले जाते.

स्मरणपत्र नुमना

महाराष्ट्र शासन
महाराष्ट्र विभाग
जा. क्र.
महाराष्ट्र राज्यशासन गृह मंत्रालय
मुंबई
दि. ---------

प्रिय डॉ. सी. पी. सावरकर

मी २५ जाने. २०१० रोजी आपणाला एक पत्र लिहिले होत; ज्यामध्ये विज्ञानाच्या क्षेत्रामधील गतिमान वर्तमान शोधाची माहिती मागवली होती. ही माहिती आपण कृपया लवकरात लवकर पाठवून द्यावी, ही नम्र विनंती आहे.

कळावे.

आपला,
श्रीकृष्ण वैद्य

प्रेस नोट

शासन कधी कधी आपली माहिती जनतेपर्यंत पोहोचवण्यासाठी प्रेसचा आधार घेते; तसेच पत्रकार परिषद घेऊन किंवा प्रेस नोट पाठवून वृत्तपत्रांतून त्याची प्रसिद्धी केली जाते. प्रेस नोटच्या माध्यमातून वर्तमानपत्रांना माहिती द्यावी लागते. ह्या माहितीला वृत्तपत्रे संपादित करून छापतात; तसेच तिला वृत्तपत्रे बातमी म्हणूनही प्रकाशित करतात. प्रेस नोटमध्ये सर्वांत वर वार, दिनांक, वेळ इत्यादी माहिती दिली जाते. त्यानंतर प्रेस नोट शीर्षक, विषयाच्या लिहून अंगाने तयार केली जाते.

प्रेस नोट ही औपचारिक असते. ती बातमीपत्रातून जशीच्या तशी प्रसिद्ध केली जाते. या व्यतिरिक्त प्रेस नोटचा उद्देश केवळ माहिती देणे असा आहे; परंतु प्रेसमध्ये त्याचे संपादन संक्षिप्त व परावर्तित करण्याची प्रक्रिया होत असते.

प्रेस नोट नमुना - १

गुरुवार, दि. २३ एप्रिल २००० आणि दि. २१ ऑगस्ट २००० रोजी दैनिक वृत्तपत्रातून प्रसिद्ध करणेबाबत

विषय - विवाहाची वयोमर्यादा

विवाहाच्या वयाची मर्यादा वाढविण्यासंदर्भात परिवार नियोजन विभागामार्फत एक वर्षापूर्वी काही सूचना मिळाल्या होत्या. शासनाने त्यावर अत्यंत गंभीर आणि विस्ताराने विचार केला आणि हा निश्चयच केला गेला की, विवाहाचे वय वाढवून मुलांसाठी कमीत कमी २१ वर्षे, तर मुलींसाठी कमीत कमी १८ वर्षे दिले पाहिजे.

मुख्य सूचना अधिकारी, वृत्तपत्र सूचना कार्यालय, भारत सरकार, नवी दिल्ली यांना हे विज्ञापन विस्तृत, परंतु प्रचार-प्रसार उद्देशासाठी प्रकाशनार्थ दिले.

गृहमंत्रालय
राम प्रसाद दुबे
नवी दिल्ली
गृहसचिव, भारत सरकार
दि. ....

प्रेस नोट नमुना - २

महाराष्ट्र शासनाने जून २००८ पासून राज्यातील शासकीय-निमशासकीय कार्यालयातील सर्व कर्मचाऱ्यांना महागाई भत्त्यांमध्ये ३ टक्के इतकी वाढ देण्यात आली आहे. त्यामुळे पूर्वीच्या ३५ टक्क्यांवरून आता महागाई भत्ता ३८ टक्के इतका झाला आहे. तरी जून - २००८ पासून हा महागाई फरक ग्राह्य धरण्यात यावा. ह्या महागाई वाढीचा लाभ पेन्शन यांनापण मिळेल.

अर्थ मंत्रालय, महाराष्ट्र राज्य शासन
पी.पी. पाटील
दि. ....सचिव अर्थ मंत्रालय

अर्ज

विषय आणि परिस्थितीनुसार आवेदन पत्र (Applications Letter) अनेक प्रकारची असू शकतात. उदाहरणार्थ नोकर भरती संबंधी, रिकाम्या पदावर भरती

करणेबाबत, परीक्षा देण्यासंबंधी, काही सोयीसुविधा मिळविण्यासंबंधी, तर काही अडचणी दूर करण्यासंदर्भातही व्यक्तिगत पातळीवरही, तर कधी कधी सामूहिक स्तरावरसुद्धा आवेदनपत्र किंवा विनंतीपत्र दिले जातात. कार्यालयीन कारवाईमध्ये सुट्टीसाठी, स्थलांतरासाठी, वेतनवाढीसाठी अशा विविध कारणांकरिता आवेदनपत्र मागवले जातात.

अर्ज नमुना - १

श्रीराम विठ्ठल पेठे
दि. २१ ऑगस्ट २००८
मा. पोस्टमास्तर
गोल्डपेठ पोस्ट,
सोलापूर

महोदाय,

काल रात्रीपासून अचानक अस्वस्थ वाटू लागल्यामुळे आज दि.२१-८-२००८ रोजी कार्यालयामध्ये उपस्थित राहू शकत नाही. कृपया एका दिवसाची किरकोळ रजा देऊन उपकृत करावे, ही नम्र विनंती.

कळावे.

आपला विश्वासू,
श्रीराम पेठे

अर्ज नमुना - २

नाव ....
पत्ता ....
फोन ....
दि. ....

संचालक,
विद्यावर्धिनी मराठी संस्था,
पुणे

महोदय, सविनय नम्र विनंती आहे की, माझी वार्षिक वेतनवाढ अगोदर ऑगस्टमध्ये होत होती; परंतु ही वेतनवाढ मला जूनपासून मिळावी. त्यासंबंधीची

सर्व कागदपत्रे व नियमाप्रमाणे माहितीही जोडली आहे. आपली फोनद्वारे चर्चा झाल्याप्रमाणे या संदर्भात त्याची लेखी स्वीकृती सूचना मला अद्यापपर्यंत प्राप्त झालेली नाही. कृपया माझी वेतनवाढीची मागणी मंजूर करून मला उपकृत करावे, ही नम्र विनंती आहे.

कळावे.

आपला विश्वासू,
सही
(पूर्ण नाव)

नोकरीसाठी अर्ज

एखादी व्यक्ती नोकरीसाठी अर्ज करते म्हणजे ती त्या कार्यालयासाठी व्यावहारिक संपर्कच साधत असते. अर्जलेखन हा व्यावहारिक पत्रलेखनाचा एक प्रकारच आहे. नोकरीसाठी अर्जाचे दोन प्रकार संभवतात.

१) जाहिरातीस उद्देशून केलेला अर्ज आणि २) जाहिरात आलेली नसताना केलेला अर्ज

जाहिरातीस उद्देशून केलेला अर्ज

एखाद्या संस्थेची, कंपनीची नोकरी उपलब्ध असल्याची जाहिरात वृत्तपत्रामध्ये येते. त्या जाहिरातीमध्ये पदाचे नाव, संस्था, वेतनश्रेणी, शैक्षणिक पात्रता, वयोमर्यादा इत्यादी गोष्टींचा तपशील व अर्ज सादर करण्याची शेवटची तारीख नमूद केलेली असते. कार्यालयाने स्वत:च्या सोयीसाठी अर्जाचा विहित नमुना मुद्रित केलेला असतो. कार्यालयात उपलब्ध असणाऱ्या अशा छापील नमुन्यातच अर्ज करावयाचा असतो. अशावेळी एक फॉर्म मागवून तो झेरॉक्स करून सुरुवातीला झेरॉक्स प्रत व्यवस्थित भरावी. अर्ज पूर्ण भरल्यानंतर खाडाखोड न करता सुवाच्य व स्वच्छ अक्षरांत फॉर्म भरावा व त्यावर आवश्यक ते फोटो जोडून फॉर्म पूर्ण करावा. स्वतंत्र एका पाकिटावर अर्ज कुठे पाठवायचा आहे, तो पत्ता व्यवस्थित लिहावा. मागे स्वत:चा संपूर्ण पत्ता लिहून अर्जासह सर्व कागदपत्रे घडी करून ती व्यवस्थित पाकिटात घालून पाकीट सीलबंद करावे आणि नंतर पोस्टात वजन करून किती तिकीट लागते, ते लावून व्यवस्थित पाठवावे. या सर्व गोष्टींची दक्षता अर्ज पाठवणाऱ्या व्यक्तींनी घ्यावयाची असते; परंतु बऱ्याच वेळा अर्जदाराला स्वत:च आपल्या हाताने अथवा टंकलिखित/डी.टी.पी. करून फॉर्म तयार करावयाचा असतो किंवा एखाद्या कंपनीने अथवा संस्थेने जाहिरात न करताच अर्जदार स्वत:च अर्ज

करीत असतो, अशावेळी खालील गोष्टी काळजीपूर्वक पाहून अर्ज करावा.

१) अर्जदाराचे संपूर्ण नाव

२) संपूर्ण पत्ता, फोन नंबर, ई-मेल

३) अर्जदाराची जन्मतारीख

४) अर्जदाराची शैक्षणिक पात्रता

५) अर्जदाराचा पूर्वानुभव

६) अन्य पात्रतेसंबंधी माहिती

ही सर्व माहिती तपशीलवार व अचूकपणे अर्जात देणे आवश्यक आहे. शिवाय सर्व प्रमाणपत्रे झेरॉक्स, फोटो व काही फी मागितली असता स्टॅम्प अथवा डिमांड ड्राफ्ट सोबत जोडणे आवश्यक असते, याची दक्षतापूर्वक पूर्तता अर्जदाराने करावयाची असते.

जाहिरातीला उद्देशून नोकरीसाठी केलेला अर्ज नमुना

श्री. विजय रामचंद्र पानसे
गंगावती, ४२५१-ब,
सूरज कॉम्प्लेक्स, संगम चौक,
नाशिक - ४२२००२
दि. १५ जानेवारी २००८

माननीय संचालक
विंटो प्रॉडक्ट्स कंपनी
सिडको, पुणे रोड, नाशिक-१०

विषय - साहाय्यक विक्री अधिकारी पदासाठी अर्ज

महोदय,

दि. २३ डिसेंबर २००७ च्या दैनिक 'गावकरी' मधील जाहिरातीस अनुसरून आपल्या उद्योग समूहातील साहाय्यक विक्री अधिकारी या पदासाठी मी हा अर्ज केला आहे. माझ्या पात्रतेसंबंधी मी माझी माहिती खाली देत आहे.

१) पूर्ण नाव - विजय रामंचद्र पानसे

२) पत्ता - गंगावती - ४२५/ ब, सूरज कॉम्प्लेक्स,

संगम चौक, नाशिक - ४२२००२
फोन-९८२२००२२४४६

३) जन्मतारीख - २ जून १९८०

४) शैक्षणिक पात्रता -

५) अनुभव - विप्रो प्रायव्हेट कंपनी, मुंबई येथे मे २००५ ते सप्टेंबर २००७ पर्यंत असिस्टंट मॅनेजर पदावर काम केलेले आहे.

माझ्या अर्जासोबत मी नाशिकचे जिल्हाधिकारी श्री जे. पी. कपूर तसेच ज्येष्ठ साहित्यिक व नाटककार वसंत देशमुख यांची शिफारसपत्रे जोडली आहेत.

आपल्या उद्योग समूहात मला काम करण्याची संधी मिळाल्यास मी ती प्रामाणिकपणे व सचोटीने करीन. त्यामध्येच मी माझे व्यक्तिमत्त्व विकसित करीन, असा मला विश्वास आहे. त्यासाठीच मी हा माझा अर्ज सादर करीत आहे.

कळावे.

आपला विश्वासू,
सही
(विजय रामचंद्र पानसे)

जाहिरात नसताना नोकरीसाठी केलेला अर्ज नमुना

दि. ....
रूपेश शिरीष भोसले
२३२/अ/१२, 'अपूर्वा',
सावरकर रोड, राजेंद्र चौक,
कोल्हापूर -४१६००४
फोन : ६०६४००८१०९
दि. ३ ऑगस्ट २००२

माननीय व्यवस्थापक,
वस्त्रोद्योग महामंडळ,
मंत्रालय रोड,
चर्चगेट, मुंबई

महोदय,

आपल्या वस्त्रोद्योग महामंडळात वरिष्ठ लिपिकाच्या काही जागा भरावयाच्या

आहेत, असे समजल्यावरून मी हा अर्ज सादर करीत आहे.

माझी जन्मतारीख १ जून १९७६ असून मी १९९६ साली पुणे विद्यापीठातून अर्थशास्त्र या विषयाची पदवी घेऊन बी.ए. प्रथम श्रेणीत उत्तीर्ण झालो आहे. मे १९९८ ते डिसे. २००१ पर्यंम मी महिंद्रा ॲन्ड महिंद्रा, मुंबई या कंपनीमध्ये वरिष्ठ लिपिक म्हणून काम केलेले आहे.

सेवायोजना कार्यालयामध्ये माझे नाव यापूर्वीच मी नोंदवलेले असून माझा क्रमांक बी.ए./पुणे- ०१२५४ असा आहे.

मला लिपिक या पदाचा चांगला अनुभव असल्याने, तसेच या कार्याची मला चांगली जाणीव व माहिती असल्यामुळेच मी आपल्या अपेक्षेनुसार व्यवस्थित कार्य करेन, अशी मला पूर्ण खात्री आहे. तरी कृपया मला आपल्या सेवेत नियुक्त केल्यास मी आपला विशेष आभारी राहीन.

आपला विश्वासू
सही
(रूपेश शिरीष भोसले)

सोबत - १) बी.ए. दाखल्याची सत्यप्रत
२) अनुभवाच्या दाखल्याची सत्यप्रत
३) मा. खासदार विनायकराव चव्हाण यांचे शिफारसपत्र

जाहीर निवेदन / घोषणापत्रक

विविध संस्था, कंपनी, कार्यालय यांनी घेतलेले निर्णय सर्व सभासदांपर्यंत आणि काही वेळेस जनतेपर्यंत पोहोचविणे आवश्यक असते. विशेषत: निवडणुका, खरेदी-विक्री, मालाचा लिलाव, नव्या योजना यांबद्दलचे निर्णय, माहिती जाहीर स्वरूपात प्रकट करणे हे सोयीचे असते. तसेच काही वेळेस कायद्याच्या दृष्टीनेही ते आवश्यक असते. उदाहरणार्थ फोन नंबर बदलला, नवीन फोन मिळाला, कार्यालयाचा पत्ता बदलला, तसेच कार्यालयाच्या कामकाजाच्या वेळा बदलल्या, कार्यालयीन कामकाज पद्धत बदलली किंवा संस्थेची/ कंपनीची प्रतिनिधी या नात्याने लोकांशी आर्थिक व्यवहार करणारी व्यक्ती नोकरी सोडून गेली, नवीन सुरू केलेल्या अभ्यासक्रमासाठी प्रवेश अशा अनेक गोष्टींची माहिती समाजातील सर्व लोकांपर्यंत पोहोचणे आवश्यक असते. अशा प्रसंगी घोषणापत्रक किंवा जाहीर निवेदन प्रसिद्ध केले जाते. घोषणापत्रकापेक्षाही 'जाहीर निवेदन' हे नाव अधिक प्रसिद्ध आहे. जाहीर निवेदन चक्रमुद्रित करून त्याच्या प्रती संबंधिताकडे पाठवल्या जातात; तर बऱ्याच वेळा ते वृत्तपत्रातून प्रसिद्ध केले जाते.

जाहीर निवेदनात तीन गोष्टी महत्त्वाच्या असतात. १) संस्थेचे/ कंपनीचे नाव, कार्यालयाचा पत्ता आणि दूरध्वनी क्रमांक, २) जाहीर निवेदनाचा मसुदा, ३) जाहीर निवेदन करणाऱ्या अधिकाऱ्याची स्वाक्षरी, स्थळ आणि दिनांक.

जाहीर निवेदनातील मजकूर थोडाच, पण अर्थ पुरेपूर स्पष्ट करणारा असावा. त्यातील अटी व शर्ती वा नियमांचा कालमर्यादेचा उल्लेख काळजीपूर्वक व काटेकोर असला पाहिजे. वृत्तपत्रात प्रसिद्ध करावयाच्या निवेदनातील मजकूर हा कमीत कमी जागेत बसणारा, पण अर्थ स्पष्टपणे प्रकट करणारा असणे गरजेचे आहे.

जाहीर निवेदन : नमुना क्र. १

श्री स्वामी समर्थ सहकारी साखर कारखाना

सोलापूर विभागीय कार्यालय

२१५, 'गुरुदेव', महात्मा गांधी रोड,

सोलापूर - ४१३ ००५

विकणे आहे

आमच्या कार्यालयाकडील खाली नमूद केलेल्या अपघाती टाटा सुमो ट्रॅक्स तसेच वाहनांचे जुने सुटे भाग आहे 'त्या परिस्थितीत व आहे तेथेच' या तत्त्वावर विकण्यासाठी निविदा सूचना मागविण्यात येत आहेत.

१) अपघाती टाटा सुमो ट्रॅक्स नं. एम.एक्स.झेड. १२००/ २००५ मॉडेल ३०/९/२००९ अखेर वाहन कर भरलेला आहे. ही गाडी मे. आर. राज ऑटोमोबाइल्स लि., अक्कलकोट नाक्याजवळ सोलापूर येथे पाहण्यासाठी उपलब्ध आहे. अनामत रक्कम ₹२५,०००/-.

२) सर्व प्रकारच्या वाहनांचे सुटे भाग कारखान्याच्या सोलापूर येथील वरील पत्त्यावर निरीक्षणासाठी उपलब्ध आहेत. तसेच या सुट्या भागांची यादीही कारखान्याच्या कार्यालयात उपलब्ध आहे. अनामत रक्कम रुपये २०,०००/-.

३) सर्व प्रकारच्या वाहनांचे सुटे भाग कारखान्याच्या अक्कलकोट येथील कार्यालयामध्ये २१६, समर्थनगर, गुरुवार पेठ, अक्कलकोट, जि. सोलापूर येथे उपलब्ध आहेत. सुट्या भागांची यादी अक्कलकोट कार्यालयात उपलब्ध आहे. अनामत रक्कम ₹ २०००/-.

सीलबंद निविदा या वेगवेगळ्या पाकिटांतून अनामत रकमेसह सोलापूर

येथील कार्यालयात दि. १५-४-२००८ अखेर अगर त्यापूर्वी स्वीकारण्यात येतील. अनामत रक्कम डिमांड ड्राफ्टने अगर रोखीने अदा करावयाची आहे. मोहोरबंद निविदा दि. १८/४/२००८ रोजी सायं. ४.०० वाजता सोलापूर विभागीय कार्यालयात हजर असलेल्या निविदाधारकांसमवेत उघडण्यात येतील.

निविदा कोणत्याही कारणाविना स्वीकारण्याचा वा नाकारण्याचा संपूर्ण हक्क कारखान्याने स्वत:कडे राखून ठेवला आहे, याची नोंद घ्यावी.

सोलापूर, दि.
१-४-२००८.

व्ही. एन. कुलकर्णी
व्यवस्थापक

जाहीर निवेदन नमुना क्र. २

सोलापूर महानगरपालिका

जाहीर प्रसिध्दीकरण

विषय - चौकास नाव देणेविषयी सूचना/हरकती

रेल्वे लाइन्समधील गोपाळ गल्लीतील महावीर भवन जवळील चौकास 'महावीर चौक' असे नामकरण करण्याच्या प्रस्तावाबाबत नागरिकांच्या काही सूचना अथवा हरकती असल्यास त्या दि. १५ एप्रिल २००८ रोजी किंवा तत्पूर्वी आयुक्त, सोलापूर महानगरपालिका यांच्या कार्यालयात पाठवाव्यात. मुदतीनंतर या बाबतीत अंतिम निर्णय घेण्यात येईल, याची नागरिकांनी कृपया नोंद घ्यावी.

सोलापूर
२५ मार्च २००८

आयुक्त,
सोलापूर महानगरपालिका
सोलापूर

जाहीर निवेदन- नमुना क्र. ३

लोकमंगल समाजप्रबोधनी, सोलापूर

२६८, 'शिवपार्वती', पार्क चौक, सोलापूर- ४१३००१

सामुदायिक मोफत विवाह समारंभाविषयी

जाहीर निवेदन

लोकमंगल समाजप्रबोधिनी, सोलापूर यांच्यातर्फे दि. २० एप्रिल २००८ रोजी दुपारी १२.३५ वाजता नॉर्थकोट प्रशालेच्या मैदानावर पार्क चौक सोलापूर येथे सामुदायिक मोफत विवाह समारंभ आयोजित करण्यात येत आहे. विवाह समारंभाचा खर्च लोकमंगल समाज प्रबोधिनीकडून करण्यात येईल. त्याचा तपशील लोकमंगलच्या कार्यालयात वरील पत्त्यावर पाहावयास मिळेल.

वधुवरांनी स्वखर्चाने विवाहस्थळी यावयाचे आहे.

वधुवरांनी याव्यतिरिक्त अनाठायी खर्च करावयाचा नाही.

तरी इच्छुक वधुवरांनी आपली नावे लोकमंगल समाजप्रबोधिनीच्या कार्यालयात १२ एप्रिल २००८ रोजी दुपारी ३.०० वाजेपर्यंत नोंदवावीत. अधिक माहितीसाठी कार्यालयामध्ये कार्यालयीन वेळेत संपर्क साधावा. फोन (०२१७)- २३४६८११, २६४३२३२

सोलापूर
दि २० मार्च २००८

किरण सोलापूरकर
अध्यक्ष,
लोकमंगल समाजप्रबोधिनी,
सोलापूर

जाहीर निवेदन - नमुना क्र. ४

जाहीर निवेदन

राज ट्रेडिंग कंपनी

२११५, साखर पेठ, सोलापूर - ४१३ ००५
फोन (०२१७) २७४४८४९

या निवेदनाद्वारे जाहीर करण्यात येते की, आमच्या कंपनीच्या नोकरीत असलेले श्री. रमण व्यंकटेश पाटील आणि श्री. महेश प्रकाश रावे यांना दि. १ सप्टें. २००७ पासून कमी करण्यात आले आहे, तरी संबंधितांनी त्यांच्याशी कंपनीच्या संदर्भात कोणत्याही प्रकारचा व्यवहार करू नये. केल्यास त्यास कंपनी जबाबदार राहणार नाही.

सोलापूर
दि. १ सप्टें. २००७

व्यवस्थापक,
राज ट्रेडिंग कंपनी

जाहीर निवेदन - नमुना क्र. ५

पत्ता बदलला आहे

जनता सहकारी बँक, पुणे

तमाम जनतेस जाहीरपणे कळविण्यात येते की, जनता सहकारी बँक, पुणे (२०४४, सदाशिव पेठ, सोन्या मारुतीजवळ पुणे) च्या सोलापूर साखरपेठ शाखेचे स्थलांतर नवीन प्रशस्त जागेत होत आहे. दि. ५/५/२००८ पासून बँकेचे सर्व व्यवहार बँकेच्या नवीन पत्त्यावर नवीन स्थलांतरित जागेत सुरू होतील; तरी याची सर्व संबंधितांनी नोंद घ्यावी.

बँकेचा नवीन पत्ता : २५, 'गुलमोहर', हेरिटेज हिल्स,
ग्रीन पार्क, सात रस्ता, सोलापूर- ४१३००१
फोन (०२१७)- २७१७५७६
तरी तमाम जनतेने याची नोंद घ्यावी.

सोलापूर
दि. २५ एप्रिल २००८

व्यवस्थापक,
जनता सहकारी बँक, पुणे

माहितीपत्रक / प्रसिद्धीपत्रक (Prospectus)

सर्व सहकारी संस्था, बँका, सरकारी, निमसरकारी संस्था, सांस्कृतिक संस्था, उत्पादन करणाऱ्या वेगवेगळ्या संस्था, कंपन्या यांना आपल्या नव्या नव्या योजनांची आणि उत्पादनांची माहिती जनतेपर्यंत पोहोचविणे आवश्यक असते. त्यासाठी माहितीपत्रकांचा उपयोग केला जातो. कला, वाणिज्य, विज्ञान, तंत्रज्ञान, वैद्यक, विविध विद्याशाखांचे शिक्षण देणारी महाविद्यालये, आपल्या संस्थेची– तिच्या अभ्यासक्रमांची व नियमांची माहिती, प्रवेश घेऊ इच्छिणाऱ्या विद्यार्थ्यांना देतात. बचतीच्या आणि गुंतवणुकीच्या अनेक योजनांचा परिचय जनतेला करून देण्यासाठी बँका, पोस्ट खाते, आयुर्विमा महामंडळ, युनिट ट्रस्ट इत्यादी संस्था सतत झटत असतात. विद्युत यंत्रे, पंपसेट, मोटार, फ्रिज, कुलर यांसारख्या वेगवेगळ्या प्रकारची कृषी- औद्योगिक यंत्रसामग्री, स्वयंचलित वाहने (मोटारसायकल, स्कूटर, मोटारकार, ट्रॅक्स), इलेक्ट्रॉनिक यंत्रे (दूरदर्शन संच, कॉम्प्युटर संच, ध्वनिमुद्रण यंत्र), टंकलेखन यंत्रे, शिवणयंत्रे, लोखंडी फर्निचर, खते, साबण, तेले, बी-बियाणे, औषधे अशा अनेक वस्तूंचे उत्पादन करणाऱ्या संस्था आपल्या उत्पादनाची माहिती करून देण्यासाठी त्यांचा वापर कसा करावा हे समजावून देण्यासाठी माहितीपत्रकांची प्रचंड प्रमाणात प्रसिद्धी करत असतात. उत्पादनाचे

प्रकार आणि उत्पादन कंपन्या यांची संख्या जसजशी वाढत आहे, तसतशी माहितीपत्रकांचीही गरज वाढत आहे. उत्पादित वस्तू खरेदी करण्यापूर्वी तिचे माहितीपत्रक (Prospectus) द्या, अशीच मागणी ग्राहक करतात.

विविध योजना, उत्पादने, अभ्यासक्रम यांच्या क्षेत्रांनुसार आणि स्वरुपानुसार माहितीपत्रकाचे स्वरूपही बदलते. छोटी पुस्तिका (Pamphlet), लहानसे चोपडे (Brocher), घडी पाडलेला कागद (Folder), माहितीपत्रक (Prospectus) असे गरजेनुसार माहितीपत्रकाचे स्वरूप अवलंबून असते.

माहितीपत्रक म्हणजे कंपनीची आणि त्यांच्या उत्पादनाची माहिती असते. तसेच ती कंपनी आणि त्यांच्या उत्पादनाची जाहिरातही असते. माहितीबरोबरच जनमत आकर्षित करणे, हापण माहितीपत्रकांचा एक हेतू असतो. माहितीपत्रक जनतेला कंपनी आणि त्यांच्या उत्पादनाची ओळख आणि विश्वास पटवून देतो. अशी ओळखच उत्पादित वस्तूची हमी देतो. त्यामुळे उत्पादित वस्तूंचे भवितव्य ठरायला माहितीपत्रक पूरक ठरते. स्वीकृत योजना- उत्पादन वस्तूंचा चांगला व आकर्षक भाग प्रकाशात येईल अशा तऱ्हेची माहिती त्यात यायला हवी. त्यामुळे तेथे काव्यात्मक, अलंकारिक लेखनास थोडे महत्त्व असते.

सुरुवातीस संस्थेचे/कंपनीचे नाव, अगदी थोडक्यात प्रास्ताविक (संस्था/ कंपनी परिचय इ.), संस्थेची, कंपनीची वैशिष्ट्ये, माफक तपशिलासह योजनांची/ अभ्यासक्रमाची माहिती, उल्लेखनीय सोयी व सवलती असल्यास त्यांची नोंद, सुरुवातीला भरावयाच्या रकमेची माहिती (ती एखादी योजना असल्यास) किंवा फीची माहिती (ती एखादा अभ्यासक्रम असल्यास) व तिचा तपशील, व्यवस्थापक/ अधिकारी / संस्थाप्रमुख यांचे नाव आणि संस्थेचा/ कार्यालयाचा संपूर्ण पत्ता (फोन नंबरसह) इतक्या गोष्टी देणे आवश्यक असते. माहितीपत्रकाच्या विषयानुसार वरील मुदद्यांमध्ये कमी-अधिक फेरफार होतील.

कंपनीच्या उत्पादनासंबंधीचे माहितीपत्रक असल्यास त्याचे स्वरूप वेगळे राहील. अगदी थोडक्यात नव्या उत्पादनाची (यंत्रे, औषधे, खते, बी-बियाणे, दूरदर्शन संच, संगणक संच इ.) ओळख, त्याच्या बनावटीचे स्वरूप व खास वैशिष्ट्ये इतर कंपन्यांच्या उत्पादनांपेक्षा आपल्या उत्पादनाचे वेगळेपण आणि त्यापासून ग्राहकाला होणारे फायदे याची नोंद, उत्पादनाची किंमत, काही विशिष्ट मुदतीपर्यंत किमतीत सवलत असल्यास तिचा उल्लेख, विभागीय वितरक आणि शहरातील विक्रेते यांची नावे व पत्ते आणि शेवटी कंपनीच्या कार्यालयाचा व कारखान्याचा संपूर्ण पत्ता (फोन नंबरसह) या गोष्टींचा त्यात समावेश असावा.

उत्पादनाची परिपूर्ण माहिती संक्षिप्त स्वरूपात आणि वेधक शैलीत लिहिण्याला

माहितीपत्रकात विशेष महत्त्व आहे. त्यासोबतच मजकुराची मांडणीही (Layout) आकर्षक असावी. परिपूर्ण माहिती संक्षिप्त स्वरूपात व वेधक शैलीत लिहिणे आणि तिची आकर्षक स्वरूपात मांडणी करणे यावर माहितीपत्रकाची परिणामकारकता आदी यश अवलंबून असते. आवश्यक तेथे (मुखपृष्ठावर आणि आतील भागात) उत्पादित वस्तूची छायाचित्रे, तिच्या अंतर्गत रचनेच्या आकृत्या दिल्याने उत्पादित वस्तूची ओळख अधिक चांगली होते. उत्पादित वस्तूची (दूरदर्शन संच, संगणक संच, मोटारसायकल) वेगवेगळ्या कोनांतून घेतलेली छायाचित्रे, आकृत्या देऊन त्याजवळच त्या वस्तूची वैशिष्ट्ये सांगणारा मजकूर, माहिती दिलेली असते. अलीकडे ग्राहकाला उत्पादित वस्तूंची प्रथमदर्शनीच पुरेशी ओळख व्हावी या हेतूने दिलेली छायाचित्रे, तिच्या अंतर्गत रचनेची आकृती हा माहितीपत्रकाचा अपरिहार्य भाग बनला आहे. छायाचित्र आणि लिहिलेला मजकूर यांची मांडणी करण्याचे काम चित्रकार आदी कलावंत करतात. संगणकाद्वारेही ते अत्यंत अचूकपणे करता येते. माहितीपत्रकाचे बाह्यरूप कंपनीच्या/ संस्थेच्या आर्थिक सुविधेवर अवलंबून असते. माहितीपत्रकाच्या बाह्य स्वरूपावरून कंपनीचा/ संस्थेचा दर्जा, प्रतिष्ठा प्रकट होत असते. त्यामुळे औद्योगिक क्षेत्रातील कंपन्या आपली माहितीपत्रके दर्जेदार आणि आकर्षक (गुळगुळीत, चमकदार कागद, अनेकरंगी, ऑफसेट छपाई, वॉर्निशिंग, लॅमिनेशन इ.) करण्यावर कटाक्ष ठेवतात.

माहितीपत्रक : नमुना क्र. १

आय. टी. इ. एस. मान्यताप्राप्त

सुयश तंत्रविज्ञान संस्था

(तंत्रविज्ञानातील विविध अभ्यासक्रम प्रयोगाद्वारे शिकविणारी संस्था)

आजच्या युगात तंत्रज्ञानाचा अभ्यास आवश्यक आहे. औद्योगिक क्षेत्रात तंत्रज्ञान शिकलेल्या प्रगत तरुणांना सुवर्णसंधी. शिवाय स्वतंत्र व्यवसायही करू शकता. तंत्रज्ञानाचे नवनवीन अभ्यासक्रम शिकवून तरुणांना नव्या जीवनाला सन्मुख करणारी एकमेव **सुयश तंत्रज्ञान संस्था** कार्यरत आहे. संस्थेत शिकवले जाणारे अभ्यासक्रम पुढीलप्रमाणे आहेत.

टी. व्ही., टेप, रेडिओ दुरुस्ती, इलेक्ट्रिशियन, वायरमन, टेलिफोन ऑपरेटर, मोटार रिवायडिंग, घड्याळ दुरुस्ती, मोबाईल दुरुस्ती.

मोबाईल, टी. व्ही., टेप, रेडिओ, घड्याळ या आज घरातल्या प्रत्येकाच्या गरजेच्या वस्तू झाल्या आहेत. बिघाड झाल्यावर त्यांची दुरुस्ती ही निकडीची गरज असते. या उपकरणांच्या दुरुस्तीचे काम भरपूर मिळते. हा अभ्यासक्रम पूर्ण केलेला

विद्यार्थी घरच्या थोड्या जागेत हा दुरुस्तीचा व्यवसाय करू शकतो. इतकेच नव्हे, तर नवीन उपकरणेही तो तयार करू शकतो किंवा वरील उपकरणांच्या कंपनीमध्ये त्याला प्राधान्याने नोकरी मिळू शकते.

या अभ्यासक्रमात रेडिओ, टेप, मोबाईल, टी. व्ही. यांच्या रचना व कार्यपद्धती यांची बारकाईने माहिती दिली जाते; तसेच प्रात्यक्षिकांसह समजावून देऊन त्यावरील प्रयोग अधिक संख्येने करावयास दिले जातात; तसेच दुरुस्तीचा सराव करून घेतला जातो. किमान दीडशे ते दोनशे प्रकारच्या बिघाडाच्या दुरुस्तीची अभ्यासपूर्ण माहिती दिली जाते.

- अभ्यासक्रमाचा कालावधी- ४ महिने.
- अध्यापन शुल्क - दरमहा ५०० (एकूण ₹२०००/-).
- साधनसामग्री शुल्क- ५०० रुपये.
- सवलत- प्रवेशाच्या वेळी एकरकमी शुल्क भरल्यास एकूण २२०० रुपये.
- परीक्षा शुल्क- २०० वेगळे.
- माध्यमिक शालांत प्रमाणपत्र परीक्षा अथवा तत्सम अन्य परीक्षा उत्तीर्ण झालेल्या विद्यार्थ्यांस या अभ्यासक्रमासाठी प्रवेश दिला जातो. माध्यमिक शाळेत तंत्रविज्ञान हा विषय घेतलेल्या विद्यार्थ्यांस विशेष प्राधान्य.
- संस्थेच्या विहित नमुन्यातील प्रवेशअर्ज (पूर्णपणे भरलेला) आणि प्रवेश शुल्क ₹ १२५ भरून विद्यार्थ्यास संस्थेत प्रवेश मिळेल.
- विद्यार्थ्याची नियमित उपस्थिती आणि सद्वर्तन आवश्यक आहे.
- अभ्यासक्रमाचे संपूर्ण शुल्क / त्या महिन्याचे शुल्क प्रवेशाच्या वेळीच भरावे. हप्त्याने शुल्क भरावयाचे झाल्यास दर महिन्याच्या १० तारखेपर्यंत ते भरणे आवश्यक आहे. एकदा भरलेले शुल्क कोणत्याही कारणास्तव परत केले जाणार नाही.
- ग्रंथालयाचे ओळखपत्र व ग्रंथांचा लाभ विनामूल्य आहे.
- प्रयोगासाठी लागणारे साहित्य विनामूल्य उपलब्ध.
- 'सुयश'मधील अभ्यासक्रम यशस्वीपणे पूर्ण करणाऱ्या विद्यार्थ्याला वेगवेगळ्या कंपन्यांकडून येणाऱ्या मागणीनुसार तेथे शिकाऊ उमेदवार म्हणून पाठविले जाईल.
- बॅचेसच्या वेळा- सकाळी ८ ते १० आणि १० ते १२. संध्याकाळी ४ ते ६ आणि ६ ते ८.
- माध्यम - मराठी, हिंदी, इंग्रजी.

प्राचार्य,

सुयश तंत्रविज्ञान संस्था
२२१३, 'कोहिनूर', सोनार गल्ली,
म. गांधीनगर, पुणे - ४११ ०३०
फोन (०२०)- २४४४८४५

माहितीपत्रक : नमुना क्र. २

महाराष्ट्र राज्य श्रम कल्याण संस्था, पुणे
(महाराष्ट्र शासन)
पुणे कॉलेज, जुनी इमारत, गणेश खिंड, पुणे - ४११ ०३०

उपरोक्त संस्थेमार्फत खालील डिप्लोमा अभ्यासक्रमासाठी अर्ज मागविण्यात येत आहेत.

कोर्सचे नाव

१) बिल्डिंग मेन्टनन्स ॲन्ड कन्स्ट्रक्शन - कालावधी २ वर्षे

२) बिल्डिंग इंटिरिअर डेकोरेटर्स डिप्लोमा - कालावधी २ वर्षे

या वर्षीच्या शैक्षणिक प्रथम सत्रास १५ जुलै २००८ पासून प्रारंभ होत आहे. महाराष्ट्र राज्य उच्च माध्यमिक स्तरीय १२ वी (एच. एस. सी.) प्रथम श्रेणीत पास असणारे गुणवंत विद्यार्थी उमेदवार प्रवेशासाठी आहेत. पात्र परीक्षेला बसलेले, ज्यांचा निकाल अपेक्षित आहे, असे उमेदवारही अर्ज करू शकतात; परंतु अशा उमेदवारांनी निकाल जाहीर होताच लगेच पुणे येथील वरील संस्थेस कळविणे आवश्यक आहे.

साधारणपणे महाराष्ट्रातील जागा वाटपाच्या अंतर्गत विदर्भ आणि मराठवाडा विभागातील उमेदवारांसाठी एकूण ६० जागांपैकी ५० टक्के जागा दिल्या जातील.

अर्ज स्वीकारण्याचा अंतिम दिवस १५ जून २००८ हा आहे. त्यानंतर मिळालेले अर्ज विचारात घेतले जाणार नाहीत. नोकरीत असणाऱ्या उमेदवारांनी त्यांचा अर्ज योग्य व रीतसर कार्यालयामार्फत पाठवावा.

अर्ज समक्ष अथवा मनिऑर्डरने ₹ १०० भरले असता निम्न स्वाक्षरीकर्त्याकडे वर दिलेल्या पत्त्यावर दि. १० मे २००८ पासून सकाळी १० ते ३ वाजेपर्यंत उपलब्ध होतील.

गो. मा. रत्नपारखी
संचालक

माहितीपत्रक : नमुना क्र. ३

इंडिया बुक ट्रस्ट, मुंबई

शिवाजी पार्क, महात्मा गांधी रोड, २२४१, आश्विनी कॉम्प्लेक्स,
बॅक्वे रेक्ल मिशन, चर्चगेट, मुंबई - ४०० ०२५
दूरध्वनी- २५७६०६१६४

मराठी ग्रंथांचे भव्य प्रदर्शन आणि विक्री

इंडिया बुक ट्रस्ट आणि महाराष्ट्र शासनाने प्रकाशित केलेल्या हजारो ग्रंथांचे भव्य प्रदर्शन आणि विक्री शनिवारवाडा प्रांगण, पुणे येथे दि. १ जाने. ते १५ जाने. २००८ या कालावधीत भरविण्यात येणार आहे.

महाराष्ट्र राज्यामध्ये जिल्हा पातळीवर सर्वत्र हे प्रदर्शन भरविण्याची जबाबदारी इंडिया बुक ट्रस्ट, मुंबई यांनी स्वीकारलेली आहे. या प्रदर्शनात मराठी, हिंदी, इंग्रजीसह भारतातील गाजलेल्या विविध भाषांतील अनुवादित ग्रंथ आणि इतर मौलिक कलाकृतींचा समावेश आहे. या प्रदर्शनाच्या निमित्ताने ग्रंथखरेदीच्या रुपये १००० वरील रकमेवर २५% खास सवलत देण्यात येणार आहे.

सदर ग्रंथ प्रदर्शनाचे उद्‌घाटन महाराष्ट्र राज्याचे सांस्कृतिक मंत्रिमहोदय यांच्या शुभहस्ते होणार आहे. या ग्रंथ प्रदर्शनाचा जास्तीत जास्त फायदा शाळा, महाविद्यालये, ग्रंथालये, वाचनालये यांनी घ्यावा, यासाठीच हा उपक्रम आहे. या ग्रंथ प्रदर्शनातील इतरही सवलतींसंदर्भात व २५% सूट संदर्भातील अधिक माहितीसाठी त्वरित खालील पत्त्यावर संपर्क करा.

प्रदर्शनाधिकारी,
इंडिया बुक ट्रस्ट,
शिवाजी पार्क, महात्मा गांधी रोड, २२४१, आश्विनी कॉम्प्लेक्स,
बॅक्वे रेक्ल मिशन, चर्चगेट, मुंबई- ४०० ०२५
दूरध्वनी- २५७६० ६१६४

१० डिसेंबर २००७

प्रसिद्धी अधिकारी,
एस. सोमय्य

टिप्पणी लेखन : स्वाध्याय

१) तात्याजी शहाजी भोसले यांनी कृषी विभागाच्या सचिवाकडे अर्ज केला असून त्यात आपल्या ४ एकर जमिनीत विहीर खोदण्यासाठी कृषी विभागाकडे

कर्जमागणी केली आहे. सरकारने शेतकऱ्यांच्या मदतीसाठी अनेक योजना आखल्या आहेत. त्यामध्ये विहीर खोदाईसाठी कर्ज देण्याची योजना समाविष्ट आहे.

श्री. भोसले यांच्या पत्राच्या संदर्भात वरिष्ठांकडे सादर करण्यासाठी टिप्पणी तयार करा.

२) श्रीराम सहकारी साखर कारखान्याने ऊस विकास कार्यक्रमाचा एक भाग म्हणून आपल्या सभासदांना नव्या जातीचे बेणे सवलतीच्या दरात देण्याचे ठरविले आहे. त्यापासून पिकवलेला ऊस गळितासाठी श्रीराम सहकारी साखर कारखान्यासच घातला पाहिजे, अशी अट आहे; तसेच सभासदांकडे सदरचा ऊस जोपासण्यास भरपूर पाण्याची सोय असणे गरजेचे आहे, अशी दुसरी अट घातली आहे.

या योजनेसाठी श्री. राजेंद्र श्यामराव माने यांनी अर्ज केला आहे. ते प्रगतिशील शेतकरी असून कारखान्याच्या सर्व अटी त्यांना मान्य आहेत.

श्री. राजेंद्र श्यामराव माने यांच्या अर्जाविषयी वरिष्ठांकडे पाठविण्यासाठी टिप्पणी तयार करा.

इतिवृत्त लेखन : स्वाध्याय

१) सोलापूर वाचन मंदिर या संस्थेने आपला सुवर्णमहोत्सव कशा प्रकारे साजरा करावा, याच्या विचार-विनिमयासाठी बोलावलेल्या सभेचे इतिवृत्त लिहा.

२) सोलापूर जिल्हा शिक्षकेतर कर्मचारी सहकारी बँकेच्या वार्षिक सर्वसाधारण सभेचे इतिवृत्त तयार करा.

अहवालात्मक इतिवृत्त : स्वाध्याय

१) सोलापूर जिल्हा सहकारी ग्राहक बाजार या संस्थेचे नफ्याचे प्रमाण २ वर्षांपासून बरेच घटत आहे. अलीकडे त्यातील वस्तूची विक्रीही मंदावली आहे. यासाठी वस्तुस्थितीचा शोध घेण्यासाठी कार्यकारिणीने एक सदस्यीय समिती नेमली आहे.

त्यांनी केलेल्या पाहणीचे अहवालात्मक इतिवृत्त तयार करा.

२) महाविद्यालयाच्या कार्यालयासाठी एक महिन्यापूर्वी खरेदी केलेले पाच संगणक नादुरुस्त आहेत; परंतु त्यांचे बिल मात्र तातडीने दिलेले दिसून येते. या गैरकारभाराचा शोध घेण्यासाठी नेमलेल्या द्विसदस्यीस समितीचे अहवालात्मक इतिवृत्त तयार करा.

जाहीर निवेदन : स्वाध्याय

१) कृष्णा महाविद्यालय, रामपूर यांच्याकडे असलेले चालू स्थितीतील ३० संगणक जाहीर लिलाव पद्धतीने विकावयाचे आहेत. हा लिलाव महाविद्यालयाच्या सांस्कृतिक हॉलमध्ये दि. १/१/२००९ रोजी सकाळी ११.०० वाजता होईल. लिलावात भाग घेणाऱ्यास ५ हजार रुपये सुरक्षा ठेव ठेवावी लागेल आणि लिलाव मंजूर झाल्यास २५% रक्कम त्याचदिवशी भरावी लागेल. कृष्णा संस्थेचे अध्यक्ष आणि कार्यकारी संचालक हे जाहीर निवेदन करीत आहेत. वरील आशयाच्या जाहीर निवेदनाचा मसुदा तयार करा.

२) जनशक्ती सहकारी बँक, सोलापूर (२४४१, गुरुवार पेठ, बाजीराव चौक सोलापूर- ४१३००९) च्या गुरुवार पेठ शाखेचे स्थलांतर नवीन प्रशस्त जागेत होत असून बँकेच्या नव्या पत्त्याची नोंद सर्व संबंधितांनी घ्यावी.
बँकेचा नवा पत्ता- श्रीराम टॉवर्स, सेक्टर ११२, गुरुवार पेठ, श्रीकृष्ण मंदिरसमोर, सोलापूर- ४१३००९
वरील दिलेल्या विषयाचे जाहीर निवेदन तयार करा.

३) राष्ट्रमाता विद्यालयाच्या रौप्य महोत्सवानिमित्त आजी व माजी विद्यार्थ्यांचे संमेलन भरवायचे आहे. या संमेलनास आजी व माजी विद्यार्थ्यांनी येऊन संस्थेच्या नियोजित इमारत निधीस हातभार लावावा, तसेच स्मरणिकेसाठी आपल्या संपूर्ण माहितीसह फोटो, पत्ते द्यावेत.
वरील आशयाच्या आवाहनाचा मसुदा तयार करा.

माहितीपत्रक किंवा प्रसिद्धीपत्रक : स्वाध्याय

१) स्नेहपुष्प मित्रमंडळ या संस्थेच्या वतीने इंग्रजी भाषा बोलण्याचे वर्ग सुरू करण्यात येत आहेत. या कोर्सचा कालावधी तीन महिन्यांचा असून त्याचे वर्ग दररोज संध्याकाळी ५ ते ६.३० या वेळेत स्नेहपुष्प सांस्कृतिक भवन, सोलापूर येथे होतील. प्रवेश शुल्क १०० रुपये + अध्यासन शुल्क ३ महिन्यांचे एकत्र मिळून १००० रुपये आहे. प्रवेश मर्यादित आहे.
या विषयावर माहितीपत्रक तयार करा.

२) सावित्रीबाई फुले समाजसेवा मंडळातर्फे स्त्रियांसाठी खास काही योजना आखल्या आहेत. कपडे शिवणे, बालवाडी चालविणे, ग्रंथालय चालविणे अशा स्वरूपाची कामे देण्याची जबाबदारी मंडळाकडे आहे. काम करणाऱ्या स्त्रियांना त्यांच्या कामाचा मोबदला बँकेत त्यांच्या खात्यात जमा होईल.

सदर मंडळाच्या योजनांची अधिक माहिती करून देणारे माहितीपत्रक तयार करा.

३) 'नवजनशक्ती' या वृत्तपत्र समूहाची यशस्वी वाटचाल आपणापुढे ठेवावी, असे फ्रेंडसर्कल या संस्थेस वाटते; कारण त्यांनी वृत्तपत्र सुरू केले तेव्हाची स्थिती, अडचणींना तोंड देऊन केलेली प्रगती आणि आता देशपातळीवर नंबर वनचे मानले गेलेले हे दैनिक त्याची वाटचाल, संचालक मंडळ, पदाधिकारी यांचा धावता आढावा, या उद्योग समूहाने आपल्या कामगारांसाठी केलेल्या योजना व सुविधा त्यांच्या मुलांच्या शिक्षणाच्या मोफत केलेल्या सोयी या सगळ्या कार्याची माहितीही द्यावयाची आहे.
ही सर्व माहिती अचूकपणे व आकर्षक स्वरूपात सांगणारे माहितीपत्रक तयार करा.

■

३

●

जाहिरात मसुदा लेखन

आजचे जग जाहिरातीचे जग आहे असे सर्वत्र बोलले जाते; कारण आपल्या दैनंदिन जीवनात जाहिरात आपल्याला सतत भेटत असते. दररोजचे वर्तमानपत्र उघडले की, आपले पहिले लक्ष त्यातील जाहिरात वेधून घेते. आकाशवाणीवरचे प्रत्येक कार्यक्रम ऐकताना अनेक जाहिराती आपणाला ऐकायला मिळतात. दूरचित्रवाणीवरील विविध चॅनल्सवरील हजारो जाहिराती प्रत्येक कार्यक्रमांच्या अनुषंगाने आपण पाहतो, ऐकतो. त्यामुळे या जाहिराती आपल्या इतक्या परिचयाच्या झाल्या आहेत की, आपल्या घरातील मोठ्यांपासून लहान मुलांपर्यंत आकाशवाणी, दूरदर्शनवरील काही जाहिराती अगदी तोंडपाठ म्हणून दाखवतात. आपण पाहत असलेल्या आणि ऐकत असलेल्या या जाहिरातीचा मजकूर तसा फारच थोडा असतो. त्यातील वाक्ये तुटक असतात. बऱ्याचवेळा क्रियापदेही नसतात. काही जणांचा असा समज होण्याची शक्यता आहे की, या जाहिराती लिहिणे फार सोपे आहे; पण हा गैरसमज आहे. कारण जाहिरात ही एक कला आहे. ती लिहिणे फार जोखमीचे आणि अवघड काम आहे. मोठमोठ्या कंपन्या, उद्योजक आपल्या मालाची जाहिरात स्वखर्चाने जनतेपुढे विविध माध्यमांद्वारे करतात. त्यासाठी अलीकडे काही मोठ्या कंपन्या आणि उद्योजक यांनी आपल्या उत्पादनाची जाहिरात करण्यासाठी स्वतंत्र जाहिरात विभाग सुरू केलेले आहेत. एवढेच नव्हे, तर आजच्या या विज्ञानयुगात केवळ जाहिरातीचा व्यवसाय करणाऱ्या संस्थाही अस्तित्वात आल्या आहेत. जाहिरातीमुळे लोकांचे जीवनमान आणि दर्जा उंचावतो. जीवनावर प्रगतपणाचे संस्कार करण्याचे आणि जीवनाभिरुची वाढविण्याचे, संवर्धित करण्याचे कार्य जाहिरातीद्वारे होत असते. जाहिरातीमुळे नकळत त्या वस्तूंबद्दलची ओढ ती जाहिरात वाचणाऱ्यांच्या, ऐकणाऱ्यांच्या, पाहणाऱ्यांच्या मनात निर्माण होते. लोकांच्या मनात त्या वस्तूबद्दलची अभिलाषा निर्माण करणे, ती वस्तू विकत घेण्यास उद्युक्त करणे हा जाहिरातीचा

मूळ हेतू असतो. म्हणून जाहिरातीला 'पासष्टावी कला' असे म्हटले जाते.

ही जाहिरातीची कला जुन्या काळापासून चालत आलेली आहे. पूर्वी गल्लोगल्ली, गावोगावी पिटली जाणारी दवंडी, टोपलीत भाजी किंवा इतर जीवनोपयोगी वस्तू भरून गल्लोगल्ली हाक घालीत फिरणारे विक्रेते, शहरात रस्त्याच्या कडेला 'कोई भी माल लेलो.. स्वस्ता दाम' असे ओरडत मालाची विक्री करणारे फेरीवाले हे सर्व जाहिरातीचेच प्रकार होत. आता आरडाओरडा, दवंडी, हाकारे हे प्रकार बरेच कमी झाले आणि भिंतीवरच्या पोस्टर्सच्या रूपाने, सिनेमाच्या स्लाईड्स चित्रातून आणि निऑन साइन्सच्या रंगांतून जाहिरात अवतरू लागली. ग्राहक गृहीत धरून उत्पादन सुरू झाल्याने उत्पादित वस्तू खपविण्यासाठी नवनवीन तंत्रे आणि माध्यमे शोधली जाऊ लागली. विज्ञानाचे नवनवे शोध आणि सुविधा यांमुळे जाहिरातींचे रंगरूप बदलू लागले. वृत्तपत्र, आकाशवाणी, दूरचित्रवाणी, संगणक, इंटरनेट अशा विविध माध्यमांद्वारे जाहिरात प्रबळ बनली; तर रोजची वर्तमानपत्रे, मासिके, भिंतीवरील पोस्टर्स, विजेच्या खांबावरील फलक, घराच्या रंगवलेल्या भिंती, सिनेमातील स्लाइड्स अशा कितीतरी माध्यमांद्वारे जनतेच्या दैनंदिन जीवनातील महत्त्वाचे स्थान बनली आहे. आज दूरचित्रवाणी व आकाशवाणीवरील जाहिरातीने तर माणसाच्या दैनंदिन जीवनाशी पक्की मैत्री केली आहे.

ग्राहकाच्या मनात आपल्या मालाबद्दल आकर्षण निर्माण करणे आणि त्यांना खरेदीस उद्युक्त करणे ही जाहिरातीची ध्येये होत. जाहिरात म्हणजे उत्पादक आणि ग्राहक यांना जोडणारे एक परिणामकारक माध्यम होय. जाहिरातीबद्दल स्थूलमानाने एवढे म्हणता येईल की, विक्रेत्याने आपल्या उत्पादनाची मागणी वाढावी आणि विक्री व्हावी म्हणून केलेली प्रसिद्धी म्हणजे जाहिरात होय.

जाहिरात ही एक स्वतंत्र कला मानली जाते. त्यामुळे मोठमोठ्या कंपन्यांमध्ये जाहिरात तयार करणाऱ्या तज्ज्ञांचा एक स्वतंत्र विभाग असलेला दिसून येतो. या विभागात 'मुख्य मसुदा लेखक' असे एक खास पद असते. अशा तज्ज्ञांना त्या-त्या कंपनीत पगारही भरपूर दिला जातो. इतके जाहिरात तयार करण्याच्या कलेला महत्त्व प्राप्त झाले आहे. म्हणूनच जाहिरातीचे हे क्षेत्र आता रोजगाराची एक मोठी संधी म्हणून विकसित होत आहे.

वृत्तपत्रे आणि नियतकालिकांमधील जाहिराती

समाजाच्या सर्व स्तरांपर्यंत पोहोचणारे एक प्रभावी आणि अत्यंत लोकप्रिय माध्यम म्हणजे वृत्तपत्र होय. वृत्तपत्रांचा प्रचंड खप असतो. त्यावरून जाहिरातीच्या प्रसाराची कल्पना येते. वृत्तपत्र हे वाचकांच्या भेटीला रोज येत असल्याने त्यातील

जाहिरातीशी वाचकांची केवळ ओळखच राहत नाही, तर नातेही निर्माण होते. छोट्या जाहिरातीपासून वर्तमानपत्रातील पहिल्या पानावरील महत्त्वाच्या जागेपर्यंत कोठेही जाहिरात छापू शकतो. छोट्या जाहिरातीत महत्त्वाचा व्यावहारिक आशय व्यक्त करणारे शब्द पुरेसे ठरतात; पण मोठ्या जाहिरातीत बराच तपशील देता येतो. त्यामुळे जाहिरात अधिक आकर्षक आणि परिणामकारक होऊ शकते असे मात्र नाही. छायाचित्रे आणि सजावट यांनाही तेथे वाव असतो. खप प्रचंड असला तरी वृत्तपत्र दुसऱ्या दिवशी शिळे होऊन रद्दीत जाते. मासिकाचे तसे नसते. वृत्तपत्रापेक्षा त्याचे आयुष्य अधिक असल्यामुळे तेथील जाहिराती आकर्षक आणि दर्जेदार करण्यास अवसर असतो. नियतकालिकांच्या दीर्घायुष्यामुळे जाहिराती अधिक काळ टिकतात. या सर्व जाहिराती ग्राहकांचे लक्ष आपल्याकडे वेधण्याच्या बाबतीत एकमेकांशी स्पर्धा करत असतात. म्हणून वृत्तपत्रांतील अथवा नियतकालिकांतील जाहिरातीचा मसुदा फार काळजीपूर्वक आणि कौशल्याने लिहावा.

जाहिरातीचे घटक

वृत्तपत्रांतील किंवा नियतकालिकांतील जाहिरातीच्या मसुद्याचे पुढीलप्रमाणे घटक आहेत. वृत्तपत्रे किंवा नियतकालिके यांमधील जाहिरातीत मथळा, त्याचे स्पष्टीकरण देणारा उपमथळा, आशय/ जाहिरातीचा तपशील, घोषवाक्य, कंपनीची मुद्रा आणि शेवटी कंपनीचे नाव व पत्ता या गोष्टी महत्त्वाच्या असतात; पण काटेकोरपणे त्यांचा क्रम असाच असला पाहिजे असे मात्र नाही. जाहिरातीचा आकृतिबंध हा ठरीव साचेबद्ध कधीच नसतो. जाहिरात करावयाची वस्तू तिच्या गरजेचे स्वरूप (दैनंदिन गरजेची, चैनीची इ.) तो ग्राहक (स्त्री-पुरुष, शिक्षित-अशिक्षित, गरीब-श्रीमंत, व्यावसायिक-नोकरदार इ.), ज्या भागात राहतो ग्राहक परिसर (शहरी, ग्रामीण, औद्योगिक, शैक्षणिक, शेतीप्रधान इ.) या सर्व गोष्टींवर शब्दांपासून रचनेपर्यंत जाहिरातीचे स्वरूप अवलंबून असते. याशिवाय कधीकधी जाहिरातीच्या मसुद्यात आणखी एका घटकाची भर असते, तो घटक म्हणजे उत्पादन वस्तूच्या किमतीवरील विशिष्ट कालावधीसाठी दिलेली सूट किंवा अमुक वस्तूवर अमुक वस्तू मोफत अशी घोषणा होय.

मथळा

जाहिरातीत मथळ्याला अनन्यसाधारण असे महत्त्व असते. मथळा हा महत्त्वाचा घटक आहे. जाहिरात मसुदा लेखनात सुरुवातीलाच ठळक अक्षरांत लिहिलेले वाक्य म्हणजे मथळा होय. वाचकांचे लक्ष वेधून घेणे, जाहिरातीविषयी

कुतूहल व आकर्षण निर्माण करणे हे मथळ्याचे काम असते.

मथळा आकर्षक व परिणामकारक व्हावा यासाठी अनेक क्लृप्त्या वापरल्या जातात. मथळा कमीत कमी शब्दांत नेमका व अधिकाधिक आशय व्यक्त करणारा असावा. कधी पद्यात्मक मथळा तयार करता येतो, तर कधी एखादी म्हण-वाक्यप्रचार, एखादा उद्‌गार, एखादा प्रश्न, एखादा आदेश इ. अनेक प्रकारे गद्यात्मक मथळाही तयार करता येतो. असा मथळा केवळ जाहिरातीला उपयुक्तच ठरत नाही, तर जाहिरातीला लोकप्रियही करतो; जाहिरात वाचकांच्या मनात रुजवतो. इतकी की, त्याचे स्मरणही अगदी सहज होते. काही मथळ्यांचे नमुने पुढीलप्रमाणे आहेत.

कुरकुरीत खमंग टेस्टी टेस्टी लक्ष्मी पापड

पद्यात्मक- देवाला आवडणारी, भक्ताला प्रसन्न करणारी, अगरबत्ती 'सुगंधी चंदन अगरबत्ती'

प्रश्नात्मक- डोकं दुखतंय? डोळ्यात जळजळ? (ॲनासिन) एक ॲनासिन घ्या झटपट बरे व्हाल!

आदेशात्मक - भाजले? कापले? (बरनॉल) बरनॉल वापरा! त्वरित आराम मिळवा!

माहितीपर - शुद्ध जीवनसत्त्वयुक्त केशर बदामांनी भरपूर शक्ती देणारी ताजेतवाने करणारी ब्रिटानिया बिस्किटं नेहमी खा! (बिस्किटे)

उद्‌गारात्मक - आई गं! वैतागले बाई मी या घाण कपड्यांना. (वॉशिंग पावडर जाहिरात)

जिज्ञासापर - खूप बोला, खूप वाचवा आणि जीवनभर व्हा आयडियाचे. (आयडिया मोबाईल कंपनी जाहिरात)

घोषणात्मक - आता प्रत्येक ३७५ ग्राम लक्स साबण पॅकसोबत ५० ग्रॅम पॉण्ड्स पावडर मोफत मिळवा (लक्स साबण जाहिरात)

मथळे आकर्षक आणि परिणामकारक होण्याच्या दृष्टीने अनेक क्लृप्त्या वापरण्यात येतात. म्हणी, वाक्प्रचार यांचाही उपयोग केला जातो. 'हातच्या काकणाला आरसा कशाला?' (माधुरी वस्त्रालंकार दालन जाहिरात), 'जो जे वांछील तो ते लाहो प्राणिजात' (महाराष्ट्र बँकेची जाहिरात), 'दिवाळीचा सण मोठा, नाही आनंदाला तोटा' (आनंद सराफ शृंगार दालन), घ्या कासव उखाणे। संसार करा सुखाने (कासव छाप मच्छर अगरबत्ती).

मथळ्यामधून फायदा आणि सोयी यांचेच आश्वासन नसते, तर रुक्ष व्यवहाराला स्नेहाचे कोंदण घालून सुसंस्कृत आणि अभिरुचीसंपन्न जीवनदर्शनाचाही प्रयत्न असतो.

या सर्व मथळ्यांवरून एक गोष्ट प्रामुख्याने जाणवते, ती म्हणजे आकर्षक मथळा

ही जाहिरातीची अत्यंत महत्त्वाची गरज आहे. त्यासाठी काही गोष्टी लक्षात घ्याव्यात.

- मथळ्यात उत्पादनाची अवास्तव स्तुती किंवा अवास्तव आश्वासन नसावे.
- मथळा दुर्बोध किंवा चुकीचा नसावा.
- त्यात एकच एक कल्पना असावी. अधिक कल्पना असल्यास त्यांचा पूरक मथळ्यात समावेश करावा.
- त्यात आवाहन असावे किंवा घोषणा असावी.
- क्लृप्त्यांचा वापर करावा.
- अर्थात काही जाहिराती मथळ्याशिवायही असतात.

पूरक मथळा-

पूरक मथळा म्हणजे मुख्य मथळ्याचाच विस्तार किंवा स्पष्टीकरण असते. त्यात मुख्य मथळ्याच्या अनुषंगाने अधिक माहिती, मुख्य मथळ्यातील विधानाचे स्पष्टीकरण, समर्थन इत्यादी बाबींचा समावेश असतो. मथळा वाचकाला किंवा ग्राहकाला जाहिरातीकडे आकर्षित करतो, तर पूरक मथळा संपूर्ण जाहिरात वाचण्यासाठी उद्युक्त करतो; पण काही वेळा मुख्य मथळा स्वत:च स्वयंपूर्ण आणि आकर्षक असतो. त्यामुळे पूरक मथळ्याची गरज भासत नाही. पूरक मथळ्याचे स्वरूप समजण्यासाठी खालील पूरक मथळे काळजीपूर्वक वाचा.

मथळा - तेरड्याचा रंग तीन दिवस
पूरक मथळा - पण श्रीरंग पेंट्सचा रंग मात्र वर्षानुवर्षे टिकणारा.

मथळा - चार दिवस सासूचे
पूरक मथळा - पण सुनेचे मात्र ३६५.

(एका खाद्यपदार्थ कंपनीची जाहिरात)
मथळा - दिवाळीचा सण मोठा
पूरक मथळा - सोनाली स्वीटमध्ये नाही फराळाला तोटा.

मथळा - दसऱ्याच्या सणाला आनंदाचे सूर
पूरक मथळा - ऐश्वर्या वस्त्रदालनाने बदलला जीवनाचा नूर.

संहिता

ग्राहकाच्या मनात मालाबद्दलची किंवा उत्पादनाबद्दलची विश्वासार्हता निर्माण

करून देण्यासाठी जाहिरातीत बहुतेक वेळा संहिता लेखन करावे लागते. ग्राहकाचे मानसशास्त्र ओळखून त्याला त्या उत्पादनाचे केवळ वर्णन करून चालत नाही, तर त्यासोबत ग्राहकाला या उत्पादनापासून नेमका काय फायदा होतो ते सांगावे लागते. उदा. टूथपेस्टमुळे दात स्वच्छ होण्याबरोबर दुर्गंधी नाहीशी होऊन मनुष्य उत्साही राहतो, हे सांगणे आवश्यक असते किंवा बल्ब खोली तर उजळवतोच; पण त्याबरोबर त्याचा प्रकाश डोळ्याला आल्हाददायक असतो, हे नमूद करावे लागते. ग्राहकाच्या मनातील कल्पना साहचर्य, त्याच्या आवडीनिवडी, त्याच्या सवयी, त्याच्या गरजा, त्याने जोपासलेले सामाजिक संकेत हे लक्षात घेऊन संहितालेखन केले जाते. त्याचबरोबर ग्राहक कोणत्या वयोगटाचा, लिंगाचा, स्तराचा आहे, हे संहिता लेखन करताना लक्षात घ्यावे लागते.

मथळा - ग्रंथ म्हणजे भांडार नव्हे।
ज्ञान भांडार । सरस्वती बुक सेलर्स

संहिता - आमच्याकडे नामवंत प्रकाशनांचे सर्व प्रकारचे ग्रंथ मिळतील. कथा, कादंबऱ्या, कविता, नाटक, वैचारिक, ललित, त्याचबरोबर संतसाहित्य, लोकसाहित्य, स्त्रीसाहित्य, दलित साहित्य, ग्रामीण साहित्य, कामगार साहित्यावरील हजारो ग्रंथ उपलब्ध.
या आजच घेऊन जा. सोबत २०% आकर्षक सूट. लक्षात ठेवा सरस्वती बुक सेलर्स (एका पुस्तक दुकानाची जाहिरात).

मथळा - दात मजबूत तर आरोग्य उत्तम!

संहिता - मजबूत दात सुदृढ आरोग्य!
आपल्या मनाला आणि शरीराला उत्तम आरोग्य देणारे दात...
दात आहेत म्हणून आपण तरुण आहोत. नाहीतर....
म्हाताऱ्यात आणि तरुणात काय फरक?
अमोल दातांना म्हणूनच जपलं पाहिजे.
त्याची खास काळजी घेणारं
कोलगेट टूथपेस्ट वापरा आणि बिनधास्त रहा!
(कोलगेट टूथपेस्ट कंपनीची जाहिरात)

मथळा - एकदा वापराल तर पुन: पुन्हा मागाल! तुम्हीही अँग्री यंग मॅन बनाल.

संहिता - ब्लेडचा बादशहा 'फास्ट मॅक्स चॅम्पियन'. अप्रतिम स्टील आणि

धारदार ब्लेड. अधिक क्षमता, पण क्लिन दाढीचा आनंद प्रत्येकवेळी देतो. स्मार्टनेस आणि तरुणपणा मिळवून देतो. १० चा पॅक फक्त ३० रुपयांमध्ये.

मथळा आणि पूरक मथळा यांनी लक्ष वेधून घेतल्यावर जाहिरातीच्या संहितेने वाचकाला पूर्णपणे आपलेसे करण्याचा प्रयत्न करायला हवा. वस्तूच्या अंतरंगाबद्दल माहिती संहितेत द्यावी. ही संहिता म्हणजे जणू ग्राहकांशी केलेला एक प्रकारचा संवादच असतो. या संवादाच्या आधारे ग्राहकाला कृतीची प्रेरणा मिळणे आवश्यक आहे. या संहिता लेखनामुळे ग्राहकाला वस्तूची निवड करण्यास मदत होते.

जाहिरातीत संवादाचा वापर करून वाचकाला आकर्षित केले जाते. या संवादामुळे आपल्या व्यवसायाविषयी, आपल्या समस्येविषयी कोणी कौतुकाने, आपुलकीने बोलतोय हे पाहून हा भावी ग्राहक स्वाभाविकच सुखावतो व वस्तू खरेदीस प्रवृत्त होतो. ग्राहकाचा विचार करूनच संहितेतील भाषा वापरावी. त्यामुळे संहिता आणि जाहिरात परिणामकारक ठरते.

जाहिरातदाराची मुद्रा

या ठिकाणी उत्पादकाच्या कंपनीचे नाव, पत्ता ठळक असतो. अनेकदा कंपनीच्या नावाचा आकर्षक आणि वैशिष्ट्यपूर्ण अक्षरांमध्ये ठसाच करून घेतलेला असतो. तोच सर्वत्र वापरला जातो. या नावाबरोबरच उत्पादक संस्थेचे बोधचिन्ह असते; कारण बोधचिन्ह आणि उत्पादक संस्था यांचे साहचर्य वाचकांच्या मनात निर्माण होते. या कंपनीच्या नावाचा आणि बोधचिन्हाचा ग्राहकाच्या मनावर असा काही प्रभाव पडतो की, त्यामुळे ती वस्तू ग्राहकाच्या कायमची लक्षात राहते. उदा. बजाज ऑटो कंपनीचा 'B', आयुर्विमा महामंडळाचे पणतीला सुरक्षित राखणारे दोन हात, भारतीय स्टेट बँकेचे विशिष्ट बोधचिन्ह, आयडिया कनेक्शनचे बोधचिन्ह, आरोग्य व कुटुंबकल्याण मंत्रालय, भारत सरकारचे बोधचिन्ह अशी अनेक बोधचिन्हे आपणाला पाहता येतील.

घोषवाक्य

घोषवाक्य हे त्या कंपनीचे ध्येयवाक्यच असते. जाहिरातीतील मथळा, पूरक मथळा, संहिता सतत बदलत राहते; पण जाहिरातदाराची मुद्रा आणि घोषवाक्य कधीही बदलत नाही. वस्तू, कंपनी, सेवा याबद्दल कमीत कमी शब्दांत विशेष असे सांगणे म्हणजे घोषवाक्य होय. केवळ वस्तू, कंपनी किंवा सेवा यांचे नाव वाचल्याबरोबर

किंवा ऐकल्याबरोबर ही घोषवाक्ये आठवतात, इतका प्रभाव त्यांनी ग्राहकावर टाकला आहे. अर्थात ग्राहकांच्या मनात ही घोषवाक्ये कायमची राहण्यासाठी ती छोटी व सहज उच्चारण्यासारखी असावीत. काही घोषवाक्ये पहा- १) पत्र नव्हे मित्र (महाराष्ट्र टाईम्स), २) कनेक्टिंग इंडिया (बीएसएनएल), ३) आयडिया तुमचं अवघं जीवनच बदलून टाकेल! (आयडिया कनेक्शन), ४) विराट कॉम्प्रेसिव स्ट्रेन्थ (अंबुजा सिमेंट), ५) तुमच्या सोबत प्रत्येक क्षणी (भारतीय स्टेट बँक), ६) प्रवाशांच्या सेवेसाठी (एस.टी. महामंडळ, महाराष्ट्र राज्य), ७) योगक्षेमं वहाम्यहम् (आयुर्विमा महामंडळ).

घोषवाक्य म्हणजे मथळा नव्हे. मथळे बदलू शकतात; पण घोषवाक्य एकदा स्वीकारले की, कायम तेच वापरले जाते. मथळा हा ग्राहकांना जाहिरातीकडे खेचून घेतो, तर घोषवाक्य त्याच्या मनात रेंगाळत राहते. हेच घोषवाक्याच्या यशस्वितेचे गमक आहे. प्रत्येक जाहिरातीत घोषवाक्य असतेच असे नाही.

मांडणी

वृत्तपत्रीय जाहिरात मसुद्यातील घटकांचा विचार केल्यानंतर त्या घटकाची मांडणी योग्य आणि आकर्षक करणे महत्त्वाचे आहे. त्यासाठी खालील गोष्टी विचारात घ्याव्यात.

अक्षरांचा टाईप गरजेनुसार लहान-मोठा करावा. एखाद्या विशिष्ट शब्दाकडे ग्राहकांचे लक्ष वेधून घ्यायचे असेल, तर तो आकर्षक पद्धतीने छापून तो वेगळ्या रंगानेही दाखवता येतो. वृत्तपत्रातील जाहिरातीत रंगीत चित्रांचाही वापर करता येतो अथवा उत्पादनाच्या अनुषंगाने स्थिर चित्रांचाही वापर करता येतो. अनेकदा जाहिरातदार सवलत-योजना, किमतीत सूट किंवा मोफत वस्तू यांची घोषणा करतात. ही घोषणा ग्राहकांच्या नजरेत भरेल अशा ठिकाणी वेगळ्या पद्धतीने छापावी. कधी ही घोषणा तारांकितही असते. जाहिरातीची मुख्य घोषणा, उत्पादनाचे नाव आणि मुद्रा ही सुद्धा आकर्षक व सहज दिसेल अशा ठिकाणी असावी. बदलत्या काळानुसार जाहिरातीची संहिताही बदलावी. चित्रांचा वापर, मोबाईल क्रमांक, संकेतस्थळ, ई-मेल ॲड्रेस इत्यादी माहिती दिली जाते.

अशाप्रकारे जाहिरातीची कल्पक आणि आकर्षक मांडणी हे जाहिरातीचे महत्त्वपूर्ण यश असते.

आकाशवाणीसाठी जाहिराती

वृत्तपत्र आणि आकाशवाणी या दोन माध्यमांच्या स्वरूपातच मुळात फरक

आहे. वृत्तपत्र हे लिखित आणि दृश्य माध्यम आहे. आकाशवाणी हे पूर्णपणे श्राव्य माध्यम आहे. वाचताना आपण मध्येच कुठे बाहेर पाहिले आणि पुन्हा वाचू लागलो, तरी वृत्तपत्रातील मजकूर वाचताना कुठे जात नाही; कारण तो आहे तेथेच असतो. आकाशवाणीचे तसे नसते. एकदा बाहेर पडलेला शब्द तेथे (निदान त्या क्षणी तरी) पुन्हा ऐकता येत नाही. त्यासाठी श्रोत्याला आकाशवाणीकडे लक्ष केंद्रित करावे लागते आणि श्रोत्याचे लक्ष केंद्रित करण्याची खिळवून ठेवण्याची जबाबदारी आकाशवाणीवरील जाहिरात सांगणाऱ्याकडे येते. त्यासाठी प्रथम वाचकांचे लक्ष वेधून घेणे आणि शक्य तेवढ्या कमी वेळेत (कारण निर्जीव यंत्रातून बाहेर येणाऱ्या आवाजाकडे श्रोत्यांचे लक्ष फार काळ केंद्रित होऊ शकत नाही.) आपला आशय त्यांच्यापर्यंत पोहोचविणे हे कौशल्य येथे पणास लावावे लागते. त्यामुळे आकाशवाणीवरील जाहिरातीचा मसुदा करणाऱ्यांची जबाबदारी वाढते. श्रोत्याने आपली जाहिरात संपूर्ण ऐकावी, यासाठी त्याला काही नियम, पथ्ये पाळावी लागतात आणि काही क्लृप्त्याही योजाव्या लागतात. या पथ्यातून आकाशवाणीवरचे जाहिरात मसुदा लेखन होत असते.

आकाशवाणीवरील जाहिरात मसुदा लेखन

वृत्तपत्रासारख्या माध्यमाद्वारे पोहोचवलेला संदेश अशिक्षितांपर्यंत जाईलच असे नाही; परंतु तिथपर्यंत पोहचू शकते ते आकाशवाणी माध्यम होय. दूरदर्शन हे माध्यम अत्यंत महाग असते. त्यामुळे सर्वात स्वस्त आणि सहज माध्यम म्हणून आकाशवाणीकडे पाहिले जाते. म्हणूनच उत्पादकांचाही आपल्या उत्पादनाची जाहिरात आकाशवाणीवरून प्रसारित करण्याकडे कल असतो.

आकाशवाणीसाठी जाहिरातीचा मसुदा तयार करणे ही कौशल्याची बाब आहे. मसुदा लेखकाने मसुदा लिहिण्यापूर्वी काही गोष्टींचा विचार करणे आवश्यक आहे.

- कोणत्या उत्पादनाची जाहिरात करायची आहे?
- काय विकायचे आहे?
- कुणासाठी जाहिरात लिहिणार आहे?
- संदेश चांगल्या रीतीने ग्राहकांपर्यंत कसा पोहोचेल?

या गोष्टींचा विचार पक्का झाला की मसुदा लेखकाने मसुदा लेखनाचा विचार सुरू करावा.

आकाशवाणीवरील जाहिरात लेखनासाठी महत्त्वाचे

- आकाशवाणी हे श्राव्य माध्यम आहे. त्यासाठी छोटी वाक्ये, सोपी भाषा आणि श्रवण सुलभतेसाठी आवाजाची सुलभता आवश्यक आहे.

- विशिष्ट धून, विशिष्ट सुरावट यांमुळे जाहिरात ग्राहकांच्या अधिक परिचयाची होते. त्यामुळे त्याचाही कलात्मक वापर करावा म्हणजेच जाहिरात तयार करताना निवेदनाला कोणत्या आवाजाची जोड दिली जावी याची नोंद मसुद्यात करणे आवश्यक असते. निवेदनाला विशिष्ट आवाजाची वा संगीताची जोड देऊन जाहिरात लक्षवेधक बनवता येते.
- जाहिरातीत जसा एखाद्या लोकप्रिय गीतांचा वापर करता येतो, तसा काही वेळा मसुदाच एखाद्या लोकप्रिय गाण्याच्या चालीवर गाऊन दाखविला जातो.
- आकाशवाणीवरील जाहिरात लांबलचक असेल, तर श्रोता संपूर्ण जाहिरात एकाग्र होऊन ऐकेलच असे नाही. त्यासाठी त्या १० सेकंदांपासून ते ४० सेकंदांपर्यंत असाव्यात. त्यासाठी कमीत कमी शब्दांत अधिक आशय सांगणारी जाहिरातीची संहिता किंवा मसुदा तयार करावा. निवेदनात अनावश्यक गोष्टी टाळून उत्पादनाचा फायदा व गरज सांगावी.
- जाहिरातीमध्ये उत्पादनाचे नाव व घोषवाक्यांचा उच्चार अनेक वेळा करावा.
- आकाशवाणी केवळ श्राव्य माध्यम असल्याने श्रोता इतर कामे करीत असताना आकाशवाणीवरील निरनिराळे प्रसारण ऐकत असतो; पण अशावेळीही श्रोत्याचे लक्ष जाहिरातीकडे वेधून घेणे आवश्यक असते. त्यासाठी उत्पादनाची घोषणा तर वारंवार करावीच; त्याचबरोबर उत्पादनाचा वापर करण्याची आज्ञाही वारंवार देणे फायद्याचे ठरते. याचा अर्थ आकाशवाणीवरील जाहिरात मसुदा हा आदेशात्मक किंवा आज्ञार्थी असावा.
- उत्पादनाच्या फायद्याचा वा त्याच्या लोकप्रियतेचा अवास्तव दावा करू नये; कारण त्यामुळे त्या उत्पादनाची विश्वसनीयता कमी होते.
- इतर कंपन्यांच्या उत्पादनावर टीका न करता फक्त आपल्याच उत्पादनाची गुणवैशिष्ट्ये सांगावीत.
- ग्रांथिक व अलंकारिक भाषा न वापरता बोली भाषा वापरावी; तसेच ज्यातून विपरीत अर्थ निघेल असे शब्द टाळावेत.

आकाशवाणीवर जाहिरात प्रसारित करण्यापूर्वी जाहिरात मसुदा लेखकाने वरील सर्व गोष्टी लक्षात ठेवणे आवश्यक आहे; परंतु इथे जाहिरातीचे काम संपत नाही; कारण जाहिरात मसुदा लेखकाबरोबरच इतर व्यक्तींनाही काही जबाबदाऱ्या प्रत्यक्ष- अप्रत्यक्षपणे पार पाडाव्या लागतात, तरच ती जाहिरात यशस्वी होते. त्यासाठी जाहिरात प्रसारण व्यवस्था पाहणाऱ्या निवेदक, मानसशास्त्रज्ञ, कायदेतज्ज्ञ इ. व्यक्तींनी काही गोष्टी लक्षात ठेवाव्यात. त्या पुढीलप्रमाणे-

अ) मसुद्यातील शब्दांचा उच्चार स्पष्ट व अर्थपूर्ण आणि योग्य वेळात करणारा उत्तम निवेदक निवडणे आवश्यक आहे.

ब) आकाशवाणीवरील जाहिरातीसाठी लोकप्रिय व्यक्तीचा लोकप्रिय आवाज वापरला गेला, तर जाहिरात अधिक लोकप्रिय होते.

क) कोणत्या उत्पादनाच्या जाहिराती करता येतात आणि कोणत्या नाहीत याचा विचार करावा; तसेच सरकारी नियमांचे पालन करूनच जाहिरातीचा मसुदा तयार करावा. यासाठी कायदेतज्ज्ञांचा सल्ला घ्यावा.

ड) वेळ आणि उत्पादन यांच्या वापराचा संबंध असल्यास ती वेळ साधूनच आकाशवाणीवर जाहिराती सकाळी प्रसारित कराव्यात. मिक्सर, ज्युसर, फ्रीज, सौंदर्य प्रसाधने इ. जाहिराती दुपारच्या वेळी, तर संध्याकाळी घरातली सर्व मंडळी एकत्र असतात अशावेळी सर्वांना फायदेशीर असलेल्या उत्पादनाची जाहिरात करावी. यासाठी मानसशास्त्राचा अभ्यास करणे गरजेचे आहे.

आकाशवाणीवरील जाहिरातीचे काही नमुने पुढे दिले आहेत. ते काळजीपूर्वक पहा.

१५० वर्षांची विश्वसनीय परंपरा

शुभम वस्त्रालंकार भव्य दालन

● सूटिंग, ● शर्टिंग, ● ड्रेस मटेरियल

आणि ● कटपीसेस

यांच्या प्रत्येक मिल्सच्या नामांकित व्हरायटीज, सेल्सच्या

जाहिरातीतील किमतीपेक्षाही स्वस्त कपडे फक्त

शुभम वस्त्रालंकार मध्येच.

या, पहा, खरेदी करा.

मनपसंत कपडे

शुभम वस्त्रालंकार दालन

नवी पेठ, सोलापूर

सुगंध आणि आनंद देणारी

पूजा अगरबत्ती!

तन, मन घर प्रफुल्लित करणारी

पूजा अगरबत्ती!

सर्वांची आवडती

पूजा अगरबत्ती!

पूजा, पूजा, पूजा, पूजा अगरबत्ती!

होलसेल भावात मिळण्याचे एकमेव ठिकाण

पूजा अगरबत्ती

नवी पेठ, शुभम चौक, सोलापूर

एक वेळ अवश्य भेट द्या, पूजा अगरबत्ती!

दूरदर्शनसाठी जाहिरात लेखन

दूरदर्शन हे श्राव्य आणि दृश्य माध्यम आहे. त्यामुळे हजारो- लाखो लोक ते पाहतात आणि ऐकतात. दूरदर्शन हे अत्यंत प्रभावी आणि परिणामकारक माध्यम आहे. वृत्तपत्र वाचणाऱ्या अथवा आकाशवाणी ऐकणाऱ्या श्रोत्यांपेक्षा दूरदर्शन पाहणारा वर्ग फार मोठा आहे. आता डी.टी.एच. (डायरेक्ट टू होम) मुळे दूरदर्शनचे संच खेडोपाडी जाऊन पोहोचले आहेत. त्यामुळे त्याचा वापर आपल्या उत्पादनासाठी करून घेणाऱ्या उत्पादकांची संख्याही अफाट आहे. अनेक उत्पादनांच्या जाहिरातींचा मारा रात्रंदिवस दूरदर्शनवर चालू असतो. या सगळ्या जाहिरातींच्या गर्दीत आपल्याच उत्पादनाची जाहिरात लोकप्रिय कशी होईल आणि त्यामुळे आपल्याच उत्पादनाचा जास्त खप कसा होईल, याकडे सर्वच उत्पादकांचा ओढा असतो. त्यामुळे अशा दूरदर्शनवरील जाहिरातींचा मसुदा तयार करणे हे फार मोठे आव्हान असते.

दूरदर्शनवर प्रदर्शित होणाऱ्या जाहिरातीचा कालावधी फार अल्प असतो. शिवाय दूरदर्शनवरील जाहिराती खूपच महागड्या असतात. त्यामुळे अल्पकाळात प्रदर्शित केलेली जाहिरात लोकांच्या स्मरणात दीर्घकाळ राहण्यासाठी ती परिणामकारक असणे आवश्यक आहे. त्यासाठी जाहिरात मसुदा लेखकाला चित्रांच्या भाषेचे ज्ञान असणे आवश्यक आहे. मसुदा लेखन करताना दृश्य टिपणाऱ्या कॅमेऱ्याची क्षमता

आणि ध्वनीचे रहस्य समजून घ्यायला हवे. कॅमेरा हा तिसरा डोळा आहे. त्याला संपन्न व्यक्तिमत्त्व आहे, हे ध्यानात घ्यायला हवे. दूरदर्शनसाठी जाहिरात मसुदा लेखन करणे हे एखाद्या पटकथा लेखनासारखे असते. त्यामुळे दूरदर्शनसाठी जाहिरात लेखन करणाऱ्या लेखकाला कॅमेरा, छायाचित्रण, रंगसंगती, केशभूषा, वेशभूषा, संवाद, गीत-संगीत, स्पॉटलाईट, स्थळचित्रण इत्यादींबाबत सूक्ष्मपणे अनुभव असणे अत्यंत गरजेचे आहे.

दूरदर्शनवरील जाहिरात लेखनासाठी महत्त्वाच्या गोष्टी-

१) दूरदर्शन हे दृश्य आणि श्राव्य माध्यम असल्याने येथे शब्दांपेक्षा चित्रांचा आणि दृश्यांचा वापर करावा; कारण ऐकण्यापेक्षा पाहिलेली गोष्ट दीर्घकाळ लक्षात राहते.

२) मसुद्यासाठी लहान-लहान वाक्यरचना, उच्चारणसुलभ शब्दयोजना व भाषेत नादमाधुर्य असावे. बोलीभाषेचा वापर करावा.

३) जाहिरातीनुसार लोकप्रिय गाण्यांचा वापर करून ग्राहकांचे लक्ष वेधून घ्यावे.

४) कॅमेऱ्यामध्ये कोणते दृश्य कसे टिपावे, कोणता कोन वापरावा, शिवाय क्लोजअप, मॉप, वस्तू कशी दाखवावी, कशी हालचाल करावी याचा तपशील मसुदा लेखनात करावा.

५) जे दृश्य दाखवले जाते आणि जे निवेदन ऐकवले जाते, त्यामध्ये प्रेक्षक भावनिक-दृष्ट्या गुंतलेला असावा. म्हणजेच दृश्य व निवेदन यामध्ये चित्राकर्षकता हवी.

६) त्या-त्या उत्पादनाच्या वापराचे प्रात्यक्षिक दाखविणेही परिणामकारक होते.

७) जाहिरातीमध्ये सुसंगत संगीताचाही वापर करावा.

८) विनोदाचा कल्पक वापर गरजेनुसार करावा.

९) आकर्षक मॉडेल्सचा वापर करून अमुक वस्तू वापरण्यास चांगली आहे अशी आवश्यक भाषा त्याच्या तोंडी घालावी.

१०) प्रेक्षकांच्या मनाला धक्का देणाऱ्या कल्पना जाहिरात मसुद्यात वापराव्यात.

११) जाहिरातीनुसार प्राणी, पक्षी, कार्टुन्सचा कलात्मक वापर करावा. जाहिरात आकर्षक आणि परिणामकारक कशी होईल याकडे अधिक लक्ष द्यावे.

दूरदर्शनवरील जाहिरातींचे काही नमुने पहा.

दूरदर्शनवरील जाहिरात-१

तो - या आहेत मिसेस अय्यर आणि फॅमिली. हे सर्वजण धुतात पाच रुपयांत चाळीस कपडे.

आकाशवाणी - काय पुरावा आहे काय?

तो - काय, पुरावा आहे?

दृश्य- १) एक बाई व दोन १०-१२ वर्षांच्या लहान मुली अशा तिघीही समोर दोन्ही हात पसरून हातांवर पांढरे शुभ्र कपडे धुवून, इस्त्री करून, घडी घातलेले स्वत:चा चेहरा न दिसेल इतके कपडे हातांवर घेऊन उभ्या आहेत.

समोरच्या हिरवळीवरून तो येतो त्यांच्याकडे चालत. तो येताना त्याच्या बाजूला स्क्रीनवर रीन सुप्रीम वॉशिंग पावडरचा पाच रुपयांचा पाऊच. तो तसाच चालत पुढे त्या तिघींजवळ येतो.

दृश्य- २) त्याचा आवाज आणि समोर पसरलेल्या दोन्ही हातांवर पांढऱ्या शुभ्र धुवून इस्त्री केलेल्या कपड्यांच्या घड्या येऊन पडतात. तो हळूच त्या कपड्यांपलीकडून चेहरा उंचावून बोलतो. त्याच्या बाजूच्या स्क्रीनवर रीन सुप्रीम वॉशिंग पावडरचा पाच रुपयांचा पाऊच. त्यावर लिहिलेले आहे पाच रुपयांत चाळीस कपडे स्वच्छ.

काय पुरावा आहे?

दूरदर्शनवरील जाहिरात-२

क्लीन साबणाची जाहिरात

साबणावर कॅमेरा. वेगवेगळ्या तीन रंगांत साबण. थंडावा देणारा, ऑइली त्वचेसाठी आणि कोरड्या त्वचेसाठी.

निवेदन- क्लीन साबण इतर साधारण साबणांपेक्षा जास्त शक्तिशाली. घामातील आणि अंगावरील घाणीतील जीवजंतूंचा सफाया करतो.

दृश्य- हात एका इन्सेटमध्ये रोगजंतूंनी भरलेले. दुसऱ्यातही हात रोगजंतूंनी भरलेले. पहिल्या इन्सेटमधील हात साधारण साबणाने धुतले जातात. दुसऱ्या इन्सेटमधले हात क्लीन साबणाने धुतले जातात. पहिल्या

	इन्सेटमधील हातापेक्षा क्लीन साबणाने धुतलेले दुसऱ्या इन्सेटमधील हातावरील जीवजंतू पूर्ण नाहीसे होतात.
निवेदन-	जीवजंतूंचा नायनाट करणारा, मनाला प्रफुल्ल, आनंद देणारा, क्लीन साबण विश्वासपूर्ण आणि शरीराची काळजी घेणारा! पुन्हा कॅमेरा क्लीन साबणावर.
	तीन रंगांत आणि तीन गुणांनी परिपूर्ण भरलेला.
	क्लीन बाथ सोप

दूरदर्शनवरील जाहिरात - ३

रोझ सँडल पावडरची जाहिरात

दृश्य १ :	प्रीतीचं घर. घरात ती आरशासमोर उभं राहून 'रोझ सँडल' पावडरचा डबा घेऊन हातावर पावडर घेते व ती स्वत:च्या तोंडाला लावते. तिचा चेहरा अधिक आकर्षक, मुलायम आणि फ्रेश दिसतो. ती बॅग घेऊन घराबाहेर पडते.
दृश्य २ :	प्रीती कॉलेजात येते. जागोजागी चर्चा करीत थांबलेली मुलं नाकानं वास हुंगत आऽऽ, आऽ करीत वळून वळून प्रीतीकडे पाहतात. प्रीती चेहरा स्मित हास्याने आणि आनंदाने भरत त्यांच्यातून पुढे जाते. प्रीतीने लावलेल्या पावडरचा दरवळ सर्वत्र पसरतो. सर्व मुलं हैराण होऊन तिच्याकडे पाहतच राहतात.
दृश्य :	पावडरचा डबा आणि बाहेर आलेली पावडर दिसते.
निवेदन :	रोझ सँडल पावडर मनाला आणि शरीराला आकर्षित करणारी, चेहरा अधिक मुलायम, तेजस्वी व फ्रेश करणारी. रोझ सँडल पावडर की, तुम्हाला कुणीही विसरू शकणार नाही. रोझ सँडल पावडरची जादू.

वृत्तपत्रे, आकाशवाणी व दूरदर्शन यांच्याबरोबरच आणखी काही प्रसारमाध्यमांचा वापर जाहिरातीसाठी केला जातो. त्यांची थोडक्यात माहिती याप्रमाणे-

फलक

रस्त्याच्या कडेला, इमारतीवर, कुंपणावर, बस स्टॉपवर, विजेच्या खांबावर

फलक लावलेले असतात. त्यावर जाहिराती असतात. या जाहिराती फार थोडा वेळ वाचल्या जातात. प्रवाशांचे सहज जाता-जाता जेवढे लक्ष जाईल, जी नजर फिरेल, तिचा फायदा घेण्यासाठी अशा जाहिराती असतात. त्या कमीत कमी शब्दांत असतात. उत्पादकाचे नाव, उत्पादनाचे नाव आणि फार तर घोषवाक्य इतकाच मजकूर फलकावरील जाहिरातीत असतो. एखादी प्रसिद्ध व्यक्ती, मॉडेल, खेळाडू, अभिनेत्री यांचाही वापर या जाहिरातीत केला जातो. भडक रंगात पण आकर्षक स्वरूपात ही जाहिरात प्रदर्शित केलेली असते.

पोस्टर्स

उत्पादनाची आठवण करून देणे हे पोस्टर्सचे महत्त्वाचे कार्य. त्यामुळे पोस्टर्सवर प्रामुख्याने सजवलेले असते ती उत्पादनाची वस्तू, त्याचे नाव, त्याच्या क्वालिटी व क्वाँटेटीबद्दलची विश्वसनीयता आणि सोबत एखादी प्रसिद्ध व्यक्ती मॉडेल, खेळाडू, अभिनेता यांच्या छायाचित्रासह हे पोस्टर्स झळकलेले असतात. शहरवासीयांना जाता जाता त्यांच्या गरजेच्या वस्तूची आठवण करून देणे हे पोस्टर्सचे ध्येय असते. हे पोस्टर्स मोक्याच्या ठिकाणी लावले जातात. ही जाहिरात अत्यंत आकर्षक आणि लक्षवेधक असते. अलीकडे आलेल्या नवीन तंत्रज्ञानामुळे अशा पोस्टर्सना अधिक चालना मिळाली आहे.

फिरत्या जाहिराती

पोस्टर्स किंवा फलक एखाद्या गाडीवर लावून ती गाडी शहरभर फिरवतात. कधीकधी त्या गाडीवरून लाऊडस्पिकरवरून उत्पादनाची माहिती देणारा प्रचारकही असतो; पण हा प्रकार आता क्वचितच वापरला जातो.

विद्युत प्रकाशाचा उपयोग करणाऱ्या जाहिराती

शहरामध्ये रात्री विद्युत प्रकाशाचा उपयोग करून जाहिराती करण्यात येत असतात. अशा जाहिरातीत विद्युत प्रकाशाचा वेगवेगळ्या प्रकारे वापर केलेला असतो. उदा. मुख्य मजकुरावर किंवा भोवती प्रकाशाची चौकट किंवा प्रकाशझोत टाकून केलेल्या जाहिराती. निऑन साइन्स किंवा प्रकाशाची उघड-मीट करणाऱ्या जाहिराती. यात फलकाप्रमाणेच कमीतकमी मजकूर असतो. त्यामुळे हा मजकूर बंदिस्त असावा लागतो. अशा जाहिरातीत मुख्य उत्पादनाचे नाव, बोधचिन्ह यांच्यावर जास्त भर दिलेला असतो.

प्रत्यक्ष वाटपाच्या जाहिराती

हस्तपत्रके, फोल्डर्स आणि पुस्तिका अशा तीन प्रकारांमध्ये या जाहिराती तयार केल्या जातात.

हस्तपत्रके

ही एका पानाची असतात पानाच्या एका किंवा दोन्ही बाजूने छापलेली असतात. आपल्या मालाबद्दल व आपल्या विक्रीबद्दल माहिती पुरविणे एवढा मर्यादित हेतूच या पत्रकामागे असतो. ही हस्तपत्रके परिसरातील लोकांना अथवा उत्सवप्रसंगी जमलेल्या गर्दीला वाटण्यासाठी असतात.

फोल्डर्स

चांगला कागद, चांगली छपाई, एकरंगी किंवा अनेकरंगी छपाई, आकर्षक मांडणी या गोष्टी फोल्डर्ससाठी आवश्यक असतात. हे फोल्डर्स किमान चार पृष्ठांचे तरी असतात. सण (उदा. दसरा, दिवाळी, नाताळ, रमजान ईद), समारंभ (उदा. प्रजासत्ताक दिन) किंवा प्रासंगिक कार्यक्रमाच्या निमित्ताने फोल्डर्सचे वाटप केले जाते.

पुस्तिका

उत्पादनाबद्दल सर्वांगीण माहिती देणे हा पुस्तिकेचा उद्देश असतो. पुस्तिकेत उत्पादनाबद्दलचे सर्व प्रकार, त्यांच्या किमतींचा कॅटलॉग, उत्पादन मिळण्याची महत्त्वाची ठिकाणे (प्रमुख विक्रेते, नाव पत्ता) इत्यादी माहिती असते. या पुस्तिकेचे लेखन अत्यंत माहितीपूर्ण व तांत्रिक झालेले असते.

पिशव्या

अशा जाहिरातीवर मजकूर मोजकाच असतो. मथळ्याचे वाक्य, उत्पादनाचे नाव व उत्पादनाचा पत्ता एवढा भाग समाविष्ट झालेला असतो. वस्तू लवकर वापरून संपली, तरी या पिशव्या किंवा पॅकिंग टिकाऊ असतात. ग्राहकांना त्यांचा पुन्हा अन्य कामासाठी वापर करता येणे शक्य असते. त्यामुळे वस्तू नसली तरी तिचे नाव सतत त्यांच्या डोळ्यांसमोर राहू शकते. जाहिरातीचा हेतू सफल होऊ शकतो.

अशाप्रकारे जाहिरातीचे प्रसारमाध्यम व त्याप्रमाणे बदलणारे मसुदा लेखनाचे स्वरूप आपल्यापुढे ठेवले आहे. याशिवाय जाहिरात मसुदा लेखकाला जागृत राहून

ग्राहकाच्या (स्त्री, मूल, पुरुष) लिंग व वयोगटाचा, तसेच त्याच्या मानसिकतेचा काळजीपूर्वक अभ्यास करणे गरजेचे असते.

जाहिरात स्वाध्याय

वृत्तपत्रासाठी जाहिरात

१) सरस्वती ग्रंथ भांडार या दुकानाची जाहिरात तयार करा.

२) सोलापूर येथील 'प्रवर्तक' या नवीन दैनिकाचे प्रकाशन १४ फेब्रुवारी २००८ रोजी होत आहे. या दैनिकासाठी घोषवाक्यासह जाहिरात तयार करा.

३) निसर्गरम्य परिसरातील स्वादिष्ट भोजनासाठी प्रसिद्ध असलेल्या पंचतारांकित हॉटेल सिटी पार्कची जाहिरात तयार करा.

आकाशवाणीसाठी जाहिरात - स्वाध्याय

१) सर्दी, डोकेदुखीवरील औषध
नाव - ॲक्शन टू
निवेदक - स्त्री-पुरुष
निवेदन - संवादात्मक
वेळ - ३० सेकंद

२) भारत वॉच कंपनी
नाव - टायटन
अधिक माहिती - २ वर्षे वॉरंटीसह वॉटरप्रुफ.
निवेदक - स्त्री आणि पुरुष
निवेदन - संवादात्मक
वेळ - ३० सेकंद (संगीतासह)

३) शहरात येणारे महानाट्य
नाव - क्रांतिसूर्य (डॉ. आंबेडकरांच्या जीवनकार्यावरील)
निवेदक - पुरुष
निवेदन - फेरी (संगीतासह)
वेळ - ३० सेकंद

खालील विषयांवर दूरचित्रवाणीवरील जाहिरातीसाठी संहिता तयार करा.

१) सुगंधी, स्वादिष्ट आणि उत्साहवर्धक चॉकलेट
नाव - टेस्टी गोल्ड

उत्पादक - सुयश लॅबोरेटरीज, मुंबई
निवेदन - चित्रमालिकेत महाविद्यालयीन तरुण-तरुणींचा वापर करा.
वेळ - ३० सेकंद (संगीतासह)

२) तयार कपड्यांची जाहिरात
नाव - ऐश्वर्या वस्त्रदालन
दृश्य - मुले, तरुण, वृद्ध, लहान मुली व तरुणी इ.
निवेदन - संमिश्र मुलांचे, मुलींचे, तरुणांचे, वृद्धांचे, तरुणींचे इ.
वेळ - ३० सेकंद (संगीतासह)

३) सोलापुरी मसाले (मसाले पापड, चटण्या, लोणची इ.)
नाव - सोलापुरी मसाले गृहउद्योग
निवेदक - स्त्री व पुरुष
निवेदन - संमिश्र
वेळ - ३० सेकंद (संगीतासह)

■

४

स्मरणिका संपादन आणि मुलाखत लेखन

सामाजिक, सांस्कृतिक, औद्योगिक, कृषी, शिक्षण, सहकार अशा विविध क्षेत्रांत कार्यरत असणाऱ्या व्यक्ती व संस्था आपल्या कार्याद्वारे कधी प्रत्यक्षपणे तर कधी अप्रत्यक्षपणे समाजाची, त्या परिसराची सेवा आणि विकास करीत असतात. त्यांनी आपल्या कार्याने, विचारांनी समाजात एक वैशिष्ट्यपूर्ण स्थान निर्माण केलेले असते. अशा व्यक्तीच्या, संस्थेच्या जीवनातील महत्त्वपूर्ण प्रसंगी त्यांच्या कार्याचा गौरव करून समाज त्यांच्याविषयी एकप्रकारे कृतज्ञताच व्यक्त करीत असतो. व्यक्ती व संस्था यांचे कार्य व यश संपादन लक्षात राहील अशा स्वरूपात समाजापुढे ठेवण्याचे चांगले माध्यम म्हणजे 'स्मरणिका' होय. अशा स्मरणिकेला 'गौरविका' असेही म्हटले जाते. समारंभाचा प्रसंग कालांतराने विसरला जातो; परंतु मुद्रित स्मरणिकेच्या रुपाने त्या कार्याचे, प्रसंगाचे स्मरण जनमानसाला दीर्घकाळ राहते. म्हणून अशा स्मरणिकांना महत्त्व असते. संस्थेच्या इतिहासात अशा स्मरणिका संदर्भग्रंथ म्हणून महत्त्वपूर्ण ठरतात.

व्यक्तीच्या गौरवप्रसंगी प्रकाशित होणाऱ्या स्मरणिकेपेक्षा संस्थाविषयक स्मरणिकेचे स्वरूप वेगळे असते. उद्योग, शेती, सहकारी, धार्मिक, शैक्षणिक, साहित्य, क्रीडा इ. विविध क्षेत्रांतील संस्था स्मरणिका प्रसिद्ध करीत असतात. त्या सर्वांचे स्वरूप एक दुसरीपेक्षा कितीतरी वेगळे असते.

स्मरणिका काढण्याचे प्रसंग

व्यक्ती किंवा संस्था यांच्या जीवनातील ज्या महत्त्वाच्या प्रसंगी स्मरणिका प्रकाशित होतात, त्या पुढीलप्रमाणे-

- व्यक्तीच्या जीवनातील प्रसंग - ५१ वा वाढदिवस (एक्कावन्नावी), ६० वा वाढदिवस (षष्ट्यब्दीपूर्ती समारंभ), ७५ वा वाढदिवस (अमृतमहोत्सव),

सेवानिवृत्ती.

० संस्थेच्या जीवनातील प्रसंग - दरवर्षी होणारा वाढदिवस (वर्धापन दिन), दहा वर्षे पूर्ण झाल्यानंतर (दशवार्षिक उत्सव), पंचवीस वर्षे पूर्ण झाल्यानंतर (रौप्यमहोत्सव), पन्नास वर्षे पूर्ण झाल्यानंतर (सुवर्णमहोत्सव), साठ वर्षे पूर्ण झाल्यानंतर (हीरकमहोत्सव), पंचाहत्तर वर्षे पूर्ण झाल्यानंतर (अमृतमहोत्सव), १०० वर्षे पूर्ण झाल्यानंतर (शताब्दी समारंभ).

याशिवाय संस्थेच्या नव्या वास्तूचे उद्‌घाटन, नव्या शाखेचे उद्‌घाटन, कारखान्यात नवी यंत्रसामग्री बसविणे, नव्या उत्पादनाचा प्रारंभ करणे अशा अनेक प्रसंगांच्या निमित्ताने स्मरणिका काढल्या जातात. साहित्य/नाट्य संमेलनांसारख्या महत्त्वपूर्ण सांस्कृतिक उपक्रमांच्या निमित्तानेही स्मरणिकांचे प्रकाशन केले जाते.

स्मरणिकेचे स्वरूप

स्मरणिकेचे स्वरूप निश्चित असे नसते. व्यक्ती आणि संस्था यांच्या कार्यानुसार, प्रसंगानुसार ते बदलत असते, तसेच संपादकानुसारही ते बदलत असते. एखादा कल्पक संपादक स्मरणिकेचे पारंपरिक स्वरूप बदलून टाकू शकतो. संस्थेस अनुकूल वाटतील अशा धोरणास अनुसरून लेखनाचा समावेश स्मरणिकेत होऊ शकतो. स्थूलमानाने स्मरणिकेचे स्वरूप पुढीलप्रमाणे सांगता येईल.

१) **आकार व पृष्ठे** - स्मरणिका आकर्षक दिसावी, लक्षात राहावी यासाठी जाणीवपूर्वक प्रयत्न केला जातो. स्मरणिकेचा आकार नेहमीच्या मासिकाएवढा असतो. काही स्मरणिका आडव्या छापलेल्या असतात. स्मरणिकेची बांधणीसुद्धा रूढ बांधणीपेक्षा वेगळ्या स्वरूपाची असू शकते. स्मरणिकेची पृष्ठसंख्या ७५ ते १५० पर्यंत असते; परंतु हा निर्णय संस्थेच्या आर्थिक सामर्थ्यावर संपादकाला घ्यावा लागतो.

२) **मुखपृष्ठ आणि मलपृष्ठे** - स्मरणिकेचे मुखपृष्ठ आकर्षक आणि कल्पक करण्यावर जास्त भर असतो. मुखपृष्ठावर ज्या व्यक्तीच्या/ संस्थेच्या गौरवार्थ स्मरणिका काढली जाते, त्या व्यक्तीचे, संस्थेचे नाव (त्या व्यक्तीचे किंवा संस्थेचे छायाचित्रही छापले जाते), प्रसंगाचे नाव (उदा. रौप्य, सुवर्णमहोत्सव इ.) आणि प्रकाशन वर्ष याचा प्रामुख्याने उल्लेख केला जातो. काही वेळेस स्मरणिकेला नाव/शीर्षकही दिलेले असते. (उदा. पुण्याई, भरारी, अक्षरयात्रा इ.) मलपृष्ठ क्र. १ म्हणजे मुखपृष्ठाची मागील बाजू होय. २ व ३ यावर बहुधा जाहिराती असतात. मलपृष्ठ ३ वरील जाहिरातींचा दर सर्वात अधिक असतो; कारण मुखपृष्ठानंतर चटकन ते नजरेत भरते. तेथील जाहिरातीच्या

सजावटीची जबाबदारी मोठी असते. मुखपृष्ठाइतकेच महत्त्व या पानाला असते. मलपृष्ठ क्र. १ व २ वरील जाहिरातीचे दर हे आतील पानांपेक्षा अधिक असतात. मलपृष्ठावरील जाहिरात देणे मोठ्या कंपन्या अथवा संस्थांना परवडते.

३) **शीर्षक पृष्ठ (Title Page) -** म्हणजे स्मरणिकेचे आतील पहिले दर्शनी पान होय. त्यावरही स्मरणिकेचे नाव, जिच्या गौरवार्थ स्मरणिका काढली जात आहे, त्या व्यक्तीचे, संस्थेचे नाव, निमित्तविषयी/ प्रसंगाविषयी तपशिलाची एखादी ओळ (ज्या दिवशी स्मरणिका प्रकाशित होत असेल त्याची तारीखही दिली जाते.) एवढी माहिती यावी. याच पानावर स्मरणिकेच्या संपादकाचे नाव/ संपादक मंडळातील सदस्यांची नावे यावीत.

उदाहरणार्थ-

नाट्यरंग
नाशिकचे सांस्कृतिक वैभव
संपादक
डॉ. श्री. रा. जोगळेकर
प्रा. माधव कुलकर्णी
सल्लागार समिती
म. वि. जोशी (निमंत्रक)
द. रा. काटे, पा. न. मराठे, मा. ल. राजे
अखिल भारतीय मराठी नाट्यसंमेलन स्मरणिका,
नाशिक नगर वाचन प्रकाशन

४) **शीर्षक पृष्ठाची मागील बाजू -** या पानावर प्रकाशकाचे नाव व पत्ता, मुद्रकाचे नाव व पत्ता, मुखपृष्ठ तयार करणाऱ्या कलावंताचे नाव, मजकुराची मांडणी करणारा कलावंत, चित्रकार व ब्लॉक्स तयार करणारा कलावंत यांची नावे द्यावी. तसेच पुनर्मुद्रणाचे हक्क कुणाच्या स्वाधीन आहेत, त्यांचे नाव द्यावे. या लेखातील मतांशी संपादक/ संस्था सहमत असतीलच असे नाही, याबद्दलचे निवेदन आणि प्रस्तुत स्मरणिका ही केवळ खाजगी वितरणासाठी असल्याची नोंद या गोष्टी आवश्यक आहेत.

अनुक्रमणिकेत लेखाचे शीर्षक, लेखकाचे नाव आणि पृष्ठ क्रमांक देणे उपयुक्त असते. ही अनुक्रमणिका दिलीच पाहिजे असे बंधन नाही.

५) **शुभसंदेश -** राष्ट्रपती, उपराष्ट्रपती, पंतप्रधान, मुख्यमंत्री (यांच्या संदेशासोबत त्यांचा फोटो व राजमुद्राही छापली जाते.), तसेच केंद्रीय पातळीवरील व

राज्यपातळीवर मंत्री, उच्च न्यायालयाचे न्यायमूर्ती, मान्यवर नेते व इतर महत्त्वाच्या व्यक्ती यांचे शुभसंदेश सामान्यत: छापले जातात. काही वेळा या मान्यवरांचे फोटो संदेशासोबत छापले जातात; तसेच संस्थेच्या विशिष्ट कामगिरीबद्दल शासनाकडून मिळालेली प्रमाणपत्रे व प्रशस्तिपत्रके इत्यादींचा अंतर्भाव स्मरणिकेत करणे प्रतिष्ठेचे असते.

६) **संपादकीय -** यामध्ये संपादकाने स्मरणिका काढण्यामागील भूमिका थोडक्यात द्यावयाची असते. त्याचप्रमाणे संपादनासाठी ज्यांचे सहकार्य लाभले, त्यांचा ऋणनिर्देश करावयाचा असतो. संपादकीय थोडक्यात मोजके व अर्थपूर्ण असावे, पाल्हाळ नसावे.

७) **स्मरणिकेतील लेखांचे स्वरूप -** स्मरणिका ज्या व्यक्तीशी, संस्थेशी, क्षेत्राशी संबंधित असेल, त्यानुसार स्मरणिकेतील लेखांचे स्वरूप निश्चित होते. स्मरणिका एखाद्या व्यक्तीच्या गौरवानिमित्त प्रकाशित होत असेल, तर त्या व्यक्तीच्या सर्वांगीण कार्याचे आलेखन करणारे विविध लेख द्यावेत. याशिवाय गौरवमूर्तीचा परिचय करून देणारा, त्यांच्या जीवनाची वाटचाल सांगणारा असाही एक लेख द्यावा. विशेषत: मित्रपरिवारामध्ये प्रकट होणारे व्यक्तिमत्त्व वेगळे व दिलखुलास असते. त्या परिवाराकडून असा एखादा लेख लिहिला, तर त्यातून सत्कारमूर्तीच्या व्यक्तिमत्त्वाचे सखोल दर्शन घडू शकते. असा लेख आवश्यक असतो.

स्मरणिका संस्थेसंबंधीची असल्यास तीमध्ये कार्यकारी मंडळाचा परिचय, संस्थेच्या कार्याचे स्वरूप, संस्थेची वाटचाल, संस्थेने केलेला विकास, संस्थेने चालविलेले नवेनवे उपक्रम, संस्थेला ज्यांनी मदत केली त्यांचा परिचय, शाखाविस्तार, संस्थेची नवी उत्पादने याविषयी लेखन केल्यास स्मरणिका उत्तम होईल.

संस्थेचा मूलाधार असणाऱ्या व्यक्तीच्या विचारकार्याचा परिचय, संस्थेच्या पूर्वावस्थेत संस्थेतील काही अविस्मरणीय प्रसंग, थोर व्यक्तीच्या संस्थेला भेटी, त्याप्रसंगी त्यांनी केलेल्या भाषणातील काही महत्त्वपूर्ण विचार, अवतरणे संस्थापकांची अथवा थोर विचारवंतांची वचने चौकटीत द्यावीत. प्रकाशन संस्था असल्यास प्रकाशित ग्रंथसूची, शिक्षण संस्था असल्यास हुशार वं नामांकित विद्यार्थ्यांची सूची देणे महत्त्वपूर्ण ठरते.

सदरची स्मरणिका ही साहित्य अथवा नाट्यसंमेलनासारख्या मोठ्या उपक्रमांची असल्यास संमेलनाध्यक्ष, स्वागताध्यक्ष, उद्घाटक यांचा परिचयपर लेख, मुलाखती, त्यांच्या समग्र लेखनाचा परिचय आणि सूची, तसेच

त्यांच्या जीवनातील महत्त्वाच्या घटनांची छायाचित्रे द्यावीत. स्मरणिकेसाठी या सगळ्या गोष्टी आवश्यक आहेत. साहित्य, नाट्य यासंबंधातील नवे प्रवाह, एखाद्या गाजलेल्या पुस्तकावरील समीक्षा, परिचय अथवा गाजलेल्या कलावंताची मुलाखत किंवा गाजणाऱ्या नाटकाविषयीचा चर्चात्मक लेख वैशिष्ट्यपूर्ण ठरू शकेल.

स्मरणिका संग्राह्य आणि स्मरणीय व्हावी यासाठी, तसेच संदर्भ म्हणून तिचे वेगळेपण टिकावे म्हणूनही काही महत्त्वाच्या विषयावर परिसंवाद किंवा एखादा विषयसूत्र धरून लेख प्रसिद्ध केले जातात. उदा. ५४ व्या अखिल भारतीय मराठी साहित्य संमेलनाच्या स्मरणिकेत 'साहित्याचे माझ्या जीवनातील स्थान' या विषयावर काही साहित्यिकांचे लेख प्रसिद्ध केले आहेत; तर ५८ व्या मराठी नाट्यसंमेलनाच्या स्मरणिकेत 'नाट्यसंगीत : काही विचार', 'बालरंगभूमी', 'नाटकातील प्रायोगिकता : माझी कल्पना' या विषयांवर परिसंवादात्मक पद्धतीने लेख दिले आहेत.

८) **संस्था/विविध समित्या व कार्यकर्ते यांचा परिचय** - स्मरणिका ज्या निमित्ताने प्रकाशित होते, त्याचे स्वरूप खूपच व्यापक आणि भव्य असते. समारंभाचे स्वरूप ठरविणारी कार्यकारी समिती आणि तिला संलग्न अनेक छोट्या-मोठ्या विविध समित्या, उपसमित्या कार्यरत असतात. त्यांचा धावता परिचय व नावे छापली जातात; परंतु ही नावे दिली पाहिजेत, असे मात्र बंधनकारक नसते.

९) **छायाचित्रे** - संस्थेतील पदाधिकारी, कार्यकर्ते यांची छायाचित्रे स्मरणिकेत देणे आवश्यक असते. संस्थेसाठी ज्यांनी सर्वस्व वाहिले, ते कार्यकर्ते होते कसे याची माहिती पुढच्या पिढीला यातूनच होत असते. उद्योग/कारखान्याची माहिती, यंत्रसामग्री, थोरा-मोठ्यांनी संस्थेस दिलेल्या भेटी आणि विविध साजरे झालेले समारंभ यांची छायाचित्रे स्मरणिकेत छापणे आवश्यक असते. विविध घटना, प्रसंग आणि व्यक्तींच्या छायाचित्रांद्वारे संस्थेचा इतिहासच जनतेसमोर ठेवला जातो. आकर्षक मांडणी, अविस्मरणीय घटनाप्रसंग व माहितीची छायाचित्रे आणि शेजारी मोजक्या शब्दांत दिलेली माहिती यांमुळे स्मरणिकेला एक वेगळेच महत्त्व प्राप्त होते.

१०) **जाहिराती** - स्मरणिकेतील विचाराबरोबर आर्थिक बाजूही तितकीच महत्त्वपूर्ण आहे. त्यासाठी विविध संस्था, कारखाने, बँका, दुकानदार, कंपन्या यांच्या जाहिराती स्मरणिकेत छापणे गरजेचे ठरते. म्हणून स्मरणिकेत जाहिराती आर्थिकदृष्ट्या मदत करण्यासाठी छापल्या जातात. मोजक्या व अचूक

शब्दांतील मसुदा, आकर्षक मांडणी अशा स्वरूपातील जाहिरातींमुळे स्मरणिकेला एक विशिष्ट प्रकारचा दर्जा प्राप्त होतो.

संपादनाचे कार्य

स्मरणिका संपादन कार्य एक आव्हानात्मक कार्य आहे. त्यासाठी संपादक हा बहुगुणी असावा लागतो. समाजातील चालू घडामोडींबरोबर मागील सर्व संदर्भांचे त्याला ज्ञान असणे गरजेचे आहे. जनसंपर्काची आवड, मुद्रणाची माहिती चांगली असावी लागते. भाषेवर प्रभुत्व, साहित्याची जाण, लेखनाची आवड आणि चांगली सौंदर्यदृष्टी त्याच्याजवळ असावी लागते. विशेषत: कामाची चिकाटी, एखाद्या गोष्टीचा पाठपुरावा संयमशीलपणे करणे या गोष्टी महत्त्वाच्या असतात. या सगळ्या गोष्टी पाहूनच त्याची संपादक म्हणून नेमणूक केली जाते.

१) अंकाचे स्वरूप निश्‍चित करणे, अंकाची एकूण पृष्ठसंख्या आणि आकार निश्‍चित करणे, मजकूर आणि जाहिरात यांची पृष्ठसंख्या ठरवावी.

२) लेखकाची सूची आणि जाहिरातदारांची सूची तयार करणे- लेखांची संख्या व विषय ठरवून संबंधित लेखकाला ठरावीक मुदत देऊन विनंतीपत्र पाठविणे व त्याची स्वीकृती घेणे. जाहिरातदारांना स्मरणिकेचा आकार आणि प्रतीची संख्या कळवून विनंतीपत्र द्यावे. पाठपुरावा करावा. वैयक्तिक भेटावे. समितीतील लोकांवर जबाबदारी सोपवून जाहिरात व निधी मिळवावा.

३) व्यक्ती/ संस्था यांची माहिती, फोटो, लेख गोळा करणे. स्मरणिकेत ती कोणत्या ठिकाणी छापावी याचे नियोजन करणे. दुर्मीळ छायाचित्रे व माहिती असल्यास ती चौकटीत अथवा वेगळेपणाने छापावी.

४) लेखकांकडून आलेले लेख वाचणे, त्यांचा क्रम लावणे, पृष्ठसंख्येपेक्षा जास्त होत असल्यास अनावश्यक मजकूर कमी करून घ्यावा. लेखामध्ये छायाचित्रे असल्यास ती योग्य जागी छापावीत. त्याखाली माहिती व नावे लिहावीत. निंदाजनक, प्रक्षोभक, वादग्रस्त विधाने काढून टाकावीत.

५) संस्थेचे पदाधिकारी, संस्थेचा इतिहास सांगणारी छायाचित्रे योग्य पानावर नाव व मजकुरासह छापावीत. फोटो अधिक असल्यास संस्थेच्या विकासाचा क्रम लक्षात घेऊन त्यांची मांडणी करावी. त्याला आकर्षक स्वरूप द्यावे.

६) मुखपृष्ठ निश्‍चित करणे, लेखांची मांडणी, जाहिरातींची मांडणी (Lay-out) निश्‍चित करून घ्यावी. ठशांचे (Blocks) फोटो आवश्यकता असल्यास ते योग्य ठरवून घ्यावेत. कॉम्प्युटरचा वापर करून इंटरनेटवरील चित्रांचा वापर करता आल्यास करावा.

७) सर्व साधनसामग्री तयार झाल्यानंतर ती मुद्रणप्रत डी.टी.पी. करून तयार करावी. त्यानंतर काळजीपूर्वक वाचन करून मुद्रितशोधन (Proofreading) करावे. मजकुरात कुठे लहान-मोठा टाईप हवा आहे, तिथे तशा खुणा कराव्यात व लिहावे. वेगवेगळ्या वळणाचा टाईप वापरावयाचा असल्यास तसे सांगावे. आपणाला जशी मुद्रणप्रत हवी आहे, तशी ती आपल्या सूचनेनुसार कॉम्प्युटरवर तयार करता येते. अशाप्रकारे स्मरणिका संपादनाचे आव्हानात्मक आणि सूक्ष्म तपशिलाचे संपादन कार्य पार पडत असते.

मुलाखत लेखन

जग जवळ येत आहे. विविध प्रसारमाध्यमांचा प्रचार आणि प्रसार वाढत आहे. वृत्तपत्रे, नियतकालिके, आकाशवाणी, दूरदर्शन, कॉम्प्युटर, इंटरनेट, ई-मेल, वेबसाईट, सी.डी., डी.व्ही.डी., व्ही.सी.डी. अशा विविध प्रकारचे नवनवीन तंत्रज्ञान विकसित होत आहे. तसतसे समाजातील क्रियाशील व्यक्तीचे व्यक्तिमत्त्व विकसित होत आहे. अशा एखाद्या व्यक्तीच्या जीवनप्रवाहाचा, कार्याचा, विचाराचा परिचय करून देण्यासाठी मुलाखत घेतली जाते. मुलाखत हा प्रकार आता समाजात लोकप्रिय होत आहे; कारण अशा कर्तृत्ववान, गुणवान व्यक्तीच्या विचारांचे आणि जीवनाचे दर्शन, तिचा परिचय करून देणाऱ्या लेखापेक्षाही तिच्या मुलाखतीमधून अधिक चांगल्या रीतीने घडते. परिचयवजा लेखातून त्या लेखकाला त्या व्यक्तीबद्दलचे जेवढे ज्ञान असेल, माहिती असेल, तेवढीच प्रकट होते; परंतु मुलाखतीत ती व्यक्तीच प्रत्यक्षात समोर असते. त्यामुळे तिच्याबद्दलचे कुतूहल आणि त्याचबरोबर मनातले असंख्य प्रश्न यांचे निरसन मुलाखतीद्वारे होऊ शकते. म्हणून मुलाखत हे व्यक्तीला समजून घेण्याचे चांगले माध्यम आहे, असे म्हणावे लागेल. ज्यांनी आपल्या क्षेत्रात काही कर्तृत्व दाखविले आहे, अशा व्यक्तींचीच (साहित्यिक, कलावंत, राजकीय नेते, अभिनेते, उद्योगपती, प्रगतिशील शेतकरी, शास्त्रज्ञ इत्यादींची) मुलाखत घेतली जाते, असा सर्वसामान्य समज आहे; परंतु आपल्या भोवतालची माणसे आणि त्यांचे वैशिष्ट्यपूर्ण जीवन हे देखील समजून घेण्यासारखे असते. एखादा मूर्तिकार, एखादा स्वकष्टावर उद्योग- व्यवसाय क्षेत्रात प्रगती करणारा तरुण, शिवणकाम करून फॅशन डिझायनिंग क्षेत्रात नाव कमावणारी तरुणी, विडी कारखान्यातील कामगार स्त्री अशा कितीतरी व्यक्ती समाजात कार्यरत असतात. ते देखील मुलाखतीचा विषय होऊ शकतात. त्यांच्या जीवनात, व्यक्तिमत्त्वात अशी काही ना काही आगळी-वेगळी वैशिष्ट्ये असतात की, ज्यामुळे मानवी मनाचा आणि कर्तृत्वाचा आगळा नि वेगळा प्रत्यय येतो. ही सगळीच माणसे मुलाखतीचा

विषय होऊ शकतात. पाहणीच्या किंवा सर्वेक्षणाच्या निमित्ताने एकाच विषयाच्या संदर्भात अनेक माणसांच्या मुलाखती घेतल्या जातात; पण त्यात ठरावीक साच्याचीच उत्तरे मिळतात आणि तीही मनाची कवाडे बंद करून. ही मुलाखत तशी नसते. व्यक्तिमत्त्वाचे दर्शन घडविणे हाच या मुलाखतीमागील प्रमुख उद्देश असतो.

व्यक्तीच्या आयुष्यात कोणत्याही महत्त्वपूर्ण व कुतूहलजनक प्रसंगाच्या निमित्ताने मुलाखत घेतली जाऊ शकते. समाजातील मान्यवर व्यक्तींच्या आयुष्यास ५०, ६०, ७५ वर्षे पूर्ण झाली असता अथवा व्यक्तीला काही निमित्ताने पुरस्कार, पारितोषिक किंवा किताब मिळाला असता अथवा साहित्य/नाट्य संमेलनाच्या अध्यक्षपदी निवड झाली असता किंवा एखाद्या प्रश्नावर व्यक्तीने काही वादग्रस्त भूमिका घेतली असता, नवीन निवड, पद स्वीकारले असता, परदेशगमन, सेवानिवृत्ती, निवडणूक अशा कितीतरी प्रसंगी मुलाखत घेतली जाते. जिची मुलाखत घ्यावयाची आहे, त्या व्यक्तीची आपणास स्थूलरूपाने माहिती असते; परंतु मुलाखतीमुळे त्या व्यक्तीचे विचार, तिचे कार्य, तिने मिळविलेल्या यशामागील परिश्रम, प्रतिकूल परिस्थिती व टीकेतून तिने केलेली वाटचाल, त्यातून प्रकट होणारी तिची जीवनधारणा, नव्या जागी नियुक्ती झाल्यावर तिची मते, विचार, विशिष्ट विषयांवरील प्रश्नांवरील तिची दिशा, विचारधारा स्पष्ट होते. मुलाखतकाराने समोरच्या व्यक्तीला बोलके करून ही माहिती लोकांना मिळवून द्यावयाची असते.

मुलाखत घेण्यासाठी महत्त्वाच्या गोष्टी

- त्या व्यक्तीच्या आवडत्या विषयावर बोलणे सुरू करावे. अनौपचारिक वातावरण निर्माण करून त्या व्यक्तीचा विश्वास संपादन करावा. समोरच्या व्यक्तीला जास्तीत जास्त बोलके करावे. मनोगत प्रकट करावयास लावणे ही एक कला आहे.
- मुलाखत घेणाऱ्या व्यक्तीने कमी बोलायचे असते. म्हणून विचारावयाचे प्रश्न लहान आणि नेमके असावेत.
- ज्या व्यक्तीची मुलाखत घ्यावयाची आहे, त्या व्यक्तीच्या कार्याची, मतांची, विचारांची माहिती मुलाखतकाराला अगोदर असली पाहिजे. त्याशिवाय नेमके प्रश्न विचारता येणार नाहीत. ज्या क्षेत्रात त्या व्यक्तीचे कार्य आहे ते क्षेत्र, त्यामधील विविध प्रवाह, नवप्रवृत्ती, नवीन घडामोडी याचीही माहिती असणे गरजेचे आहे. व्यक्ती शिक्षणक्षेत्रातील असल्यास शैक्षणिक क्षेत्रात होऊ लागलेले नवे बदल, तेथील साधनसामग्रीची अवस्था, तेथील गरजा, विद्यापीठीय प्रश्न, अभ्यासक्रम, विद्यार्थी व शिक्षकांचे प्रश्न, पालकांचे

प्रश्न या सर्व गोष्टींची जाण मुलाखत घेणाऱ्या व्यक्तीला असणे गरजेचे आहे.

- मुलाखतीत विचारावयाचे प्रश्न संबंधित व्यक्तीस अगोदरच देऊन ठेवले, तर त्यावर उत्तर देण्यासाठी तिला पुरेसा वेळ मिळेल. शिवाय सर्व बाजूंनी विचार करून काही संदर्भ, दाखले घेऊन तिने दिलेले उत्तर अभ्यासपूर्ण आणि वाचकांचे/श्रोत्यांचे पुरेसे निरसन व समाधान करणारे असते. त्यामुळे मुलाखतीलाही अर्थपूर्णता आणि विश्वसनीयता प्राप्त होईल.
- काही वेळेस असे घडते की, प्रतिष्ठित अथवा प्रसिद्धीच्या झोतात असणाऱ्या व्यक्तींच्या मुलाखती वादग्रस्त ठरतात. प्रकरण विकोपाला गेले, तर 'मी काही असे म्हणालोच नाही', असे उत्तर देऊन ती माणसे नामानिराळी होऊ शकतात. म्हणून मुलाखत लिहून झाल्यावर तिच्याखाली त्या व्यक्तीची सही घेणे व स्थळ, दिनांक नोंदविणे अधिक सुरक्षितपणाचे असते.

मुलाखत लेखनाची पद्धती

- मुलाखत वाचनीय व्हावी म्हणून ती लिहिताना प्रत्यक्षात घेतलेल्या टिपणांच्या मांडणीत थोडा बदल करावा लागतो (हा बदल मुलाखतीच्या उत्तराच्या मजकुरात करावयाचा नसून, त्याच्या मांडणीत/ क्रमात करावयाचा असतो) वाचकांचे तसेच श्रोत्यांचे कुतूहल जागे होऊन तो ती मुलाखत ऐकण्यास/ वाचण्यास प्रवृत्त होतो.
- मुलाखतीची भाषा ग्रांथिक, अलंकारिक किंवा अकारण भारदस्त व औपचारिक असू नये. आपल्या नेहमीच्या बोलण्यातली असावी. काही ठिकाणी पारिभाषिक शब्द वापरावे लागल्यास, तेवढा अपवाद सोडावा.
- मुलाखतीत प्रत्यक्षात प्रश्नोत्तरे होत असली, तरी त्यांना जिव्हाळ्याचे, मोकळेपणाचे वलय असते. त्याचप्रमाणे मुलाखतीला तो देणारा आणि घेणारा अशा दोघांच्याही व्यक्तिमत्त्वाचा स्पर्श लाभलेला असतो. मुलाखतीचे लेखन करतानाही हे भान राखायला पाहजे आणि शक्य तेवढ्या अनौपचारिक स्वरूपात लिहायला हवी.
- मुलाखतीत काही वेळा एकाच विषयाच्या अनुषंगाने बरीच प्रश्नोत्तरे होतात. त्याचे लेखन करताना प्रत्येक प्रश्नोत्तरे स्वतंत्रपणे न मांडता, मूळ प्रश्नाच्या उत्तरात इतर प्रश्नांची उत्तरेही समाविष्ट करून 'अशी.... विषयी' आपली भूमिका विशद केली, असे लिहिणे चांगले. एखाद्या प्रश्नाचे उत्तर मिळाले नसल्यास, या प्रश्नाचे उत्तर देण्याचे त्यांनी कौशल्याने टाळले किंवा हा प्रश्न अनुत्तरितच राहिला, असे लिहिता येईल.

० मुलाखत कोणत्या ठिकाणी घेतली, सोबत कुणी होते काय, वेळ कोणती याचाही उल्लेख केल्यास वातावरण निर्मिती होऊन प्रश्नोत्तरातली रुक्षता कमी होऊन मुलाखत वाचनीय होते.

मुलाखत लेखनाचे नमुने

नमुना मुलाखत - १

भीमराव कांबळे यांना 'गुणवंत कामगार' हा महाराष्ट्र शासनाकडून दिला जाणारा पुरस्कार मिळाला आहे. भीमराव कांबळे हे एका प्रसिद्ध कंपनीत काम करतात; तसेच सामाजिक परिवर्तनाच्या विविध चळवळींत त्यांचा सतत सहभाग असतो. स्वत: ते चांगले कवी असून त्यांची दोन पुस्तके प्रकाशित झाली आहेत. अशा या आगळ्या-वेगळ्या कामगार कार्यकर्ता कलावंताचा परिचय सर्वसामान्य जनतेला व्हावा, यासाठी त्यांची ही मुलाखत.

वेळ संध्याकाळची. सहा वाजले असतील. अशोकनगरमधील भीमराव कांबळे यांच्या घरी येण्याचा योग आला. घरात टापटीप, स्वच्छता. भीमराव कांबळे समोरच्या खुर्चीत बसून माझीच वाट पाहत होते. अंगात गुलाबी रंगाचा शर्ट व काळी पँट. तेजस्वी व प्रसन्न चेहऱ्याने त्यांनी माझे स्वागत केले. घरात त्यांचे आई, बाबा, पत्नी व मुले सगळेच होते. सगळ्यांचा त्यांनी परिचय करून दिला. चहापान झाले आणि आमच्या प्रश्नोत्तरांना सुरुवात झाली.

मी - भीमराव, आपणाला हा 'गुणवंत कामगार' पुरस्कार मिळाल्याचे समजल्यानंतर आपणास काय वाटले?

भीमराव - मला खूप आनंद झाला. कारण मी केलेल्या कार्याची ती पावती आहे. पुरस्कार मिळावा म्हणून कुणी काम करीत नाही. आपले काम आपण करीत राहावे, समाजाच्या कल्याणासाठी झटावे, मग काय असे पुरस्कार आपल्यामागे चालून येतील.

मी- आपण केलेल्या कार्याबद्दल थोडे सांगा.

भीमराव - आमच्या वसाहतीमध्ये महिलामंडळ स्थापन केले. त्यामधून दोन बचत गटांची स्थापना केली. पापड, लोणची, मसाले, विविध प्रकारच्या चटण्या अशा प्रकारचा व्यवसाय सुरू केला. दररोज हा माल तालुका आणि जिल्हाभर सगळीकडे जातो. वसाहतीमधील ५० स्त्रियांना रोजगार मिळाला. वसाहतीमध्ये एक सार्वजनिक वाचनालय उघडले आहे; तसेच

वसाहतीमध्ये प्रायमरी आणि हायस्कूल सुरू केले. त्यामुळे मुलांच्या शिक्षणाची सोय झाली. आणखीही काही छोटी-छोटी माध्यमं आहेत, त्यांकडेही लक्ष देऊन कार्य सुरू आहे.

मी- एवढे मोठे कार्य करीत असतानाच नोकरीही चांगली सांभाळली आहे. वेळेचे नियोजन कसे करता?

भीमराव - वेळेचे नियोजन तर करावेच लागते. त्याशिवाय कार्य होणार नाही. नोकरीमध्ये तत्पर व काळजीपूर्वक राहावेच लागते. रजा कारणाशिवाय काढायचीच नाही. कामावर सर्व सहकाऱ्यांबरोबर आनंदी व प्रसन्न वातावरण ठेवावे लागते. गेली २५ वर्षे अत्यंत प्रामाणिक व उत्साहाने सेवा करीत आहे, त्यामुळे कंपनीचे मॅनेजर व विश्वस्त मंडळ खूश आहेत. त्यांचा आनंद हाच आमचा आनंद आहे.

मी- नोकरी तसेच सामाजिक कार्य अशा दगदगीच्या कार्यातून कविता कशी सुचते ?

भीमराव - नोकरी आणि सामाजिक कार्य करीत असताना येणारे बरे-वाईट अनुभव, तसेच समाजातील असंख्य प्रश्नांच्या जाणिवा यांचे संस्कार मनावर नकळत होत जातात. विविध प्रकारचे अनुभव मनात रुजत जातात. अशा रुजलेल्या अनुभवांचे शब्द मनातून बाहेर पडतात; पण या शब्दांना सौंदर्याची झालर प्राप्त झालेली असते. अशा सुंदर अनुभवांची कविता होते. तीच माझे जीवनगाणे आहे. ती माझी आहे, तशी सर्वसामान्य माणसांची आहे.

मी- पुढे काय करायचा विचार आहे?

भीमराव- कविता तर थांबणार नाही; कारण ती सर्वसामान्य माणसाच्या मनाची, हृदयाची व्यथा सांगणारी आहे. पुढे जाऊन या वसाहतीसाठीच नव्हे, तर या गावातील, या देशातील लोकांच्या कल्याणासाठी मला कार्य करायचे आहे. आपले जीवनसर्वस्व या समाजाच्या कल्याणासाठी मला वेचायचे आहे. ही मनातली तळमळ मला थांबू देत नाही.

मी- आपणाला 'गुणवंत कामगार' पुरस्कार मिळाला, याबद्दल आपले मन:पूर्वक अभिनंदन; तसेच आपल्या पुढील प्रकल्प व कार्यासाठी मन:पूर्वक शुभेच्छा.

भीमराव- धन्यवाद !

मी- धन्यवाद !!

नमुना मुलाखत - २

सोलापूरचा कवी कीर्तिपाल यांची आशादायक कविता घेऊन दमदार वाटचाल सुरू झाली आहे. प्रखर सामाजिक जाणिवेने व्यक्त होणारी कवी कीर्तिपाल यांची कविता रसिकांसाठी लक्ष वेधून घेणारी ठरली आहे. आपल्या या वाटचालीविषयी कवी कीर्तिपाल मोठ्या आस्थेने व्यक्त होताना कविता का लिहितो, याविषयी त्यांची किशोर भालेराव यांनी घेतलेली मुलाखत.

प्रश्न - कीर्तिपाल, तुमचे बालपण आणि कौटुंबिक पार्श्वभूमी थोडक्यात सांगा.

उत्तर - आई-वडील सुसंस्कारित असलेल्या सुखवस्तू कुटुंबात माझं बालपण गेलं आहे. आई-वडील आणि आम्ही चार भावंडं एकत्र राहत असू. माणसांच्या गोतावळ्यात बालपण गेलं. या एकत्र कुटुंब पद्धतीमुळे एकमेकांशी स्नेह, जिव्हाळा आणि विशेषत: माझ्या आईमुळे कुटुंबासाठी एकमेकांना जपत राहण्याचा मोठा महामंत्र मिळाला.

लहानपणी खेळाची प्रचंड आवड. व्हॉलिबॉल आणि क्रिकेटचा चांगला प्लेअर होतो. विभागापर्यंत खेळण्यासाठी गेलो आहे. घरात वडील जुन्या विचारांचे, त्यामुळे आम्हा बहीण-भावंडाना खेळ खेळणे, घराबाहेर जाणे त्यांनी कधीच मान्य केले नाही. मुलांसाठी, त्यांच्या भविष्यासाठी काही गोष्टी जाणीवपूर्वक कराव्या लागतात. त्यांना प्रेरणा, प्रोत्साहन द्यावे लागते, हे त्यांच्या गावीही नव्हते. आईला खूप वाटायचं; पण निर्णय ती घेऊ शकत नव्हती. त्यामुळे खरं सांगायचं, तर घरात काहीच शिकता आले नाही.

प्रश्न - गुरुजनांची व स्नेहीजनांची कशी प्रेरणा मिळाली?

उत्तर - घरामध्ये प्रभाव पडावा असं कुणाचंही व्यक्तिमत्त्व नव्हतं; पण आईची वाचनप्रियता व लेखनप्रियता माझ्यात आली आहे. आई तिच्या लहानपणी कविता लिहीत असे; पण तिच्या मनात असूनही ही गोष्ट तिला जपता आली नाही. आनुवंशिकतेने आईचा तेवढा प्रभाव माझ्यावर आहे.

प्रश्न - लेखन आणि वाचन संस्कार याबाबत थोडं सांगा ना!

उत्तर - शालेय जीवनात खेळण्याकडे खूप ओढा होता; पण वाचनाची आवड तेव्हाही खूप होती. टी.व्ही.वर (दूरदर्शनवर) कवितेचा एक कार्यक्रम असायचा आठवड्यातून एकदा. 'किलबिल'नंतर तो कार्यक्रम फार आवडीने बघायचो. अकरावी-बारावीला मराठी विषयाचे श्री. वि.ग. कुलकर्णी अप्रतिम कविता शिकवायचे. लालित्याची मुळातच ओढ. सरांचा खूपच प्रभाव पडला आणि आणखीनच कवितेकडे ओढला

गेलो. घरी मावशी, काका, काकू यांना पत्र लिहायचो. पारंपरिक मायन्यापेक्षा दरवेळी वेगळं, छान असं लिहावं वाटायचं. मग या सगळ्याच पत्राचं कौतुक! कुलकर्णी सरांच्या मराठी शिकवण्याच्या पद्धतीने कवितेची गोडी वाढतच गेली.

प्रश्न - आपणही लिहू शकतो याची जाणीव पहिल्यांदा कधी झाली?

उत्तर - अकरावी-बारावीला असताना अंधश्रद्धा निर्मूलन समितीतर्फे आयोजित स्पर्धेत माझ्या कवितेला पहिलं बक्षीस मिळालं आणि तेव्हा जाणवलं की, आपण लिहितोय, त्यात काहीतरी दम आहे. आत्मविश्वास आला आपण चांगलं लिहितोय याचा. मग कधीतरी माझ्या लिहिण्याला आपण सतत लिहिले पाहिजे, आपण लिहू शकतो, याची जाणीव झाली; मग मी लिहू लागलो.

प्रश्न - सुरुवातीला आपण कोणत्या साहित्यप्रकारात लेखन केले आणि ते पहिल्यांदा कुठे प्रसिद्ध झाले?

उत्तर - पहिल्यांदा मी कविता लेखन केले. माझी पहिली कविता सुप्रसिद्ध वर्तमानपत्र दै. 'संचार', सोलापुरातून प्रसिद्ध झाली. तो खूप आनंदाचा क्षण होता. त्यावेळी पेपरमध्ये आपली कविता छापून येणं, पेपरमध्ये आपलं नाव येणं, ही गौरवाची गोष्ट होती. मी आनंदाने सर्वांना पेपर दाखवत होतो. तो क्षण आजही आठवला की, मन आनंदाने भरून येते.

प्रश्न - वाङ्मयीन जाणिवांचा विकास कसकसा होत गेला?

उत्तर - लहानपणापासूनच वाचनाची आवड होती. कविता लिहायला लागलो. कवितेच्या निमित्ताने अनेक कवी-लेखकांचा परिचय झाला. माझं पहिलं पुस्तक प्रकाशित झाल्यानंतर खऱ्या अर्थानं या जाणिवांचा विकास होत गेला. खऱ्या अर्थाने वाङ्मयीन जाणिवांना वळण लावण्याचं, त्यासाठी काय काय वाचलं पाहिजे, काय लिहिलं पाहिजे, त्यासाठी प्रा.डॉ. राजशेखर हिरेमठ, डॉ. निर्मलकुमार फडकुले सरांचे मार्गदर्शन, त्यांची भेट माझ्या या प्रवासाला वळण देणारी होती. कवितेच्या कार्यक्रमासाठी महाराष्ट्रभर फिरता आलं, तेव्हा अनेक समवयस्क कवी, कलावंत मंडळी, तसेच ज्येष्ठ कवी यांच्या गाठीभेटींतून, कविता ऐकण्यातून वाङ्मयीन जाणिवांचा विकास झाला. सुरेश शिंदे, फ.मु. शिंदे, दत्ता हलसगीकर, लक्ष्मीनारायण बोल्ली, त्याचबरोबर नारायण सुर्वे, ग्रेस यांची कविता, कुसुमाग्रजांची कविता, विं.दा. करंदीकर अशा मोठ्या साहित्यिकांच्या पुस्तकांच्या

वाचनाने माझ्या वाङ्‌मयीन जाणिवा विकसित झाल्या आहेत. 'सकाळ', 'लोकमत', 'पुढारी' ही वर्तमानपत्रे व 'अस्मितादर्श', 'अक्षरवैदर्भी' या नियतकालिकांचा मोठा वाटा आहे.

प्रश्न - लेखनामागील भूमिका थोडक्यात सांगा.

उत्तर - कोणतीही विशिष्ट प्रकारची भूमिका घेऊन लेखन केले नाही. ज्यावेळी जो भाव मनाच्या तळावर आपसूक दाटून आला, त्यावेळी तो कवितेत उतरला. कुणीतरी म्हटलेलं एक वाक्य आहे, प्रत्येक क्षण कुठेतरी भिजत पडलेला असतो. तो रुजून येण्याची त्याची एक वेळ असते.' असे मनाच्या भूमीवर रुजून पडलेले उत्कट अनिवार क्षण जेव्हा शब्दांचे रूप घेऊन येतात, तेव्हा त्या क्षणांची तीव्रता, त्याविषयीची संवेदनशीलताच लेखनाचं प्रयोजन असते.

प्रश्न - तुमच्या लेखनकामगिरीबद्दल तुमच्या कुटुंबीयांच्या काय प्रतिक्रिया आहेत?

उत्तर - घरात लेखन करणारा, पेपरमध्ये नाव येणारा, कार्यक्रमाच्या निमित्ताने फिरणारा मीच! त्यामुळे घरात कौतुक सगळ्यांनाच आहे; पण ते आता मी एका विशिष्ट उंचीवर आल्याने; पण संघर्षाच्या सुरुवातीच्या काळात प्रोत्साहन देण्याइतक्या कुणाच्याच जाणिवा विकसित नव्हत्या; परंतु घरातून विरोधही नाही झाला. आज मात्र घरात, पाहुण्यांत, मित्रमंडळींत सर्वत्र कौतुक होतं; छान वाटतं.

प्रश्न - पहिली साहित्यकृती पुस्तकरूपाने आली, तेव्हा काय वाटले?

उत्तर - 'उन्ह पाऊस' हा माझा पहिला कवितासंग्रह २००१ मध्ये प्रकाशित झाला. हा कवितासंग्रह मी ज्या परिस्थितीत काढला, ती वेळ माझ्या आयुष्यातील एक संघर्षशील आणि सर्जनशील असं पर्व होतं. साहित्यिक जाणिवांपेक्षा इतर सामाजिक जाणिवांना समोर ठेवून मी ते पुस्तक प्रकाशित केलं होतं. त्यामुळे सामाजिक जाणिवांचा संघर्ष अधिक बळकट होत गेला.

प्रश्न - तुम्ही 'कविता' हाच फॉर्म का निवडला?

उत्तर - कवितेचं विलक्षण वेड लहानपणापासूनच होतं. थोड्या शब्दांत कविता असणं, कवितेची आशयघनता नेहमीच आवडत आली आहे. प्रतिमा, रूपकं यांद्वारे कवितेची अभिव्यक्ती आवडते. एका छोट्याशा कवितेतही खूप मोठा विषय असतो. कवितेचं सादरीकरण हा प्रकार इतर लेखन प्रकारांपेक्षा वेगळा असल्यानं 'कविता' निवडली. निवडली असं म्हणता येणार नाही, ती आपोआप येत जाते. कवितेत मी चांगला व्यक्त होऊ

शकतो. स्वाभाविकताच 'कविता' माझ्याकडे आहे, त्यामुळे फक्त कविताच फॉर्म योग्य ठरला.

प्रश्न - आजच्या साहित्य जगताबद्दल तुम्हाला काय वाटते ?

उत्तर - माझा अनुभव वेगळा आहे. या साहित्यजगतामध्ये एकमेकांबद्दल प्रचंड द्वेष आहे. घाणेरड्या राजकारणानं बरबटलेले हे जग आहे. इथे टोळ्या आणि गट आहेत. ते स्वत:च्याच डबक्यात वावरत असतात. ते डबकं म्हणजे त्यांचं जग असतं. कवितेतून व्यक्त होणारे हे लोक प्रत्यक्षात वेगळाच मुखवटा धारण करून आहेत. प्रचंड अहंकार जपणारी ही माणसं आहेत. मनाचा मोठेपणा, सोज्ज्वळता, संवेदनशीलता नसलेल्या बुटक्या मनाच्या लोकांचा हा प्रदेश आहे. केवळ लिखाणासाठी लिखाण करतात असं वाटतं. त्यांचं लिखाण आणि जगणं यात जमीन-अस्मानचा फरक आहे. राजकारणातही नसेल इतकं राजकारण या साहित्यजगतात आहे. अगदी बोटांवर मोजण्याइतके लोक सोडले, तर सगळा सावळा गोंधळ आहे असं वाटतं.

प्रश्न - वाचकांना आवडलेले तुमचे पुस्तक कोणते, असे तुम्हाला वाटते?

उत्तर - 'श्रावणगंध' हा कवितासंग्रह श्रोत्यांना, रसिकांना खूप आवडला. माझ्या बऱ्याच कविता लोकांना आवडल्या आहेत. वेळोवेळी मी त्यांचं कौतुक अनुभवलं आहे.

प्रश्न - आतापर्यंतच्या वाटचालीत काय गवसले ?

उत्तर - आतापर्यंतच्या वाटचालीत, वाटचालच माझी १०-१५ वर्षांची आहे. काही चांगले मित्र-मैत्रिणी, चांगले विचार हे सगळं तर गवसलेच आहे; पण मला वाटतं, मला माझी स्वत:ची वेगळी ओळख या वाटचालीत झाली आहे. जगण्याचा, व्यक्त होण्याचा... विचार करण्याचा एक नवा आत्मविश्वास या वाटचालीत गवसला आहे. स्वत:च्या ओळखीबरोबरच जगण्यातले नवनवे आव्हान गवसले आहे. त्या आव्हानांना पेलण्याचं, समर्थपणे तोंड देण्याचं सामर्थ्य, कणखरपणा गवसला आहे. जगण्याची प्रचंड ऊर्जा, ऊर्मी या वाटचालीत गवसली आहे. आयुष्याचा सूर या वाटचालीत ओळखता आला, हे माझ्यासाठी फार मोलाचे आहे.

स्मरणिका संपादन / स्वाध्याय

१) सोलापुरात संपन्न होणाऱ्या अखिल भारतीय मराठी साहित्य संमेलनानिमित्त स्मरणिका संपादनाचा मजकूर तयार करा.

२) प्रकाश शिक्षण संस्था या संस्थेच्या रौप्यमहोत्सवी वर्षानिमित्त स्मरणिका संपादनाचा मसुदा तयार करा.

३) एका सुप्रसिद्ध समाजसुधारकाच्या ६० व्या वाढदिवसानिमित्त होणाऱ्या कार्यक्रमामध्ये प्रसिद्ध होणाऱ्या स्मरणिकेचा आराखडा तयार करा.

मुलाखत लेखन - स्वाध्याय

१) सिनेक्षेत्रात ऑस्कर अॅवॉर्ड मिळवणाऱ्या कलावंताची मुलाखत घेऊन तिचे शब्दांकन तयार करा.

२) विज्ञान विषयाच्या एका प्राध्यापकाने केलेल्या संशोधनाच्या संदर्भात इंग्लंडमधील केंब्रीज विद्यापीठात त्यांना मानद प्राध्यापक म्हणून आमंत्रित केले आहे. महाविद्यालयातील विद्यार्थ्यांसमोर त्यांची प्रकट मुलाखत घेताना कोणकोणते प्रश्न विचारावेत, याचा आराखडा तयार करा.

३) स्टाईल मोटार्स कंपनीत काम करणाऱ्या एका कामगारास महाराष्ट्र शासनाचा 'गुणवंत कामगार' हा पुरस्कार मिळाला आहे. त्याची वर्तमानपत्रासाठी मुलाखत तयार करा.

■

५

प्रसारमाध्यमांसाठी वृत्तलेखन

आजच्या आपल्या जगात वृत्तपत्रे, आकाशवाणी, दूरदर्शन ही प्रभावी प्रसारमाध्यमं असली, तरी त्यासोबतच आज फोन, फॅक्स, इंटरनेट, मोबाईल, ई-मेल, वेबसाईट यांचाही वापर लोकमानसांकडून तितकाच होतो. ही माध्यमेसुद्धा आज लोकप्रिय बनली आहेत. जगाच्या कानाकोपऱ्यांतून येणारे संदेश, विविध घडामोडींचे वृत्त वरील माध्यमांद्वारेही लगेच समजते. त्यामुळे लोकसमूह या प्रसारमाध्यमांचा वापर मोठ्या संख्येने करताना दिसून येतात. आजची वृत्तपत्रे तितक्याच आवडीने आणि आतुरतेने लोकसमूहाकडून, जनमानसाकडून वाचली जातात. त्यांची लोकप्रियता आजही टिकून आहे.

वृत्तपत्रे, आकाशवाणी आणि दूरदर्शन ही प्रमुख प्रसारमाध्यमे म्हणून ओळखली जातात. ही प्रसारमाध्यमे जनतेला माहिती आणि ज्ञान पुरविण्याचे, लोकशिक्षण व लोकमत घडवण्याचे काम, त्याचबरोबर घडणाऱ्या घटना, घडामोडींचा अन्वयार्थ लावण्याचे काम करीत असतात. या प्रभावी होत असलेल्या प्रसारमाध्यमांमुळेच जग जवळ आल्याची जाणीव आपल्याला झाली आहे.

दररोज प्रकाशित होते, ते दैनिक. आठवड्यातून एकदा प्रकाशित होते, ते साप्ताहिक. पंधरा दिवसांतून एकदा प्रकाशित होते, ते पाक्षिक आणि महिन्यातून एकदा प्रकाशित होते ते मासिक होय. तीन महिन्यांतून एकदा, सहा महिन्यांतून एकदा प्रकाशित होतात त्यांना नियतकालिके असे म्हटले जाते. वर्षातून एकदाच प्रकाशित होणारे वार्षिकांक होत. या सर्वांच्या उद्देशात आणि स्वरूपात फरक आहे. राजकारण, समाजकारण, अर्थकारण, व्यापार, उद्योग या आणि यांसारख्या जीवनाच्या अनेकविध क्षेत्रांतील दररोजच्या घडामोडी, हालचाली, वर्तमानपत्रे आपल्यापर्यंत पोहोचवितात. नियतकालिकांच्या प्रकाशनाला वर्तमानपत्रांपेक्षा अधिक अवधी मिळतो. त्यामुळे एखाद्या विषयावर, घटनेवर चिंतन करून संदर्भाचा शोध घेऊन लेखन

करण्यासाठी तेथे अधिक सवड मिळते. एवढी सवड वर्तमानपत्रकाराला नसते. त्याला वेळेशी स्पर्धा करावी लागते.

२० वर्षांपूर्वी प्रिंटिंगच्या क्षेत्रात माहिती संकलन आणि संप्रेषणमध्ये टेलिफोन लाईनवर आधारित प्रसिद्धी माध्यमांची महत्त्वपूर्ण भूमिका होती; परंतु कॉम्प्युटरच्या आगमनामुळे माहिती, सूचना, संप्रेषण प्रक्रियेमध्ये क्रांतिकारी परिवर्तन घडून आले आहे. माहिती, बातम्या, सूचनांचे संप्रेषण तीव्र होत गेले. माहिती, चर्चा, बातम्यांच्या बरोबरच मुद्रण आणि इलेक्ट्रॉन मीडियावरही, त्यांच्या कार्यक्षमतेवर खूप परिणाम झालेला आहे. आज मुद्रण क्षेत्रातील विकास पाहता आणि विविध चॅनेल्स, रेडिओवरील बातम्यांचा विकास पाहता पत्रकारितेच्या क्षेत्रात मोठे परिवर्तन झाल्याचे दिसून येते. प्रिंट मीडियामध्ये माहिती, संचारासाठीही अलीकडील विविध साधनांचा वापर खूप प्रमाणात होतो. त्याचा मोठा प्रभाव संपादकीय विभागावरही पडला आहे. बातम्या संकलनासाठी संवाददाता जिथे तुटपुंज्या सोयीवर समाधान मानत होते, तिथे आता मोबाईल, फोन, लॅपटॉप, सॅटेलाईट इत्यादी माध्यमांद्वारे आज संवादकर्ता कुठल्याही माध्यमाद्वारे थेट संपादकीय विभागाशी संपर्क करू शकतो; तसेच तेथील वार्ताहर या नव्या साधनांचा वापर करून संबंधित सूचना किंवा आकडे इत्यादी घटनास्थळावरून थेट संपादककक्षापर्यंत पोहचवू शकतात. या माध्यमाद्वारेच दूरदेशीच्या बातम्या एका क्षणात डोळ्यांची पापणी लवते न लवते, तोच जगाच्या एका कोपऱ्यातून दुसऱ्या कोपऱ्यापर्यंत पोहचू शकतात. आता प्रसिद्धी माध्यमांच्या कार्यालयात थेट संगणकावरच संपादनाचे काम चालते; तसेच बातम्यांचे प्रूफरिडिंगही थेट संगणकावरच चाललेले आहे. आजकाल प्रसिद्धी माध्यमांत बातम्यांसाठी कार्यालयाच्या विविध भागांत संदेशाच्या आदान-प्रदानासाठी मोबाईल, फोन, फॅक्सचा वापर होतो. वर्तमानपत्राच्या बातमीमधून आज फोटोग्राफीचे महत्त्व वाढले आहे. त्यामुळेच वेगवेगळ्या वर्तमानपत्रातून सुंदर सुंदर फोटोग्राफी छापली जाते. काही घटना, प्रसंग, कार्यक्रम, सण, महत्त्वपूर्ण उद्देश अशा कार्यक्रमांचे फोटो छापले जातात. दररोज अशा फोटोंची मागणी वर्तमानपत्राकडे वाढत आहे. नवनवीन साधनांचा वापर करून फोटोग्राफी फुलविली जाते आहे. डिजिटल कॅमेरे, फ्लॉपी, सी.डी. इत्यादींचा वापर करून या क्षेत्रात खूपच प्रभावशाली आणि कार्यक्षम असे परिवर्तन घडून आले आहे. प्रसिद्धी माध्यमामध्ये मुद्रणक्षेत्रही झळाळून गेले आहे. तेथील व्यवस्थाही खूपच प्रभावशाली बनली आहे. तिथेही कॅसेट मोर्डम इंटरनेट यांबरोबरच आयएसडीएन मार्ग असतात; ज्यांची मदत घेऊन वर्तमान क्षेत्राची प्रगती अधिक चांगल्याप्रकारे होत आहे. आधुनिक युगात मुद्रण माध्यम आणि इलेक्ट्रॉनिक माध्यम यांचा विकास दिवसेंदिवस चांगल्याप्रकारे होताना दिसून येतो.

जनमाध्यम
(जनसंचार माध्यम)

- मुद्रण माध्यम
  - बातमीपत्र, पत्रिका, मासिके, नियतकालिके, पुस्तके, पॅम्प्लेट, पोस्टर
- इलेक्ट्रॉनिक माध्यम
  - फक्त श्राव्य माध्यम
    - रेडिओ, ऑडिओ कॅसेट
  - श्राव्य आणि दृश्य माध्यम
    - फिल्म टेलिव्हिजन, व्हिडिओ कॅसेट
- नवइलेक्ट्रॉनिक माध्यम
  - उपग्रह आणि कॉम्प्युटर प्रणाली (इंटरनेट इत्यादी)

आजच्या प्रभावी प्रसारमाध्यमांमुळे जगातील कानाकोपऱ्यांत घडणाऱ्या घडामोडी काही वेळातच आपणाला माहीत होतात. त्याबद्दलच्या बातम्या अनेक प्रकारच्या प्रसारमाध्यमांद्वारे प्रसारित केल्या जातात. त्यापैकी वृत्तपत्र, आकाशवाणी व दूरदर्शन यांवरील वृत्तलेखनाचा आपण विचार करूया. ही प्रसारमाध्यमे आज अत्यंत गतिमान बनली आहेत. म्हणून त्यासाठी बातमी लेखन करणे हे अत्यंत जबाबदारीचे आणि कौशल्याचे काम आहे. कुठल्या प्रसारमाध्यमासाठी आपण बातमी लिहीत आहोत, याचे भान ठेवूनच बातमी लेखन करावे लागते. कारण प्रत्येक माध्यमाची वैशिष्ट्येही निरनिराळी आहेत.

बातमी म्हणजे काय ?

दररोज भोवताली घडणाऱ्या सर्वच घटना काही बातमी म्हणून वर्तमानपत्रात देण्याच्या योग्यतेच्या नसतात; परंतु कै. मा. कृ. शिंदे म्हणतात, 'एखादी घटना लोकांना कळावी म्हणून तिची वर्तमानपत्रात प्रसिद्ध करण्याजोगी माहिती म्हणजे

बातमी होय.' म्हणजेच दैनंदिन घडणाऱ्या घटना, घडामोडींतील एखादी वेगळेपणा असणारी घटना बातमी होऊ शकते. जॉन बोगार्टच्या मते, 'कुत्रा माणसाला चावला ही बातमी होऊ शकत नाही; पण माणूस कुत्र्याला चावला तर ही घटना बातमी होऊ शकते.' म्हणजे बातमी होण्यासाठी त्या घटनेत काहीतरी वेगळेपण असावे लागते. जगात घडणाऱ्या नवनवीन घटना बातमी बनू शकतात. News शब्दातील N (North), E (East), W (West), S (South) या चार अक्षरांतून चारही दिशांची चोहोकडून म्हणजे जगाच्या सर्व भागातून आलेली बातमी हा अर्थ सूचित होतो. सामाजिक, धार्मिक, शैक्षणिक, आर्थिक, राजकीय, सांस्कृतिक, क्रीडा, औद्योगिक, व्यापारउदीम, गुन्हेगारी अशा विविध क्षेत्रांतल्या बातम्या वर्तमानपत्र, आकाशवाणी व दूरदर्शनवरून द्याव्या लागतात. त्यासाठी बातम्या मिळवाव्या लागतात. बातम्या सहजासहजी मिळत नाहीत. त्या डोळसपणे आणि चौकस बुद्धीने मिळवाव्या लागतात.

बातमीची व्याख्या

ढोबळमानाने बातमीची व्याख्या पुढीलप्रमाणे सांगता येईल. १) मानवी समाजात बदल घडवून आणणारी किंवा बदल घडवून आणण्याची क्षमता असलेली घटना म्हणजे बातमी होय. २) बातमी म्हणजे घडलेल्या वा पुढील काळात घडणाऱ्या घटनांसंबंधी दिलेला इशारा होय. ३) एखाद्या घटनेचा अचूक व समायोचित तपशील म्हणजे बातमी होय.

वृत्तपत्रासाठी बातमी लेखन

वृत्तपत्र हे एक महत्त्वाचे प्रसारमाध्यम आहे. आज अनेक प्रकारची इलेक्ट्रॉनिक माध्यमे निर्माण झाली असली, तरी वृत्तपत्राचे महत्त्व कमी झालेले नाही. वृत्तपत्र हे आपले स्वतंत्र अस्तित्व व महत्त्व टिकवून आहे. खेडेगावापासून ते अंतराळापर्यंत घडणाऱ्या घटनांविषयी कुतूहल आणि ते जाणून घेण्याची माणसाच्या मनाची भूक वाढत चालली आहे. त्यामुळे इतर प्रसारमाध्यमांप्रमाणेच वृत्तपत्रालाही जबाबदारीनेच पाऊल टाकावे लागेल. वृत्तपत्र म्हणजे समाजाचा आरसा असतो. समाजातील घडणाऱ्या घडामोडी, घटनांची माहिती वृत्तपत्रातून समाजातील सर्व स्तरांतील लोकांपर्यंत पोहोचते. बातमीचा वाचकवर्ग म्हणजे सारा समाज-शिक्षित-अशिक्षित, आर्थिक प्राप्तीच्या दृष्टीने वेगवेगळ्या स्तरातील, राजकीय, धर्मविषयी जाणीव असलेले, नसलेले, सगळ्या स्तरातील लोक वृत्तपत्र वाचत असतात. एखादी बातमी कुणा वाचकाच्या मनावर परिणाम करीलही; परंतु तीच बातमी दुसऱ्या

एखाद्याला क्षुल्लक वाटेल किंवा नोकरी-व्यवसाय करणाऱ्या एखाद्या स्त्रीला जी बातमी महत्त्वाची वाटेल, ती बातमी चार मुलांच्या रगाड्यात संसार करणाऱ्या स्त्रीला तितकी महत्त्वाची वाटणार नाही. म्हणून बातमी लिहिताना समाजाच्या, पर्यायाने वाचकांच्या अभिरुचीचा विचार करणे गरजेचे असते.

बातमी लिहिताना महत्त्वाच्या बाबी लक्षात घ्या.

१) बातमी अचूक, परिपूर्ण आणि साधार असावी. बातमी वाचल्यानंतर वाचकांच्या मनात कसलीही शंका राहू नये. बातमीला आधार दिला, तर वाचकांचा बातमीच्या सत्यतेवरील विश्‍वास वाढतो. प्रत्येक बातमीच्या अंतरंगात त्या घटनेची पार्श्‍वभूमी आणि तपशील दिला, तर बातमी परिपूर्ण रीतीने समजते.

२) बातमीत सर्वात अगोदर महत्त्वाची गोष्ट (उदा. घटना, सरकारी निर्णय, धक्का देणारी घडामोड) सांगावयाची असते. तिचा तपशील किंवा स्पष्टीकरण मजकूर हा नंतर द्यावयाचा असतो. बातमीच्या मांडणीचा क्रम लक्षात घेणे आवश्यक आहे. प्रथम मथळा (Head line), नंतर त्यापेक्षा कमी महत्त्वाची घटना, त्यानंतर तपशीलवार माहिती अशी बातमी लेखनाची पद्धती व क्रम आता सर्वमान्य झाला आहे. जागेअभावी बातमी लहान करण्याची वेळ आली तर ती शेवटून तोडता येते आणि बातमी वाचून शीर्षक म्हणजेच मथळा देता येतो; परंतु सर्वच बातम्या या पद्धतीने लिहिता येणार नाहीत.

३) आकर्षक 'मथळा' बातमीला देणे आवश्यक असते. बातमीची यशस्विता ही मथळ्यावर अवलंबून असते. अगदी थोडक्या शब्दांत बातमीचा अंश मथळ्यात यावा. मथळा सोप्या भाषेत लिहावा. उदा.- जपानमध्ये ज्वालामुखीचा उद्रेक, शेकडो लोक ठार, हजारो जखमी

तपशील - जपान, दि. ९ - हिरोशिमामध्ये गेल्या काही दिवसांपासून भूकंपाचे कमी-अधिक धक्के सतत जाणवत होते; परंतु काल रात्री व आज सकाळी भीषण स्वरूपाच्या ज्वालामुखीचा उद्रेक हिमोत्सु बेटावर सुरू झाला आहे. या ज्वालामुखीतून बाहेर पडलेल्या लाव्हारसात पडून व पोळून शेकडो लोक मृत्युमुखी पडल्याची भीती व्यक्त करण्यात येत आहे. त्या मृत्यू पावलेल्यांमध्ये काही पर्यटकही असल्याचे वृत्त आहे. या ज्वालामुखीच्या उद्रेकाने हजारो नागरिक जखमी झाल्याचे विश्‍वासू गोटातून सांगण्यात येत आहे.

४) बातमीत स्थल, काल आणि व्यक्ती यांचा उल्लेख असावा. एखादी प्रसिद्ध व्यक्ती अथवा नेता यांचा संदर्भ असल्यास त्यांच्या नावाला बातमीत योग्य स्थान द्यावे.

उदा. - देशाला बलदंड करण्यासाठी एकीची गरज– सोनिया गांधी यांचे आवाहन

तपशील - बंगलोर, १० तंत्रज्ञान विज्ञान, शैक्षणिक, सामाजिक, आर्थिक सुबत्तेसोबतच देशाला बलदंड करण्यासाठी एकीची गरज आहे. भारत देश उद्याच्या जगापुढे एक आव्हान ठरेल; पण त्यासाठी देशातील प्रत्येक क्षेत्राचा विकास झाला पाहिजे. प्रत्येक गाव, प्रत्येक शहर, विज्ञानतंत्रज्ञानाने सुधारले पाहिजे, असे आवाहन राष्ट्रीय पुरोगामी आघाडीच्या अध्यक्षा श्रीमती सोनिया गांधी यांनी केले. भारतीय राष्ट्रीय काँग्रेस आणि इतर घटक पक्षांच्या अधिवेशनप्रसंगी हजारो मान्यवर नेतेगणांपुढे त्या बोलत होत्या.

५) निवेदनाची मांडणी : बातमीचा मथळा दिल्यानंतर मथळ्याचे स्थूल स्पष्टीकरण एक-दोन ओळींत द्यावे किंवा वक्त्याने केलेले संपूर्ण विधान कदाचित ते तीन-चार ओळींतही असेल तरी द्यावे. त्यानंतर वक्ता कोठे, कोणत्या सभेत, कोणत्या श्रोत्यांपुढे, कोणत्या निमित्ताने बोलत होता याची माहिती द्यावी. अध्यक्ष कोण होते, शिवाय कोणत्या प्रमुख व्यक्ती त्या प्रसंगी होत्या (व्यक्ती महत्त्वाची असल्यास) त्यांचाही उल्लेख करावा. त्यानंतर मंत्रिमहोदय, प्रमुख पाहुणे पुढे असे म्हणाले, अशी शब्दसंहिता वापरून नवीन परिच्छेदास सुरुवात करावी आणि त्यात भाषणाचा सारांश द्यावा. वक्त्याच्या संपूर्ण नावाचा उल्लेख प्रारंभी एकदा आल्यानंतर पुढे केवळ आडनाव अथवा ज्या लोकप्रिय नावाने वक्ता परिचित असेल, त्या नावाचा उल्लेख करीत जावा. म्हणजे ठरीव शब्दांची पुनरुक्ती टळेल.

उदा. नव्या वीज निर्मिती प्रकल्पामुळे हजारो गावं प्रकाशात

सोलापूर, दि. २२- नव्या वीज निर्मिती प्रकल्पामुळे महाराष्ट्रातील हजारो गावांना प्रकाश मिळणार आहे. विजेच्या भारनियमनाचा मोठा प्रश्न सुटणार आहे. अनेक नव्या उद्योगधंद्याना चालना, तर शेतकऱ्यांना शेतीसाठी मुबलक वीजपुरवठा होणार. त्यासाठीच ५००० मेगावॅट वीज निर्माण करणाऱ्या सक्षम वीजकेंद्राची निर्मिती झाली आहे, असे प्रतिपादन कार्यक्रमाचे प्रमुख पाहुणे मा. सुशीलकुमार शिंदे, केंद्रीय ऊर्जामंत्री यांनी चिंचोली, ता. दक्षिण सोलापूर, जि. सोलापूर येथे नव्या वीज निर्मिती प्रकल्पाचे उद्‌घाटन प्रसंगी केले. या कार्यक्रमाच्या अध्यक्षस्थानी महाराष्ट्राचे मुख्यमंत्री मा. विलासराव देशमुख हे होते; तसेच या कार्यक्रमास महाराष्ट्र राज्याचे ऊर्जामंत्री मा. व्वळसे-पाटील, महसूलमंत्री मा. नारायण राणे, अर्थमंत्री मा. अशोक चव्हाण, गृहमंत्री मा. छगन भुजबळ, गृहराज्यमंत्री मा. सिद्धाराम म्हेत्रे व इतर अनेक

मान्यवर उपस्थित होते.
मंत्रिमहोदय श्री. शिंदे पुढे म्हणाले की,...

६) बातमी वस्तुनिष्ठपणे लिहावी. घटनेचे वृत्त जसे घडले तसे बातमीत द्यावे. त्यात आपल्या पदरचे काही अथवा आपली मते घुसडू नयेत. काही वेळा बातम्यांचा अन्वयार्थ देणे योग्य ठरते; पण म्हणून प्रत्येक बातमी अन्वयार्थ घालूनच दिली पाहिजे असे मात्र होऊ नये. कोर्टातल्या खटल्याची किंवा एखाद्या खळबळजनक प्रसंगाची अशा प्रकारच्या बातम्यांचा समाजमनावर परिणाम होत असतो, हे लक्षात घेऊन त्या संदर्भापुरता अन्वयार्थ लावावा.

७) बातमीतील संबंधित घटनेचा तपशील पूर्ण व काटेकोरपणे दिला जावा. बातमी वाचताना संपूर्ण घटना/प्रसंग वाचकांपुढे समक्ष उभा रहावा. काय, केव्हा, कसे, कुठे, कोणी आणि का या सहा 'क'कारांची उत्तरे वाचकाला मिळाली पाहिजेत, अशा पद्धतीने बातमी लेखन करावे.

८) साध्या सोप्या भाषेत बातमी तयार करणे महत्त्वाचे आहे. अगदी सामान्यातील सामान्य वाचकालाही बातमी समजेल अशा सोप्या भाषेत बातमीचे लेखन करावे. संस्कृतप्रचुर, भारदस्त शब्द, अलंकारिकता टाळावी. बातमीमधील वाक्य लहान आणि सोपे शब्द असावेत. बातमी क्लिष्ट आणि दुर्बोध नसावी. सर्वसामान्य रसिक वाचकांना बातमी सहज समजावी, इतकी ती सोपी असावी. छोटी छोटी वाक्यरचना, योग्य परिच्छेद लहान असावेत. भाषा जोरकस असावी; पण क्लिष्ट नसावी. नकारात्मक बातमी लिहू नये.

९) वर्तमानपत्रातील बातमी म्हणजे कथा अथवा कादंबरी नव्हे. ती हकिकत आहे याचे सतत भान ठेवावे. ललितपूर्ण आणि अलंकारिक भाषा टाळावी. बातमीमध्ये तपशील द्यावा; पण केवळ पाल्हाळ लावू नये.

१०) नेमक्या सुबोध आणि अर्थपूर्ण शब्दांचा वापर बातमीत आवश्यक असतो. अकारण पाल्हाळ आणि शब्दबंबाळपणा असू नये.

११) बातमीमध्ये लेखनविषय नियम पाळावेत. त्याचप्रमाणे वाक्यातील शब्दांच्या जागा योग्य आहेत ना? याची नोंद घ्यावी. वाक्यातील शब्दांच्या स्थानाकडे दुर्लक्ष केल्यास बातमी नीट लिहिली जात नाही.

१२) बातमी लेखन करताना बातमीचा मसुदा (प्रत) स्वच्छ व सुवाच्य अक्षरांत लिहावा. त्यात खाडाखोड नसावी. उपसंपादक आपली ही बातमी वाचून त्यात काही दुरुस्ती करणार आहे; कंपोझिंगसाठी म्हणजेच जुळणीसाठी किंवा संगणकावर डी.टी.पी.साठी त्या बातमीवर काही सूचना करणार आहे, याची जाणीव ठेवून प्रत्येक कॉपीच्या वरच्या बाजूस भरपूर मोकळी

जागा आणि दोन ओळींमध्ये पुरेसे अंतर ठेवावे. तसेच समास भरपूर सोडावा. बातमी दोन-तीन पानांची असेल, तर प्रत्येक पानावर पृष्ठ क्रमांक लिहावा; तसेच बातमीचा आशय स्पष्ट करणारा सूचक शब्द लिहावा. कंपोझिंगसाठी किंवा डी.टी.पी.साठी अनेक प्रकारच्या बातम्या जातात. तेथे या कॉपीची पाने गेल्यानंतर ती सुटी झाल्यास इतर बातम्यांच्या कॉपीमध्ये सरमिसळ होऊ नये, यासाठी असा सूचक शब्द लिहिण्याची काळजी घ्यावी. त्यानंतर बातमी पूर्ण झाल्यानंतर संपल्याची खूणही करावी.

१३) चौकटीतील बातमी - जी बातमी इतर बातम्यांहून वेगळी असते, तिचा वैशिष्ट्यपूर्व, हृदयस्पर्शी विनोदी आशय असतो. अशा बातमीला शाब्दिक मथळा देता येईलच असे नाही. मानवी मन, प्रवृत्ती या दृष्टीने ती बातमी महत्त्वाची असते. म्हणून तिला Human Interest Story असे म्हणतात. अशी बातमी चौकटीत देण्याची पद्धती आहे. बातमीच्या लेखनाइतकेच वृत्तपत्रातील तिच्या मांडणीला आणि मुद्राक्षर रचनेलाही महत्त्व आहे. मुद्रणाचे तंत्र आता इतके विकसित झाले आहे की, त्याची मदत घेऊन बातमीची वाचनीयता आणि परिणामकारकता वाढविता येते.

चांगली बातमी लिहिण्यासाठी महत्त्वाचे

- बातमी अचूक, परिपूर्ण आणि साधार असावी.
- बातमीत सर्वात महत्त्वाची गोष्ट अगोदर सांगावी आणि नंतर मथळा, त्यानंतर तिचा तपशील द्यावा. त्यानंतर कमी महत्त्वाची घटना, मथळ्याचे स्पष्टीकरण असा बातमीचा क्रम असावा.
- सोप्या आणि थोड्या शब्दांत मथळा परिणामकारक लिहावा.
- कुठे, कोणी, केव्हा, कसे, का, कोणाला या सहा ‘क’ कारांची उत्तरे बातमीत मिळायला हवी.
- बातमी वस्तुनिष्ठपणे लिहावी. बातमीने केवळ माहिती पुरविण्याचे काम करावे.
- बातमी क्लिष्ट व दुर्बोध असू नये. ती सोप्या भाषेत व लहान लहान वाक्यांनी सर्वपरिचित शब्दांत असावी.
- बातमीत कोणाची बदनामी, निंदा करण्याचा हेतू असू नये.
- बातमी कायद्याचा भंग करणारी नसावी.
- बातमीत अश्लीलता, ओंगळपणा असू नये.
- बातमीत छोटी वाक्ये व परिच्छेद लहान असावेत.

- जगावेगळी बातमी असेल तर ती चौकटीत द्यावी.

आकाशवाणीसाठी बातमी लेखन

वर्तमानपत्रातील बातम्या आणि आकाशवाणीवरील बातम्या यांमध्ये फरक आहे; कारण वृत्तपत्र हे दृश्य आणि वाचनीय माध्यम आहे. आकाशवाणी हे श्राव्य माध्यम आहे. त्यामुळे दोहोंतून प्रसारित होणाऱ्या बातम्यांचे स्वरूप वेगवेगळे असते. आकाशवाणीवर दिवसातून अनेक वेळा बातम्या दिल्या जातात. त्यामुळे आकाशवाणीवरील बातम्या या वर्तमानपत्रातील बातम्यांपेक्षा अधिक ताज्या असतात. आकाशवाणीवरील बातम्यांकडे श्रोत्यांचे पूर्णपणे अवधान राहीलच असे नाही. म्हणून महत्त्वाच्या बातम्यांची स्थूल स्वरूपात शीर्षके अगोदर द्यावी लागतात आणि नंतर प्रत्येक बातमीच्या शीर्षकाचा पुनरुच्चार करून तपशील द्यावा लागतो. बातमी ऐकणारा श्रोतृवर्ग हा संमिश्र असल्यामुळे येथेही बातमीची भाषा अत्यंत सोपी असावी लागते. सोप्या शब्दांतील सरळसोट निवेदन, अशी आकाशवाणीवरील बातमीच्या लेखनासाठी पद्धती ठेवावी लागते. आकाशवाणीवरील बातमी प्रसारणास वेळेचे अत्यंत काटेकोर बंधन असल्यामुळे या बातम्या थोड्या शब्दांत अधिक अर्थ व्यक्त करणाऱ्या अशा ठेवाव्या लागतात. आकाशवाणी हे शासननियंत्रित माध्यम असल्याने बातम्यांची निवड आणि त्यांची निवेदने यावर बंधने येतात. या बंधनामुळेही आकाशवाणीवरील बातम्यांची शैली साचेबद्ध राहते.

आकाशवाणी हे श्राव्य माध्यम आहे. म्हणून त्यासाठी बातमी लेखनाचे स्वरूपही वेगळे आहे. त्यासाठी खालील गोष्टी लक्षात ठेवाव्यात.

- बातम्यांची शीर्षके स्थूल स्वरूपात आधी सांगावीत आणि नंतर प्रत्येक बातमीच्या शीर्षकाचा पुनरुच्चार करून त्या संदर्भातील तपशील द्यावा.
- बातमी ऐकणारा श्रोता हा संमिश्र असल्याने बातमीची भाषा सोपी असावी.
- आकाशवाणीवरील बातम्यांच्या प्रसारणाचा कालावधी कमी असल्याने बातमी संक्षिप्त असावी.
- आकाशवाणीच्या बातम्यांत योग्य निवेदनाची जोड असावी.

दूरदर्शनसाठी बातमी लेखन

दूरदर्शन हे दृक व श्राव्य माध्यम असल्याने वृत्तपत्रापेक्षा दूरदर्शनवरील बातम्यांचे स्वरूप वेगळे असते. आकाशवाणीवरील बातम्यांपेक्षा दूरदर्शनवरील बातम्यांचे स्वरूप एका बाबतीत वेगळे असते. ती बाब म्हणजे दूरदर्शनवरील बातम्यांच्या निवेदनाला चित्रांची व चलचित्रांची जोड दिलेली असते. विशेषत:

आकाशवाणीप्रमाणे दूरदर्शन हे माध्यमही शासनाच्या नियंत्रणाखाली असल्याने तेथील बातम्यांच्या निवडीवर बंधने असतात. दूरदर्शनवरील निवेदक प्रेक्षकांसमोर स्क्रीनवर दिसत असल्यामुळे त्याचे व्यक्तिमत्त्व आकर्षक व प्रसन्न असावे लागते. दूरदर्शनसाठी बातम्या तयार करताना बातम्यांची निवड व संपादन यांच्याबरोबरच योग्य ती छायाचित्रे गोळा करावी लागतात. क्वचित आवश्यकतेनुसार छायाचित्रण करवून घेणे, प्रत्यक्ष बातम्यांचे निवेदन करताना बातमी व तिच्यासोबत प्रसारित केले जाणारे चित्र यांची सुसंगती राखणे या गोष्टी आवश्यक असतात. दूरचित्रवाणीवरील बातमीचे निवेदन अधिक सहज आणि स्वाभाविक भाषेत असावे लागते. शिवाय बातमीला येथेही वेळेचे अत्यंत काटेकोर बंधन असल्यामुळे या बातम्या थोडक्या शब्दांत अधिक अर्थ व्यक्त करणाऱ्या ठेवाव्या लागतात.

दूरदर्शनसाठी बातमी लिहिताना महत्त्वाच्या गोष्टी

- भाषा सोपी असावी.
- बातमीसोबत पूरक प्रसंग, घटनांची छायाचित्रे दाखवावीत.
- निवेदन सुसंगत असावे.

प्रसारमाध्यमे आज गतिमान बनली आहेत. म्हणून त्यासाठी बातमी लेखन करणे हे अत्यंत जोखमीचे आणि कौशल्याचे काम आहे. कुठल्या प्रसारमाध्यमांसाठी आपण बातमी लिहीत आहोत, याचे भान ठेवूनच बातमी लेखन करावे लागते; कारण प्रत्येक माध्यमांची वैशिष्ट्ये निरनिराळी आहेत. आज प्रसारमाध्यमांच्या सृष्टीत संगणक, इंटरनेट, फॅक्स, टेलिव्हिजन, मोबाईल, फोन, ई-मेल, सॅटेलाईट अशा अनेक अत्याधुनिक तंत्रज्ञानाने विकसित गोष्टींचा वापर मोठ्या प्रमाणात होऊ लागला आहे. त्यामुळे घरबसल्या कानाकोपऱ्यांतीलच नव्हे, तर सृष्टीच्या कानाकोपऱ्यांतील बातम्या व छायाचित्रे आपण पाहू व ऐकू शकतो. मंगळावर काय आहे? चंद्रावर काय आहे? गुरू ग्रहावर काय आहे? तेथे काय संशोधन चालू आहे याची चलतचित्रे चित्रफितीद्वारे दूरचित्रवाणीवर आपण पाहू शकतो. जगातल्या छोट्यातल्या छोट्या गोष्टी आणि मोठ्यातल्या मोठ्या गोष्टी आपण या विकसित प्रसारमाध्यमांद्वारे पाहू व ऐकू शकतो. ही आज प्रसारमाध्यमांनी केलेली मोठी प्रगती आहे.

प्रसारमाध्यमांसाठी वृत्तपत्रलेखन : स्वाध्याय

अ) खालील घटनांच्या आधारे वर्तमानपत्रासाठी बातम्या तयार करा व त्यांना योग्य तो मथळा द्या.

१) सुप्रसिद्ध मराठी लेखकाला ज्ञानपीठ पुरस्कार प्राप्त

२) राष्ट्रीय सेवा योजना शिबिर

३) बोरगावच्या देशमुखांच्या घरावर दरोडा

ब) खालील विषयावर ३०० शब्दांपर्यंतचे बातमीपत्र तयार करा.

१) सोलापूर शहरात चोरांचा सुळसुळाट

२) विद्यापीठ युवक महोत्सव

३) सुप्रसिद्ध कलावंतास राष्ट्रीय पारितोषिक प्राप्त

क) आकाशवाणी व दूरदर्शनसाठी कोणत्याही दोन प्रचलित विषयांवर सादर करावयाच्या बातम्यांचे मसुदे तयार करा.

■

६

प्रसारमाध्यमांसाठी मराठीतून लेखन

आपल्याला जे सांगायचे आहे, आपले विचार लोकांपर्यंत पोहोचविण्यासाठी वृत्तपत्र, आकाशवाणी, दूरचित्रवाणी या माध्यमांचा प्रामुख्याने वापर होतो. भारताच्या कानाकोपऱ्यांतून दूरदूरवर पसरलेल्या लोकांपर्यंत या माध्यमांद्वारे सहजपणे पोहोचता येते. त्यामुळे खेडी शहरांशी, नवीन विचारांशी जोडली जातात. केवळ करमणुकीसाठी नाही, तर लोकशाहीसाठीही या माध्यमांचा उपयोग मोठ्या प्रमाणावर होताना दिसून येतो.

लेखन दोन प्रकारचे असू शकते. मौलिक लेखन आणि मीडिया लेखन. मौलिक लेखन स्वतंत्रता, स्वच्छंदीपणा आणि नैसर्गिकतेतून अवतरते; तर मीडिया लेखनात कृत्रिमता दिसून येते. मौलिक लेखनात आंतरिकतेचा जिव्हाळा सापडतो; तर मीडिया लेखन बाह्य दबावातूनच लिहिले जाते. सर्जनात्मक वा मौलिक लेखनामध्ये आंतरिक संवेग महत्त्वपूर्ण असतो; परंतु मीडिया लेखन संवेगात्मक नसून ते अर्थावर आधारलेले असते. मौलिक लेखनासाठी अनुभूती महत्त्वाची आहे; परंतु मीडिया लेखनासाठी अनुभूतीचा काही संबंध नसतो. मौलिक किंवा सर्जनात्मक लेखन हे आपल्या मनामध्ये अनुभवाची पुनर्रचना करते. या पुनर्रचना संस्काराची मीडिया लेखनात काहीही आवश्यकता नसते; परंतु तसे पाहायला गेले तर मौलिक किंवा सर्जनात्मक आणि मीडिया लेखन म्हणजे एक प्रकारचा साहित्य संसारच आहे. दोन्हींच्या प्रेरणा, माध्यमे, उपकरणं वेगवेगळी असतील, तरीही दोन्ही लेखनांमध्ये आंतरिक संबंध दिसून येतो. लेखनाच्या या दोन्ही दिशा समांतर आहेत.

साहित्य कलाकृतीमध्ये एक प्रकारची संवेदना असते; परंतु मीडिया लेखनाची संवेदना साहित्यकृतीच्या संवेदनेपेक्षा वेगळी असते. साहित्य कलाकृतीमध्ये जी गहनता आणि तीव्रता दृष्टिगोचर असते, ती मीडिया लेखनातही दिसून येते. या दोन्ही लेखन प्रक्रियेच्या दृष्टीने सांगता येईल की, एकाचे लेखन अनायास आहे,

तर दुसरे सायास आहे. मीडिया लेखनामध्ये आपण जनतेला आकर्षित करून घेणारी वैशिष्ट्ये पाहू शकतो; परंतु एखाद्या कलाकृतीतील संवेदनशीलता अनुभवता येत नाही; कारण त्या कलाकृतीमधील भावसौंदर्य शून्य ठरलेले दिसते. अनेक प्रकारची नुसती चलचित्रे पाहून आपली संवेदनशीलता करपून जाते; कारण मीडिया लेखनावर बाहेरील जगाचा प्रभाव खूप असतो. म्हणजेच मीडिया क्षेत्रात प्रवेश करताच त्या कलाकृतीची सर्जनात्मकता, मौलिकता कमी होऊ लागते. एवढे असूनसुद्धा मीडिया लेखनाने साहित्य सर्जनाची फारच थोड्या कालावधीत अभिवृद्धी केली आहे. ज्याप्रमाणे रामायण, महाभारत, टिपू सुलतान, चाणक्य, चंद्रकांता इत्यादी श्रेष्ठ रचनांवर धारावाहिका तयार झाल्या, त्यांनी रसिक प्रेक्षकांचं मनोरंजन करून त्यांना प्रभावित केलं. अशाप्रकारे सर्जनात्मक लेखन दृश्य-श्राव्य रूपातून जनतेपर्यंत पोहोचले. आज सर्जनात्मक साहित्यही व्यावसायिक बनले आहे. खरे तर व्यावसायिकतेने साहित्यिकतेला गिळंकृत केले आहे. मीडियाच्या आधारेच सर्जनात्मकता आणि मौलिक लेखन सुरक्षित राहू शकते, हे एक निर्विवाद सत्य आहे; परंतु असे म्हणणे हे उचित ठरणार नाही की, सर्जनात्मक लेखन व मीडिया लेखन एक दुसऱ्यास परस्परपूरक आहे, विरोधी नाही. जेव्हा सर्जनात्मक कविता, कथा, कादंबरी इत्यादींशी चर्चा साहित्याच्या मर्यादेत होते, तेव्हा विद्यार्थी अवाक होऊन जातात, परंतु जेव्हा तीच कविता, कथा, कादंबरी यांचे रुपांतर दूरदर्शनवर दाखविले जाते, तेव्हा विद्यार्थी ते रुचिपूर्वक पाहतात. तेव्हा विद्यार्थ्यांची अभिरूची जागृत होते. आज मीडिया लेखन हे जनतेवर प्रभाव टाकीत आहे. म्हणून प्रभावी प्रसिद्धी माध्यमे आज सर्जनात्मक साहित्य आणि साहित्यकार यांच्या शोधात आहेत.

आज मीडिया लेखनाला योग्य दृष्टीने आणि नियंत्रित रूपात मांडण्याची गरज आहे. आज मीडिया लेखन सर्जनात्मक, परिवर्तनदृष्टीने प्रसारणयोग्य बनत चालले आहे. मीडिया लेखन सर्जनात्मक लेखनाला आपल्या वेळेच्या बंधनात राहून आपल्या सुविधानुसार प्रसारित करीत आहे. मीडिया लेखन आज खऱ्या अर्थाने सर्जनात्मक लेखनाला सार्वभौमिक करू लागले आहे. इतकेच नव्हे, तर एक नवी दिशा देऊन समृद्ध करीत आहे. मीडिया लेखन व सर्जनात्मक लेखन आज वैश्विक सुख आणि सांस्कृतिक वातावरणाची निर्मिती करीत आहेत. या दोन्ही लेखनाची पद्धती सूत्रबद्धता वैश्विक प्रेमाला जागवणारी आहे, यात कसलाच संदेह नाही.

आता तर प्रत्येक घराघरात दूरदर्शन संच आलेले आहेत. त्यावरील विविध चॅनल्स, विविध प्रकारचे कार्यक्रम यांमुळे मानवी समाजात आणि जीवनात खूपच गतिमानता आली आहे. त्याचबरोबर संगणक, इंटरनेट, ई-मेल, मोबाईल यांमुळे तर मानवी समाजाचे जीवनच बदलून गेले आहे; परंतु या बदललेल्या गतिमान

जगामध्ये आजही आकाशवाणी, दूरचित्रवाणी म्हणजे रेडिओला व दूरदर्शनला वेगळे स्थान आहे. नागरी भागात आणि ग्रामीण भागात आजही रेडिओ व दूरदर्शन त्यावरील कार्यक्रम आवडीने ऐकले जातात. मग अशा माध्यमांसाठी लेखन करताना कोणकोणत्या गोष्टी लक्षात घेणे आवश्यक आहे, कोणकोणत्या गोष्टी विचारात घेऊन अशा कार्यक्रमांचे लेखन केले जाते याकडे लक्ष देऊया.

आकाशवाणी-दूरचित्रवाणीवरील कार्यक्रमांचे स्वरूप

भारतात 'आकाशवाणी' हे माध्यम शासनाच्या अधिपत्याखाली काम करते. त्यामुळे या माध्यमावर काही जबाबदाऱ्या जशा येऊन पडतात, तशीच काही बंधनेही येतात. हे केवळ 'श्राव्य' माध्यम असल्याने समाजातल्या शेवटच्या निरक्षर माणसांपर्यंत पोहोचण्याचे हे एक उत्तम माध्यम आहे. त्यामुळे या माध्यमाचा उपयोग जनतेला माहिती पुरवणे, माणसांचे प्रबोधन करणे, रंजन करणे व त्यांच्या दैनंदिन समस्यांमध्ये मार्गदर्शन करणे अशा विविध कारणांसाठी केला जातो. राष्ट्राच्या निर्मितीला आणि समाजाच्या विकासाला हातभार लावण्याचे काम या माध्यमाला करावे लागते.

भारतासारख्या खंडप्राय देशात १४ भाषा बोलल्या जातात आणि २०० बोलीभाषा प्रचारात आहेत. प्रत्येक प्रदेशातील परंपरा, जाती, धर्म, स्थानिक सण, उत्सव, लोकपरंपरा, लोककला वेगवेगळ्या आहेत. म्हणून कार्यक्रमांचे आयोजन करताना श्रोत्यांच्या सामाजिक, सांस्कृतिक, धार्मिक आणि शैक्षणिक स्तराचे भान ठेवावे लागते. याचवेळी आपल्या देशातील खेड्यांतून राहणाऱ्या अशिक्षित जनतेचेही भान ठेवावे लागते. त्यांच्या आवडी-निवडी भिन्न आहेत. एखाद्या कार्यक्रमामुळे बहुसंख्य लोक आनंदी झाले, तरी त्याच कार्यक्रमामुळे अल्पसंख्य लोक दुःखी होण्याची शक्यता असते. त्यामुळे कार्यक्रमांची आखणी करताना याचे भान ठेवावे लागते. सगळ्यांना रुचतील असे कार्यक्रम करावे लागतात. त्यामुळे जनसामान्यांसाठी कार्यक्रम करतानाच विशिष्ट वर्गासाठीही कार्यक्रम आखले जातात. म्हणून आकाशवाणीवरून साहित्यविषयक कार्यक्रम, संसदसमीक्षा, सामायिकी, स्पॉटलाईट, रूपक असे कार्यक्रम केले जातात आणि त्याचबरोबर मुलांसाठी, युवकांसाठी महिलांसाठी, सैनिकांसाठी, ग्रामीण जनतेसाठी कार्यक्रमांचे आयोजन केले जाते. एकीकडे शास्त्रीय संगीताचे कार्यक्रम केले जातात, तर दुसरीकडे सुगम संगीत आणि चित्रपट संगीतावर आधारित कार्यक्रमांचे आयोजन केले जाते.

अशाप्रकारे कार्यक्रमात विविधता असल्याने आणि ते वेगवेगळ्या तटागटांसाठी करावयाचे असल्याने प्रत्येक प्रकारासाठी लेखन करताना काही पथ्ये पाळावी

लागतात. लेखनाच्या विविध पद्धतींचा अवलंब करावा लागतो.

बोलीभाषा आणि आकाशवाणी

भाषा हे संपर्काचे माध्यम आहे; पण या भाषेचा उपयोग 'आकाशवाणी'सारख्या माध्यमासाठी कसा केला जातो हे पाहणे उद्‌बोधक ठरेल. आकाशवाणीवरील कार्यक्रमांपैकी आकाशवाणीसाठी लिहिताना जी भाषाबोली भाषेच्या जवळ जाईल. अशीच भाषा लिहावी लागते. शब्दांचे उच्चारण हा यामध्ये महत्त्वाचा घटक ठरतो. शब्दातून नापसंती, संकोच, राग-लोभ, प्रेम, होकार-नकार इत्यादी भावना पोहोचविल्या जातात. त्यामुळे भाषेला जिवंतपणा येतो. लयबद्धता येते. या सगळ्यांचा उपयोग 'आकाशवाणी'साठी लेखन करताना करायला हवा. बोलीभाषा ही तुमच्या कानांतून मनात जाते आणि त्यामुळे तुमच्या मन:पटलावर त्याचे बरोबर चित्र उमटू शकते.

बोलीभाषेच्या संदर्भात या माध्यमाकडे पाहिले तर असे लक्षात येते की, त्यामुळे निर्मात्याला आणि लेखकाला अनेक अडचणींना तोंड द्यावे लागते. आपण कार्यक्रम ऐकताना आपल्या भावना क्षणाक्षणाला बदलत असतात. आपण प्रत्येक शब्द एकदाच ऐकू शकतो. म्हणून कार्यक्रमाचा परिणाम साधायचा असेल, तर श्रोत्यांचे लक्ष पहिल्या क्षणापासून वेधून घेता आले पाहिजे. जे काही सांगितले जाईल, ते त्याच क्षणी समजले पाहिजे, इतके सोपे, सरळ भाषेत असावे लागते. त्यातील मुख्य मुद्दे श्रोत्यांच्या मनावर ठसले पाहिजेत; तसेच त्यांना पुढील मुद्दे समजण्यासाठी पार्श्वभूमी तयार केली पाहिजे. श्रोत्याला कंटाळा येईल इतका वेळ कार्यक्रम होऊ नये. या सर्व गोष्टी या माध्यमासाठी लिहिताना लक्षात ठेवायला हव्यात. आता आपण निरनिराळ्या प्रकारच्या कार्यक्रमांसाठी लेखन कसे करावे, ते पाहूया.

उद्‌घोषणा

आपण आकाशवाणीवरून प्रसारित होणारे कार्यक्रम ऐकत असाल. प्रत्येक कार्यक्रमाच्या सुरुवातीला आणि शेवटी त्या कार्यक्रमाविषयी माहिती दिली जाते आणि नंतर कार्यक्रम ऐकविला जातो, यालाच 'उद्‌घोषणा' असे म्हणतात. आकाशवाणीवरील सर्व कार्यक्रमांत उद्‌घोषणांचे महत्त्व फारच आहे. म्हणून उद्‌घोषणा लिहिताना कोणता कार्यक्रम प्रसारित होणार आहे, कोणत्या केंद्रावरून प्रसारित होणार आहे, किती वाजता होणार आहे इत्यादी माहिती श्रोत्यांना मिळाली पाहिजे. उदा. 'आकाशवाणी, सोलापूर केंद्र. १६ अंश ०४ मीटर्स, अर्थात ६२ किलोहर्ट्‌स वरून आता आमचे प्रसारण सुरू होत आहे. सकाळचे ५ वाजून ५९ मिनिटे

झालेली आहेत. आमची पहिली सभा मंगलवाद्यानं सुरू करीत आहोत.'

या उद्घोषणेवरून तुम्हाला काय समजले? १) हे केंद्र कोणते आहे, २) किती मीटर्सवर ते लागतेय, ३) आता किती वाजले आहेत आणि ४) आता आपण कोणता कार्यक्रम ऐकणार आहोत इत्यादी माहिती आपल्याला मिळाली. ती छोट्या वाक्यांत लिहिली आहे, हेही तुमच्या लक्षात आले असेल.

तुम्हाला एखादा कार्यक्रम प्रसारित करायचा आहे, तर त्या कार्यक्रमाचे लेखन कुणी केले आहे, त्याचे नाव, त्यात भाग घेतलेल्या कलावंतांची नावे, सादरकर्त्याचे नाव इत्यादी माहिती उद्घोषणेतून दिली गेली पाहिजे.

वेगवेगळ्या गटासाठी असलेल्या कार्यक्रमांच्या उद्घोषणा वेगवेगळ्या पद्धतीने लिहिल्या जातात. समजा, लहान मुलांसाठी कार्यक्रम प्रसारित होणार असेल तर, बालमित्रांनो नमस्कार!... मित्रांनो, आजच्या बालसभेत आपण 'माझी आई' याविषयी सौ. अलका देशपांडे यांचे विचार ऐकणार आहोत, तर महिलांसाठी असलेल्या कार्यक्रमाची उद्घोषणा 'नमस्ते भगिनींनो' असे संबोधून सुरू करावी लागेल. भगिनींनो, आज आपण ऐकणार आहोत, तुम्ही नेहमी करत असाल असे... वगैरे भगिनींशी बोलल्याप्रमाणे उद्घोषणा लिहावी, तर युवकांच्या कार्यक्रमात 'नमस्ते युवक मित्रांनो' अशी सुरुवात करावी. 'युवक मित्रांनो' असे संबोधन अधूनमधून वापरावे. शेतकऱ्यांच्या कार्यक्रमाची सुरुवात 'रामराम मंडळी' अशा पद्धतीने करावी. शेतकऱ्यांच्या कार्यक्रमाची उद्घोषणा साध्या, सोप्या भाषेत असावी; कारण हा श्रोतावर्ग अशिक्षित असतो. म्हणून छोटी छोटी वाक्ये लिहून पूर्ण माहिती त्यांच्यापर्यंत पोहोचेल अशा उद्घोषणा लिहाव्यात.

या सर्व विवेचनावरून एक गोष्ट तुमच्या लक्षात आली असेल की, उद्घोषकाच्या अंगी कल्पकता, योजकता, एकाग्रता, सहजता आणि सजगता इत्यादी गुण असणे आवश्यक आहेत. त्याचा आवाज प्रसारणयोग्य असला पाहिजे; तसेच कार्यक्रमाबद्दल श्रोत्यांच्या मनात त्याला उत्सुकता निर्माण करता आली पाहिजे. चांगल्या उद्घोषणेमध्ये सूचना, उत्सुकता आणि रोचकता या तीन गुणांचा संगम झालेला असणे आवश्यक आहे. आता काही उद्घोषणांचे लेखन कसे करायचे ते पाहू.

प्रत्येक कार्यक्रमाच्या सुरुवातीला आणि अधूनमधून आपण कोणत्या केंद्रावरून बोलतो आहोत, त्या केंद्राची मीटर्स काय, याची माहिती श्रोत्यांना द्यावी लागते. तीही एकाच पद्धतीने देऊ नये. कधी 'आकाशवाणी, सोलापूर केंद्र', तर कधी 'आम्ही आकाशवाणीच्या सोलापूर केंद्रावरून बोलतो आहोत',... तर कधी 'आम्ही ११६ अंश ०४ मीटर्स, अर्थात १६२ किलोहर्ट्स वरून तुमच्याशी बोलतो

आहोत...' अशा वेगवेगळ्या पद्धतीने सुरुवात करावी. म्हणजे तोच तोचपणा टाळता येतो.

'हे आकाशवाणीचं सोलापूर केंद्र आहे. रात्रीचे १० वाजताहेत. प्रसारित करीत आहोत शास्त्रीय संगीत. आज या कार्यक्रमात भीमसेन जोशी यांनी गायलेला राग देसी प्रसारित करीत आहोत. त्यांना तबल्याची साथ केलीय झाकीर हुसेन यांनी... ऐकू या तर राग देसी...'

चित्रपट संगीत किंवा सुगम संगीताच्या कार्यक्रमात प्रत्येक गीताच्या सुरुवातीला आणि शेवटी त्या गाण्याविषयी माहिती द्यावी लागते. उदा. 'आकाशवाणी सोलापूर केंद्र. दुपारचे २ वाजून १५ मिनिटे झालेली आहेत. प्रसारित करीत आहोत हिंदी चित्रपट संगीत. या कार्यक्रमात प्रथम 'आशिकी' या चित्रपटातील एक गीत. रचना समीर आणि, राणी मलिक यांची. संगीत नदीम श्रवण आणि गायिका अनुराधा पौडवाल...

'आताच तुम्ही 'आशिकी' या चित्रपटातील गीत ऐकलंत. आता ऐकू या...' वगैरे. अशा प्रकारे उद्‌घोषणा लेखन केले जाते. तुम्ही रेडिओवरून प्रसारित होणारे कार्यक्रम बारकाईने ऐकलेत, तर वेगवेगळ्या कार्यक्रमांसाठी उद्‌घोषणा देताना काय काय बदल केले जातात हे तुमच्या लक्षात येईल.

भाषण

आपण एकमेकांशी संवाद साधतो, ते एकप्रकारे भाषणच असते. त्यालाच आपण संभाषण म्हणतो. ते औपचारिक स्वरूपाचे असते. कामानिमित्त केलेले संभाषण औपचारिक पातळीवर केले जाते. सभेतली भाषणं ही वेगळी, त्यापेक्षा आकाशवाणीवरील भाषण वेगळे असते. तिथे श्रोते आपणासमोर नसतात; पण ते आहेत असे गृहीत धरून भाषण करावे लागते. आकाशवाणीवरील भाषण हे पूर्वनियोजित असते. त्यामुळे ते लिहून काढावे लागते. असे लिहिलेले भाषण आकाशवाणीवरून वाचून दाखववावयाचे असते. त्यासाठी वक्त्याला १० ते १५ मिनिटांचा वेळ दिला जातो. कधीकधी हा वेळ केवळ ५ मिनिटांचा असू शकतो. त्याला जे सांगायचे आहे, ते अशा दिलेल्या मोजक्या वेळेत सांगावे लागते. त्यामुळे मुद्देसूद बोलावे लागते. मूळ विषयालाच हात घालावा लागतो आणि श्रोत्यांचे लक्ष आकर्षित करून घ्यावे लागते. त्यामुळे लेखनाची भाषा साधी, सरळ, सोपी असावी लागते. अलंकारिक, बोजड, क्लिष्ट भाषा श्रोत्यापर्यंत नीटपणे आपले विचार पोहचवू शकत नाही. म्हणून लहान लहान वाक्ये असावीत. वर्तमानपत्रातील लेख आणि आकाशवाणीवरील भाषण यांमध्ये खूप फरक आहे. हे भाषण वक्त्याकडून

वाचले जाते व हजारो, लाखो लोक आकाशवाणीवरून ते ऐकत असतात. त्यामुळे ते प्रभावी ठरते. म्हणून भाषणाचीं भाषा साधी, सरळ, सोपी वाक्यरचना ही चांगल्या रेडिओ भाषणाची वैशिष्ट्येच समजली जातात.

आकाशवाणीवरील भाषण ऐकणारा श्रोता हा विविध ठिकाणी छोट्या-छोट्या गटांत विभागलेला असतो; मात्र सार्वजनिक ठिकाणी भाषण ऐकणारा श्रोता हा त्याच ठिकाणी एकत्र जमलेला दिसतो. आकाशवाणीवरील श्रोता सर्वत्र दूरवर विखरला असला, तरी तो संख्येने जास्त असतो, याचे भान ठेवणे गरजेचे आहे. काही मंडळींचा असाही समज असतो की, आकाशवाणीवरील प्रत्येक भाषण साहित्यिक झाले पाहिजे. हा समज अत्यंत चुकीचा आहे. 'पिकावरील कीड' या विषयावर बोलताना जर त्या भाषणाला वाङ्मयीन साहित्यिक टच देण्यात आला, तर ते कोण ऐकणार? अशा भाषणाचा मूळ उद्देश माहिती देणे हा असतो. ती माहिती आकर्षक पद्धतीने द्यायला हवी.

आकाशवाणीसाठी भाषण लिहिताना ते भाषण ग्रंथिक पद्धतीने न लिहिता प्रकट भाषणाची सर्व वैशिष्ट्ये लक्षात ठेवून ते लिहावे. वेगवेगळ्या वयोगटांनुसार भाषणे लिहिताना त्या भाषणाचे स्वरूप व रचनातंत्र बाळगावे लागते याकडे लक्ष द्यावे. बालकांसाठी, युवकांसाठी, महिलांसाठी, ग्रामीण लोकांसाठी लिहिताना त्या त्या वयोगटातील श्रोत्यांना समजेल अशा सोप्या, साध्या भाषेत लिहावे. ते लिहिताना खालील गोष्टी लक्षात ठेवाव्यात.

१) आकाशवाणीसाठी भाषण नेहमी बोलीभाषेत लिहा.

२) कठीण व गुंतागुंतीची वाक्यरचना टाळावी.

३) भाषणाचे स्वरूप औपचारिक असावे. 'मी' आणि 'तुम्ही'चा वापर अत्यंत उपयोगी ठरतो.

४) आकाशवाणीवरील भाषण मुद्देसूद आणि मोजक्या शब्दांत आकर्षक पद्धतीने लिहावे म्हणजे श्रोत्याचे अवधान भाषणाकडे राहील.

५) भाषणात आकडेवारी देऊ नये; परंतु एखाद्या गोष्टीची परिपूर्ण कल्पना येण्यासाठी भाषणात तुलनात्मक दृष्टीने देण्यात येणारी आकडेवारी परिणामकारक ठरू शकते.

६) आकाशवाणीवरील भाषणात नुसती माहिती लिहून चालत नाही, तर ज्यांना उद्देशून ती माहिती सांगायची आहे, त्यांच्याशी 'मित्रहो, बंधूनो, वगैरे सारखी संबोधने वापरून संवाद साधायचा असतो. 'आता तुमच्या हे लक्षात आलं असेल' अशासारखे वाक्यप्रयोग करून हा संवाद सतत बोलका ठेवायचा असतो.

७) २.५, ३. ७ किंवा इ.स. पूर्व १८०० अशी तांत्रिक शब्दावली न वापरता दुसरा भाग, तिसरा भाग, इसवीसन आठराशे अशा सहज सोप्या शब्दांची निवड करावी लागते. 'व' सारखी उभयान्वयी अव्यये टाळावीत. त्याऐवजी 'आणि' सारखे स्पष्ट ऐकू येणारे उभयान्वयी अव्यय वापरावे.

८) लोकप्रचारात प्रचलित असलेल्या वाक्यप्रचारांचा आणि म्हणींचा वापर करावा.

या सर्व गोष्टी लक्षात ठेवून आकाशवाणीसाठी भाषण, लेखन केले, तर ते अधिक चांगले होईल.

रूपक

रूपक' म्हणजे भाषण नव्हे, चर्चा नव्हे, नाटक नव्हे, कविता वाचन नव्हे, प्रत्यक्ष वर्णन नव्हे किंवा प्रत्यक्ष स्थळावर जाऊन केलेले ध्वनिमुद्रणही नव्हे. मग 'रूपक' म्हणजे नक्की काय? तर ज्या कार्यक्रमात या सर्व प्रकारांचा योग्य रीतीने उपयोग केलेला असतो, त्याला 'रूपक' म्हणतात. 'रूपक' ही श्राव्य माध्यमाचीच देणगी आहे. प्रसारणातील सगळ्या प्रकारच्या कार्यक्रमांचा उपयोग करून एखादी माहिती पुरविणे आणि त्यातून मनोरंजन करणे हेच या कार्यक्रमाचे वैशिष्ट्य आहे. त्यात विविधता असल्याने श्रोत्यांना कंटाळा येण्याची शक्यता कमी असते.

गणतंत्र दिवस, कोणत्याही महापुरुषाची जयंती, पुण्यतिथी, ऐतिहासिक घटना, हिंसात्मक घटना, विकासयोजना, एखाद्या स्थळाचा परिचय, एखादा सामाजिक प्रश्न या सर्वांवर रूपकात्मक कार्यक्रम केला जाऊ शकतो. रूपकामध्ये निवेदन असते; पण त्याबरोबर नाट्यतत्त्वदेखील असते. रूपक वास्तवावर आधारलेले असते.

रूपकामध्ये एक मध्यवर्ती कल्पना असते. ही कल्पना स्पष्ट होण्यासाठी वेगवेगळ्या प्रकारे ती सांगितली जाते. रूपकाला विषयाचे बंधन नसते; पण तुम्ही जो विषय निवडला असेल, त्याबाबत संपूर्ण माहिती करून घ्यावी लागते. भाषा लयदार आणि सोपी असायला हवी. प्रसंगानुरूप भाषा ही तर पहिली आवश्यकता आहे. संगीताचा उपयोगही योग्य ठिकाणी केला पाहिजे. वातावरणनिर्मिती हाच त्याच्या वापरामागचा उद्देश असतो.

वास्तवाची प्रखर जाणीव करून देणे हे रूपकाचे वैशिष्ट्य असते. जीवनात आपण अनेक घटना पाहतो; पण त्यापैकी फारच थोड्या गोष्टी आपल्याला जाणवतात. रूपकाचा उद्देश अशा गोष्टींकडे आपले लक्ष वेधणे, त्याची जाणीव करून देणे हा आहे. रूपकातील भाषा जनसामान्यांची असावी. कथन सुटसुटीत वाक्यांत असावे. त्यात अतिशयोक्ती नसावी.

आता आपण 'रूपक' लेखनाची तयारी कशी करावी– हे थोडक्यात पाहू यात. रूपकासाठी पूर्वतयारीची आवश्यकता असते. जो विषय आपल्याला दिला असेल, त्या विषयासंबंधातील सर्व घटकांची माहिती करून घेणे, त्या संबंधातील व्यक्तींची आणि साधनांचा शोध घेणे लगेच सुरू करावे. त्या संबंधातील पुस्तके, वृत्तपत्रांची कात्रणे, वाचनालयातील ग्रंथ, गॅझेट्स इत्यादी गोष्टींची नोंद करून ठेवावी. हे सगळे वेगाने जमण्यासारखे आहे. ज्या परिसरातील विषय असेल त्याला प्रत्यक्ष भेट देऊन यावे.

'सोलापुरी चादर' असा विषय तुम्हाला रूपक म्हणून लेखनासाठी दिला असेल, तर सोलापुरात येऊन त्या उद्योगाशी संबंधित सर्व व्यक्तींना, संस्थांना भेट देऊन माहिती जमा करावी लागेल. त्या संबंधातील लेखन जमवायला हवे.

सर्व माहिती जमा झाल्यावर लेखनाला सुरुवात करावी; पण लेखनापूर्वी काही गोष्टींचा विचार करावा. १) मी काय सांगायचा प्रयत्न करतो आहे? २) कोणत्या शब्दांतून आशय चांगल्या प्रकारे व्यक्त करता येईल? ३) आशय थोडक्यात कसा सांगता येईल? या प्रश्नांची उत्तरे मनातल्या मनात दिली आणि मग लिहायला सुरुवात केली, तर ते रूपक चांगले व्हायला मदत होते. आता आपण एका रूपकाचे उदाहरण पाहू.

रूपक नमुना : बालशिवबा

हे रूपक 'बालविश्व' या लहान मुलांच्या कार्यक्रमासाठी आहे. विषय आहे 'छ. शिवाजी'. यांमधून शिवबाचे हिंदवी स्वराज्याचे स्वप्न, देशप्रेम, त्याने मावळ्यांना एकत्र केले, स्वराज्याची शपथ घेतली, त्यावेळची स्थिती वगैरे गोष्टी मुलांपर्यंत पोहोचल्या पाहिजेत. तसेच ते रंजक व्हायला हवे. तरच लहान मुले ऐकणार.

बाल शिवबा

(प्रथम गीत ऐकू येऊ लागते, सोबत कोरस)

शूर आम्ही सरदार आम्हाला काय कुणाची भीती
देव धर्म आणि देशासाठी...

गीत हळू हळू फेड आऊट होते. ते पार्श्वभूमीला ठेवून निवेदन सुरू होते.

निवेदक - बालमित्रांनो, ही वीरवाणी आहे बाल शिवबाची. ही अमर कहाणी आहे, शूरवीर पराक्रमी जाणता राजा छत्रपती शिवाजी महाराजांची.

निवेदिका - वयाच्या सोळाव्या वर्षीच त्याने आपल्या सवंगड्या मावळ्यासह हिंदवी स्वराज्य स्थापनेची प्रतिज्ञा घेतली.

(शिवबाच्या आवाजात प्रतिज्ञा ऐकू येते.)

शिवबा - हा शिवबा हिंदवी स्वराज्य स्थापन केल्याशिवाय गप्प बसणार नाही. हा शिवबा जगेल तोही स्वराज्यासाठी आणि मरेल तोही स्वराज्यासाठी (प्रतिज्ञा घुमत राहते)

निवेदक - मित्रांनो, कोण होता हा शिवाजी ?

निवेदिका - आपल्या हिंदवी स्वराज्याच्या निर्मितीसाठी शपथ घेऊन देवासमोर करकमल अर्पण करणारा सिंहाचा छावा शूरवीर पराक्रमी छत्रपती शिवाजी... (बासरीचे सूर)

निवेदक - शहाजी आणि जिजामातेच्या पोटी शिवनेरी गडावर या महापराक्रमी रयतेच्या सच्चा राजाचा जन्म झाला. शहाजी विजापूरकरांकडे व मोगलांकडे सरदार म्हणून काम करीत होते; पण आई जिजाईकडून शिवबाला बालपणीच स्वराज्य निर्मितीचे धडे शिकायला मिळाले.

निवेदिका - सोळाव्या वर्षीच बाल शिवबाने देशात चाललेल्या अराजकतेविरुद्ध लढण्याची शपथ घेतली.

निवेदक - आपले हिंदवी स्वराज्य निर्माण झाल्याशिवाय आपल्या माणसांना न्याय मिळणार नाही याची त्याला जाणीव झाली आणि एके दिवशी... (पार्श्वसंगीत)

शिवबा - तुम्ही सगळे तयार आहात?

सवंगडी - हो आम्ही तयार आहोत. हिंदवी स्वराज्यासाठी आम्ही आमचे प्राणसुद्धा देऊ.

शिवबा - तर मग हिंदवी स्वराज्याची निर्मिती केल्याशिवाय आम्ही स्वस्थ बसणार नाही. घ्या शपथ.

सवंगडी - हो, घ्या शपथ (सगळे मिळून शपथ घेतात)

सगळे - हिंदवी स्वराज्य निर्मितीसाठी आम्ही कटिबद्ध आहोत. देवा, आम्हाला बळ दे त्यासाठी हे रक्त वाहतो (करंगळी कापून रक्त वाहताना). संगीत... हर हर महादेव... (संगीत).

नभोनाट्य, संवाद

रेडिओचा शोध लागल्यानंतर सुरुवातीला संगीत, भाषण, बातम्या इत्यादींसाठी त्याचा वापर होत होता; पण पुढे जशी प्रगती झाली, तसे इतरही कलाप्रकार आकाशवाणीवरून करून पाहण्याचे प्रयत्न झाले. या प्रयत्नांतूनच 'नभोनाट्य' हा प्रकार जन्माला आला. श्राव्य माध्यमाद्वारे एखादे नाट्य हे थेट श्रोत्यांपर्यंत पोहचवायचे, हे प्रतिभावंतांना एक आव्हानच होते.

'नाटक' या कलाप्रकाराची आपल्याकडील परंपरा फार मोठी आहे; परंतु चित्रपट लेखन (स्क्रीन प्ले), रंगमंचासाठी लेखन (स्टेज प्ले), दूरदर्शनसाठी लेखन (छोट्या पडद्यासाठी लेखन), नभोनाट्य लेखन (आकाशवाणीसाठी लेखन) या सर्व कलाप्रकारांची तंत्रे वेगवेगळी आहेत. चित्रपटासाठी लेखन करताना ध्वनिसंकेत (साऊंड इफेक्ट्स), संगीत, चेहऱ्यावरील हावभाव, हालचाली, वेषभूषा, निसर्गदृश्य, प्रकाशयोजना इत्यादी घटकांची मदत होते; तसेच अनेक पात्रांचा त्यात समावेश करता येतो. कलावंताची हालचाल, मूक अभिनयही प्रेक्षकांना बांधून ठेवू शकतो. सेटमध्ये कितीही वेळा बदल करता येतात. ट्रिक फोटोग्राफी, रंगीत फोटोग्राफी, समीप दृश्य (Close-up) संगणकाच्या माध्यमातून कितीतरी घटनाप्रसंग साक्षात हाताळता येतात. हे सर्व चित्रपट लेखन करणाऱ्यांना उपयोगी पडते. रंगमंचासाठी, तसेच दूरदर्शनसाठी लिहिणाऱ्यांनाही याचा चांगला उपयोग होतो; परंतु नभोनाट्य लिहिणाऱ्या लेखकाला फक्त तीनच घटक उपयोगी पडतात, ते म्हणजे संवाद, ध्वनिसंकेत आणि संगीत. त्यामुळे त्यांची जबाबदारी वाढते.

नभोनाट्य ३० मिनिटांचे असते. क्वचित प्रसंगी ते ६० मिनिटांचे असू शकते. त्यामुळे लेखकावर वेळेचे बंधन पडते. त्यामुळे नभोनाट्याची बांधणी रेखीव असते. मोजक्या शब्दांत प्रसंग उभा करावा लागतो. त्यातील पात्राचे स्वभावदर्शन एका फटकाऱ्यात करावे लागते. नभोनाट्य लिहिणाऱ्यांना संवाद उत्तम लिहिता आले पाहिजेत. साधी, सोपी भाषा असावी. अनावश्यक वाक्ये टाळावीत. पात्राची संख्या जास्त असू नये.

नभोनाट्याचा श्रोता हा चित्रपट, नाटकाच्या श्रोत्यांसारखा तिकीट काढून मुद्दाम आलेला नसतो. तो सहज रेडिओ लावतो. जर नभोनाट्य सुरुवातीच्या काही वेळेतच पकड घेणारे असेल, तर तो ऐकतो; नाहीतर रेडिओ बंद करतो. त्यामुळे नभोनाट्याची सुरुवात अत्यंत आकर्षक, उत्सुकता वाढवणारी हवी. उदाहरणार्थ पहा-

मोटारकार चालत असल्याचा आवाज. हॉर्न, काही सेकंदांत ब्रेकचा आवाज. गाडी थांबते. दरवाजा उघडल्याचा आवाज. त्यानंतर बुटांचा, पावलांचा आवाज. कुणीतरी चालत येतं. थबकतं. दारावरील बेल वाजते. ट्रिंग ट्रिंग ट्रिंगऽऽ थोड्या वेळात आतून कुणीतरी दरवाजा उघडल्याचा आवाज. दार उघडतं.)

गंगूबाई - (पोक्त स्त्रीचा आवाज) - कोण?

रमेश - (पुरुषाचा आवाज) मी... ओळखलं मला? मी रमेश...

गंगूबाई - रमेश! या या, आत या ना. फार दिवसांनी येणं केलं.

रमेश - अहो गंगूबाई, दिवसांनी कसला... वर्षांनी...

अशी सुरुवात झाली की, श्रोत्यांची उत्सुकता ताणली जाऊन तो पुढे ऐकू लागतो; पण एवढ्याने भागत नाही. शेवटपर्यंत श्रोत्यांचे लक्ष विचलित होता कामा नये.

नभोनाट्य लिहिण्यापूर्वी कल्पना मनाशी पक्की करा. मध्यवर्ती कल्पना एका ओळीत सांगता यायला पाहिजे. मध्यवर्ती कल्पना श्रोत्यांपर्यंत पोहोचवण्यासाठी घटनाक्रम, पात्रयोजना योग्य ती ठरवून घेऊन कथानक तयार करावे. वेगळ्या मर्यादेचे भान ठेवावे. विस्तार टाळावा. सुरुवात आणि शेवट महत्त्वाचा असतो. कथानक लिहिताना याचे भान ठेवावे. कथानकात संघर्ष हवा; कारण तो कथानकाचा प्राण असतो. पात्राचे स्वभावदर्शन नीट व्हावे. शेवटच्या अनुषंगाने चरित्र-चित्रण व्हायला हवे. त्याप्रमाणे घटनासुद्धा घडत जायला हव्यात. शेवट सूचक असावा. संवाद बोलीभाषेत असावेत. स्वाभाविक व सहज असावेत. योग्य शब्दांत प्रसंग उभा करता आला पाहिजे. उदा- सर्वत्र स्तब्धता, दूरवर रातकिड्यांची किरकिर... कुत्र्याचे विव्हळणे ऐकू येते. दार पुन्हा उघडल्याचा आवाज. बांगड्यांचा आवाज.

गंगूबाई - (पोक्त स्त्रीचा आवाज) तुमची वाट पाहत आहे ती.
रमेश - (पुरुषाचा आवाज) गंगूबाई, ती-
गंगूबाई - तुम्ही काही काळजी करू नका. मी सर्व सांगितलंय तिला.
रमेश - म्हणजे...?
गंगूबाई - ते तुम्ही बोला... म्हणजे तिला बरं वाटेल. जा तुम्ही... आत.
रमेश - (कुठल्यातरी तंद्रीतून जागा होतो) अं...
गंगूबाई - अहो, असं काय करताय? आत प्रिया तुमची वाट पाहतेय. तुम्हाला प्रिया बोलावते आहे. जा... आत जा तुम्ही. मी चहा घेऊन येते.
रमेश - नको. नंतर घेईन मी.
(चालत दरवाजाजवळ येतो. हळूच दार उघडल्याचा आवाज. पुन्हा स्तब्धता).

पहा, इथे या प्रसंगात संवाद किती सोपे, बोलीभाषेत, सहज लिहिले आहेत. ध्वनिसंकेतांचा चांगला वापरही केला आहे. या सगळ्यांचा परिणाम उत्सुकता टिकवून ठेवायला होतो. प्रत्येक नभोनाट्यात उत्कर्षबिंदू साधला गेला पाहिजे; पण तो अत्यंत संयमित असावा. नभोनाट्य घराघरात सगळ्यांनी बसून ऐकले जाते. परिवारातील सर्वच मंडळी एकत्र बसून ऐकत असतात. त्यांना एकत्र बसून आनंद घेता येईल, असेच विषय निवडले पाहिजेत. त्यामुळे समाजाची नैतिकता वाढली पाहिजे. जीवनाकडे बघण्याचा प्रत्येकाचा दृष्टिकोन कलात्मक व निकोप बनला पाहिजे.

पटकथा लेखन

कुठल्याही कथेच्या मूळ मांडणीच्या आधारावर चित्रपट तयार होऊ शकत नाही. कथेला दृश्य आणि श्राव्य माध्यमाद्वारे अभिव्यक्त करण्यासाठी पटकथा लिहिली जाते. पटकथा लिहिण्यासाठी मूळ कथा व संवादामध्ये योग्य ते परिवर्तन करावे लागते. याचबरोबर कथा किंवा कहाणीच्या दृश्यांना चित्रपटांकित करण्यासाठी विविध लोकेशन्सची योजनाही यामध्ये समाविष्ट करावी लागते. कथेचे दृश्य विभाजन, कॅमेऱ्याचे ठिकाण व कोन, कलावंतांची भूमिका, त्यांची वेषभूषा, हावभाव आणि संवादाची मोठी जमेची बाजू या सर्वांना मिळून 'पटकथा' असे म्हटले जाते. चित्रपट निर्मितीशी जोडल्या गेलेल्या अनेक व्यक्ती उदाहरणार्थ कॅमेरामन, साऊंड रेकॉर्डिस्ट, मेकअपमन, सेट डिझायनर, अभिनेता, अभिनेत्री इत्यादींना पटकथेमधून आपआपल्या कार्याची पूर्ण माहिती मिळते.

दृश्य-श्राव्य माध्यमासाठी पटकथा लिहिण्याचे अनेक प्रकार आहेत. इथे चित्रपटासाठी पटकथा लिहिण्यासाठी काही गोष्टींवर चर्चा करणार आहोत. सर्वात पहिली व महत्त्वाची गोष्ट ही की, कथाकाराला चित्रपटाची थीम किंवा आयडिया ऐकवली जाणे गरजेचे असते. ही थीम, आयडिया निर्माता, दिग्दर्शक यांना पसंत पडली, तर त्यांना या कथेला साजेशी योग्य संहिता तयार करण्यास सांगितले जाते. त्याप्रमाणे कथाकार या कथेची विस्तृत व योग्य रूपरेषा तयार करून निर्माता, दिग्दर्शक यांना सांगतो. त्यांना ती योग्य वाटली, पसंत पडल्यानंतर, ती कथा मिळाल्यानंतर या कथेची पटकथा तयार केली जाते.

पटकथेचा दुसरा प्रकार असा आहे की, निर्माता, दिग्दर्शक कथाकाराला कल्पना आणि थीम सांगतात. त्यानुसार कथाकार आपली कथा तयार करून त्याची रूपरेषा त्यांना सांगतो. ती सर्वांच्या पसंतीस उतरल्यानंतर त्याची कलावंतांच्या पसंतीची मान्यता घेऊन पटकथा लिहिली जाते.

तिसरा प्रकार हा असतो की, कथाकाराजवळ प्रथमपासूनच कथा तयार असते. ती कथेची रूपरेषा ऐकून निर्माता, दिग्दर्शक आपली पसंती कळवतात. त्यानंतर ती कथा सर्व कलावंतांना ऐकवून त्यांची पसंती घेतली जाते. त्यामध्ये आवश्यक ते बदल केले जातात. सर्वांच्या पसंतीनंतर ती कथा कथाकाराकडून खरेदी केली जाते. एखादी कथा एखाद्या निर्माता, दिग्दर्शकाला पसंत आली नाही, तर ती दुसऱ्या निर्माता, दिग्दर्शकाला पसंत येणारच नाही. असे सहसा होत नाही; कारण कथा पसंत करीत असताना बऱ्याच गोष्टी लक्षात घ्याव्या लागतात. एक चांगला चित्रपट तयार करण्यासाठी एका चांगल्या कथेची आवश्यकता असते. आजकाल काही लेखक खरोखरच चांगल्या पटकथा लिहीत आहेत. त्यांच्या या

कथा, पटकथेच्या मुळेच चांगला चित्रपट तयार होतो व तो यशस्वी ठरतो. चित्रपट यशस्वी ठरल्यानंतर सर्वांचेच नाव होते; परंतु दुःख या गोष्टीचे आहे की, अशा यशाच्या, आनंदाच्या वेळी मात्र कथाकाराचे नाव उपेक्षितच राहते.

चित्रपटासाठी पटकथा लेखन ही प्रक्रिया कथेच्या मूळ विचारापासून सुरू होते. या प्रक्रियेच्या अंतर्गत संपूर्ण कथा अत्यंत संक्षिप्त स्वरूपात लिहिली जाते. ज्यामध्ये कथेच्या प्रमुख विषयांवर चर्चा केलेली जाते. पुढील प्रक्रियेमध्ये कथेला कथात्मक रूपरेषेमध्ये विकसित केले जाते; ज्यामध्ये इतरही घटना, घडामोडींचा समावेश केला जातो. कथानकाचा क्रमशः विकास चित्रित केला जातो. त्याला दृश्य रूपरेषा असे म्हटले जाते. इथे कथादृश्य प्रतिदृश्याच्या रूपकतेमध्ये लिहिले जाते. त्यामध्ये लेखकाला दृश्य संगीताचा समावेश करण्याची संधी मिळते. मग तयार पटकथेचे पहिले रूप लिहिले जाते आणि मग अपेक्षित ते परिवर्तन करून नंतर पटकथेचे अंतिम रूप तयार केले जाते. यामध्ये कथेसोबतच कॅमेरा, ध्वनी, अभिनय वगैरे गोष्टींच्या बाबत माहिती दिली जाते. पटकथेमध्ये कथेचा विकास साहित्यिक विकासाप्रमाणेच होत असतो. द्वंद्व-विकास, विषयाची मर्यादा, कथेचा शेवट.

भारतीय चित्रपटामधील कथेच्या विषयी चर्चा करायची झाल्यास असे दिसून येते की, भारतीय चित्रपटांची कथा काही मर्यादित विषयांभोवतीच रेखाटल्या गेल्या आहेत. १) नायक- नायिका यांच्या प्रेमामध्ये जातात, पैसा किंवा व्यक्तीद्वारे संघर्ष उभा केला जातो; २) त्रिकोण प्रेमाची स्थिती; ३) हरवले-सापडले हा फॉर्म्युला; ४) स्त्रियांच्या परंपरागत स्थितीतून उद्‌भवलेल्या समस्या, ५) देशप्रेम, ऐतिहासिक, पौराणिक विषयांवरील कथा.

पटकथा लेखकाजवळ शब्दभांडार असणे गरजेचे असते. शब्दांच्या अर्थपूर्ण आणि उपयोगीपणाच्या प्रयोगाची समज त्याच्याजवळ असावी लागते. संबंधित मीडिया आणि त्यांच्या त्रासांची चांगलीच जाण त्याला असावी लागते. पटकथा लेखनाचे मूळ एकमेव दृश्य आहे. दृश्य माध्यमाद्वारे कथेचा विकास साधण्याची क्षमता असणे गरजेचे आहे. दृश्य सादरीकरणाचे विविध ढंग अवगत असणे आवश्यक आहे.

दृश्य, घटना आणि संवाद ही पटकथेची मूळ तत्त्वे आहेत. पटकथा तयार करीत असताना निवडलेल्या कथेला संपूर्ण रूपाने घटना आणि संवादामध्ये बसवावे लागते. त्यावेळी वर्णनाचे जितके पैलू आहेत, त्यांचा पटकथेमध्ये समावेश करून दृश्य बदलले जाते. पटकथेमध्ये कॅमेऱ्यातून उत्तम प्रकारे साधले जाण्याच्या सूचना केलेल्या असतात. पटकथा लेखकासमोर सगळ्यात मोठे आव्हान असते, ते चित्रपटाला अनुकूल कथानक साधण्याचे. सर्वच कथा चित्रपटासाठी उपयुक्त नसतात.

इथे उपयुक्ततेचा अर्थ नाटकीयतेशी संबंधित आहे; कारण कथेमध्ये जेवढी अधिक नाटकीयता असेल, तीच कथा पटकथेसाठी अथवा चित्रपटासाठी सर्वाधिक उपयुक्त होऊ शकते. ज्याप्रमाणे नाटकामध्ये प्रारंभ, कार्यविकास, चरणसीमा आणि अंत या कार्यअवस्था असतात, त्याप्रमाणेच कथानकाचा विकास साधला जातो. त्याचप्रमाणे पटकथेलासुद्धा याच अवस्थेतून विकसित करून कथानकाचा विकास साधला जातो. पहिल्या भागात परिस्थिती आणि पात्रांची मनस्थिती याचे चित्रण, दुसऱ्या भागात संघर्षाचे चित्रण करून कथानकाचा विकास दाखवला जातो. तिसऱ्या भागात कथेला चरण अवस्थेत पोहचवून समाधान दाखवले जाते. पटकथा लेखक चरणसीमा आणि शेवट लक्षात घेऊनच संपूर्ण पटकथेचा ढाचा निवडला जातो. या आधारावरच संपूर्ण पटकथा अथवा चित्रपट कथा लिहिली जाते.

तसं बघायला गेलो तर पटकथेमध्ये दृश्य अत्यंत महत्त्वाचे असते. दृश्याबरोबरच वेळ आणि ठिकाण यांचेही महत्त्व आहेच. म्हणून लेखक पटकथा लिहिताना पहिल्यांदा आपल्या कथानकाला दृश्यात उतरवून त्यांची संख्या लक्षात घेतो. जसे की, दृश्य- १, दृश्य- २, दृश्य- ३, दृश्य- ४; त्याचबरोबर तो ठिकाण आणि वेळ यांचाही उल्लेख करून ठेवतो. हे सर्व यासाठी करावे लागते की, शूटिंगच्या वेळी निर्माता व दिग्दर्शक यांना कोणती अडचण येऊ नये. त्याचबरोबर प्रकाशव्यवस्थेला त्याची मदत व्हावी असाही उद्देश असतो.

एका घटनास्थळावरील प्रसंग हा एका दृश्यात लिहिला जातो. चित्रपटात पूर्ण घटनेची व्हिडिओग्राफी केली जाते. नंतर त्या दृश्यांचे एकत्रीकरण क्रमवारीने लावून संपादन केले जाते. पटकथेच्या संकेतानुसार स्थळ नदीचा किनारा, झोपडी, प्रांगणात, घरामध्ये, डोंगरावर इत्यादीचा उल्लेख केला जातो. पटकथा याप्रकारे लिहिली जाते की, संपूर्ण कथेत घडणाऱ्या एका स्थळावरील घटनेला एकत्र सलग चित्रीकरण करून ती सहजपणे तयार व्हावी; परंतु पटकथेमध्ये घटना व दृश्य कथानकात क्रमवारी व्यवस्थित असते; परंतु घटनेतील कथानकानुसार वर्णन केल्याप्रमाणे त्या क्रमवारीने शूटिंग होत नाही, तर ती स्थळांचे चित्रीकरण केले जाते. मग नंतर दुसऱ्या स्थळावरील इतर सर्व दृश्यांचे चित्रीकरण केले जाते. कितीतरी पटकथांमध्ये एकाच स्थळावरील कितीतरी दृश्य असतात. त्या सगळ्या दृश्यांचे चित्रीकरण वेळेनुसार त्याच ठिकाणी एकत्रच केले जाते. अर्थात, एका स्थळावरील रात्रीच्या सर्व दृश्यांचे एकत्र चित्रीकरण एकाचवेळी त्याच ठिकाणी केले जाते, तर दिवसाच्या सर्व दृश्यांचे एकत्र चित्रीकरण एकाचवेळी त्याच ठिकाणी केले जाते. त्यामुळे एक फायदा होऊ शकतो की, त्याच ठिकाणी पुन: पुन्हा येऊन चित्रीकरण करण्याची गरज नसते आणि खर्चही वाचतो.

कोणत्या घटनेमध्ये कोणकोणती पात्रे आहेत, त्यांची भूमिका काय आहे, त्यांची सूची पटकथेच्या दृश्यावर लिहिली जाते. याला पटकथेच्या भाषेत 'कॉलशीट' म्हणतात. याबरोबरच चित्रपटात उपयोगात येणारी सजावट, नेपथ्य, सर्व साहित्याचा उल्लेखही या दृश्यावरील कागदावर केला जातो. पटकथेच्या भाषेत त्याला 'प्राप्स' म्हणतात. पटकथेतील सर्व दृश्ये ओळीने क्रमवारीने व्यवस्थित केलेली असतात. दृश्य आणि क्रमवारी कादंबरीतील दृश्य व परिच्छेदासारखे असतात.

अशाप्रकारे कोणत्याही कथेवर पटकथा लेखन करावयाचे असेल, तर पटकथेचे लेखन पूर्ण झाल्यानंतर त्यातील कमतरता व दोष तपासून पाहण्यासाठी त्याचे पुन्हा वाचन केले जाते. अशा प्रकारच्या वाचनातून त्यातील दोष व कमतरता बाजूला सारून त्याला चांगले बनवले जाते. त्यात काही नवीन गोष्टी सुचविल्या जातात. त्यानुसार त्या पटकथेत परिवर्तन केले जाते. पटकथेत संवाद पद्धती अत्यंत महत्त्वपूर्ण असते. सुरुवातीपासून शेवटपर्यंत जी पटकथा आपल्या रसिक श्रोत्यांना खिळवून ठेवते ती पटकथा चांगली असते. पटकथेत उत्सुकता असावी. चित्रपट पाहणाऱ्यांना वाटले पाहिजे की, आता पुढे काय होणार? पुढे काय होणार? या प्रकारची उत्सुकता प्रेक्षकांना खिळवून ठेवते. अशा प्रकारची पटकथा निश्चितच सर्वश्रेष्ठ आणि यशस्वी होईल.

टेलिड्रामा लेखन

जे नाटक दूरचित्रवाणीसाठी लिहिले जाते किंवा ज्या नाटकाचे प्रसारण टेलिव्हिजन म्हणजेच दूरदर्शनवरून होणार आहे, त्यालाच टेलिव्हिजन नाटक किंवा टेलिड्रामा म्हटले जाते. नाटक हे नाटकच असते. मग ते संघाचे नाटक असो, चित्रपटातील नाटक असो अथवा दूरदर्शनवरील नाटक असो अथवा रेडिओवरील असो. परिभाषेच्या कथेत त्याला नाटकच म्हटले जाते. अर्थात, नाटक एकच आहे; परंतु या विविध माध्यमांच्या प्रसारणातील विविधता ध्यानात घेऊन त्यांच्या आवश्यकतेनुसार आपण त्यात भेद करतो. नाटक हे साहित्याचे एक प्रमुख अंग आहे. तेच नाटक विविध माध्यमांद्वारे प्रसारित होते, तेव्हा त्याच्या प्रस्तुतीकरणात फरक असतो.

दूरदर्शन हे माध्यम दृश्य आणि श्राव्य आहे. त्यामध्ये पाहणे व ऐकणे या दोन गोष्टी आहेत. दूरदर्शनवरील नाटक हे रंगमंचावरील नाटकासारखेच असते. टेलिव्हिजन किंवा चित्रपट या दोन्ही माध्यमांत कॅमेऱ्याचा उपयोग केला जातो. आज अधिकाधिक टी.व्ही. नाटक आणि धारावाहिक बनवल्या जात आहेत. त्या सर्व चित्रपटांच्या धरतीवर होत आहेत. असे करीत असताना त्यांच्या सोयीसाठी त्यांच्या

सुविधांचा व माध्यमांचा विचार नीट होत नाही.

दूरदर्शन हे नाटक आणि चित्रपटांचा रंगमंच नाही. तरीही त्यामध्ये रंगमंचासारखी निरंतरता असते. दूरदर्शनवरील नाटक प्रामुख्याने स्टुडिओमधील सुविधेनुसार तयार केले जाते; परंतु चित्रपट किंवा चित्रपटाच्या धरतीवर काढलेल्या धारावाहिकांसाठी या गोष्टीची कसलीच गरज लागत नाही. टी.व्ही.मध्ये कमीतकमी ६-७ कॅमेऱ्यांचा उपयोग केला जातो. टी.व्ही.वरील नाटकाचे संपादन प्रोड्युसरच्या दिग्दर्शनानुसार प्रोडक्शन पॅनलवर सलगपणे केले जाते; ज्याला 'व्हिजन मिक्सिंग' म्हटले जाते. टी.व्ही.वरील नाटकाच्या प्रसारण व रेकॉर्डिंगवेळी दिग्दर्शक हा कलावंत व कॅमेरामन याच्यासोबत सेटवर नसतो, तर तो प्रोडक्शन पॅनेलच्या सर्व कॅमेऱ्यांचे संचालन व संपादन करीत ध्वनीपरिणामासाठी व संगीताच्या प्रयोगासाठी सारख्या सूचना देत राहतो; कारण टी.व्ही. वरील नाटकामध्ये हे सर्व कार्य एकाचवेळी सर्वत्र सुरू असते. चित्रपटाचा पडदा मोठा असल्यामुळे मोठ्या प्रसंगातून आपला अर्थ व सुंदरता प्रेक्षकांपर्यंत पोहचवायला जी मदत होते, ती टी.व्ही.वरील नाटकांना होत नाही; कारण टी.व्ही.चा पडदा हा छोटा असतो. त्यामुळे तेथे मोठ्या प्रसंगातील सुंदरता व सार्थकता छाटून टाकली जाते. त्यासाठी टी.व्ही.ला क्लोजअपचे माध्यम मानले गेले आहे.

रंगमंचावरील नाटक व टी.व्ही.वरील नाटक यात फरक आहे. रंगमंचीय नाटक एकीकडे प्रेक्षकांना जिवंत अनुभव देतो; तसेच दुसरीकडे एके ठिकाणी बसलेल्या प्रेक्षकांना एका विशालकाय फ्रेममध्ये घडत असलेल्या घटना, घडामोडींना एका निश्चित व एकाच दृष्टिकोनातून पाहण्यासाठी बांधील ठेवतो. टी.व्ही.मध्येही प्रेक्षकांची एकाग्रता बांधील ठेवण्यास कॅमेरा सक्षम ठरू शकत नाही. टी.व्ही. कॅमेरा सतत गतिशील राहतो आणि प्रेक्षकांना तो दिग्दर्शकाच्या इच्छेनुसार पूर्ण दृश्य अथवा त्याचा कोणताही भाग दाखवू शकतो. टी.व्ही.वरील नाटक हे सुरुवातीपासून शेवटपर्यंत दिग्दर्शकाच्या अधीन राहते आणि मग बऱ्या-वाईट गोष्टीला तोच जबाबदार ठरतो. रंगमंच अभिनेत्याचे माध्यम आहे, तर टी.व्ही. हे दिग्दर्शकाचे माध्यम आहे.

नाटक कुठलेही असू देत, मग ते रंगमंचावरील असो अथवा टी.व्ही.वरील असो, त्याचे मूळ कथा आहे. केबल माध्यमाच्या रूपात कथा सांगावयाची पद्धती वेगवेगळी असते. कथे-कथेमधील अंदाजच त्याला रोचक आणि उबदार बनवू शकतो. त्याचबरोबर टी.व्ही.वरील नाटकासाठी कथावस्तू तर हवीच; पण त्याचसोबत पात्रांच्या सहभागाचीही आवश्यकता आहे. या नाटकात कथेच्या आवश्यकतेनुसार पात्रांची संख्या ठरते. टेलिव्हिजन नाटकामध्ये मूकाभिनयाला क्लोजअपच्या माध्यमाद्वारे

चांगल्या तऱ्हेने सादर केले जाऊ शकते. अशा नाटकांत रंग, दृश्य, तसेच प्रकाशयोजना व ध्वनियोजनेच्याद्वारे अत्यंत प्रभावीपणे अशी नाटके सादर केली जातात. रंगमंचीय नाटक हे मर्यादित लोक पाहू शकतात. ते पुन्हा पाहण्यासाठी पुन्हा एकदा सर्व व्यवस्थेसह कलावंतांना प्रयोग सादर करावा लागतो; परंतु टी.व्ही.वरील नाटकाचे तसे नाही. त्याचे रेकॉर्डिंग केले जाते व ते नाटक पुनः पुन्हा त्याच स्थितीत लोकांना पाहावयास मिळते.

रेडिओवरील नाटक, नभोनाट्य आणि टी.व्ही.वरील नाटक यांमध्ये खूप फरक आहे. रेडिओवरील नाटकाच्या कथानकाची अभिव्यक्ती केवळ संवाद, संगीत आणि ध्वनी यांच्या प्रभावी माध्यमाद्वारे होत असते. टेलिव्हिजनवरील नाटक, संवाद, संगीत, ध्वनी यांच्या व्यतिरिक्त दृश्य स्वरूपात व प्रत्यक्ष अभिनय करून कलावंतांना ते सादर करता येते. रेडिओ, नाटकामध्ये संवादांना महत्त्व असते. तिथे एक व्यक्ती अनेक पात्राचे संवाद म्हणू शकते. त्यामुळे रेडिओमध्ये कमी पात्रे सर्व नाटकाला अभिव्यक्त करू शकतात. रेडिओ नाटक आणि टी.व्ही. नाटकामध्ये हाच खरा फरक आहे. त्यामुळे लेखकाला आकाशवाणी माध्यम आणि टी.व्ही. दूरचित्रवाणी माध्यम समजून घेऊन संहितेचे लेखन केले पाहिजे. टी.व्ही. नाटक १२० ते १५० मिनिटांचे असेल, तर धारावाहिक ३० ते ३५ मिनिटांची असते, हे लक्षात ठेवून लेखकाने लेखन केले पाहिजे.

कलावंतांचा अभिनय, संवाद, अतिरिक्त ॲक्शन आणि इतर संबंधित उपाययोजना या सर्व गोष्टी मिळून नाटकातील पात्रांची संख्या मर्यादित ठेवण्यासाठी दबाव घातला जातो. अर्ध्या तासाच्या नाटकामध्ये ५ ते ७ पात्र पुरेशी असतात. टी.व्ही. माध्यमासाठी लिहिणाऱ्या लेखकांनी हे लक्षात घेतले पाहिजे की, आपण दृश्य माध्यमासाठी लेखन करीत आहोत. नाटकाला केवळ संवादांनी बोजड बनवू नका. संवाद लेखनाची भाषा पात्रानुकूल असावी. घटना कुठे घडत आहे याचे भान ठेवून स्थळांचा निर्देश करावा. फार स्थळांचा उपयोग नको. एक किंवा दोन, फारच गरज वाटल्यास तीन पर्यंतचे सेट ठेवावेत. त्याचबरोबर अशीही स्थळे ठेवू नयेत की, जी स्टुडिओमध्ये बनवली जाऊ शकत नाही. उदा. विमानतळ, बंदर इ.

दृश्यांची संख्या आवश्यकतेनुसार ठेवावी. छोटी-छोटी अनेक दृश्यं एखाद्यावेळी नाटकाच्या लयीला बिघडवतात. अर्ध्या तासाच्या नाटकात ३ ते ४ दृश्यांमध्ये कथानक सहजपणे सांगितले जाऊ शकते आणि प्रभावीपणे ते सादर केले जाऊ शकते. टी.व्ही. नाटकाचे बजेट चित्रपट किंवा मालिका यांच्या एक दशांश इतकेही नसते, याचे भान ठेवणे आवश्यक आहे. फार महाग सेट, वेशभूषा, सजावट अशा महागड्या व वेळ वाया घालवणाऱ्या गोष्टींपासून दूरच राहिले पाहिजे.

कोणत्याही धर्म, जाती, देश, राजनैतिक हालचाली, सरकारी नियम यांचा अनावश्यक उल्लेख अथवा त्यावरील टीका-टिप्पणी, आक्षेप दूरदर्शनच्या नियमांच्या विरुद्ध आहे; तसेच कोणत्याही अपंगांना अथवा भाषेला त्या भाषा बोलणाऱ्या ढंगांना घेऊन विद्रुप बनविणे गैरवर्तनीय आहे. शिवी, शिवराळपणा या सर्व गोष्टी टाळता येतील. गरज वाटल्यास आपण आपल्या दिग्दर्शक व निर्मात्याशी चर्चा करून मगच एखादा निर्णय ठरवावा.

डॉक्युमेंट्री/डॉक्युड्रामा लेखन (माहितीपट, माहितीनाट्य)

दूरचित्रवाणीवरील विविध भागांमध्ये डॉक्युमेंट्री (माहितीपट) हा एक महत्त्वपूर्ण भाग आहे. डॉक्युमेंट्री या शब्दाचा संबंध डॉक्यूमेंट या शब्दाशी आहे. डॉक्युमेंट या शब्दाचा अर्थ शब्दकोशात लेख किंवा प्रमाणपत्र असा दिसतो. डॉक्युमेंट्री याचा मराठीत अर्थ माहितीपट असा होतो. माहितीपट म्हणजे विशिष्ट घटना, एखाद्या विशिष्ट कामाविषयी माहिती, शिलालेखाविषयी, संशोधनाविषयी, माहितीसाठी दाखवला जाणारा सिनेमा, चित्रपट होय.

हा चित्रपट कोणत्या ना कोणत्या माहितीवर आधारित असतो. त्या घटनेमध्ये सत्य, सर्व प्रकारचे दृश्य, सामग्री एकत्रपणे व एकाग्र शृंखलेने सलगपणे बांधली जाते. त्याच्यानंतर मागे पार्श्ववाचन करून त्यासंबंधी सर्व माहिती कॉमेंट्रीच्या स्वरूपात रेकॉर्डिंग करून आवाज चित्रपटात भरला जातो. अशाप्रकारे कोणत्या तरी माहितीपूर्ण विषयावर निवेदनासह प्रदर्शित केला जाणारा चित्रपट माहितीपट म्हणून ओळखला जातो.

दूरचित्रवाणीवरून प्रसारित होणारे माहितीपट हे चित्र, ध्वनी, संगीत, संवाद संमिश्रित स्वरूपात असतात. सर्वच माहितीपटांना निवेदनाची गरज असतेच असे नाही. त्या-त्या माहितीपटाच्या आवश्यकतेनुसार निवेदनाचा वापर केला जातो. सामान्यत: माहितीपटात तीन पद्धती बघायला मिळतात. प्रथम- डॉक्युड्रामा शैली- माहितीविषयक नाट्य. दुसरे- जिवंत दृश्याचे संकलन आणि तृतीय- स्थिर चित्राचे संकलन.

माहितीपटाच्या या बाबींविषयी विचार होणे गरजेचे आहे. दूरचित्रवाणीसाठी माहितीपट तयार करीत असताना लक्षात घ्यावयाच्या गोष्टी समजून घेणे आवश्यक आहे. त्यानंतर माहितीपटाच्या उद्देशाचा विचार केला जावा. उद्देशानुसार बाजू रसिक प्रेक्षकांच्यावर अवलंबून आहे. यानंतर सर्वात महत्त्वाची गोष्ट आहे, ती म्हणजे वेळ. कार्यक्रम किती वेळेचा आहे, याचा विचार लेखकाला करावा लागतो. विषय, वेळ, सत्य यांचे संकलन म्हणजे माहितीपटाचे तत्त्व आहे. माहितीपटामध्ये

सत्यतेचे तत्त्व आवश्यक आहे. ही सगळीच तत्त्वे एकत्र करून त्यांना आलेखरूपाने सादर केले जाते.

माहितीपटाच्या लेखनामध्ये भाषेकडे अत्यंत ध्यानपूर्वक पाहिले पाहिजे. प्रसारमाध्यमाची भाषा सर्वसामान्यांची बोलीभाषा असायला पाहिजे. संक्षिप्त अशी वाक्यरचना, सहजता व स्वाभाविकता या गुणवैशिष्ट्यांनी नटलेली असायला हवी; परंतु दूरदर्शनवरून प्रसारित होणाऱ्या माहितीपटासाठी लेखकाला शब्दप्रयोग अचूक व मोजके करावे लागतात; कारण दूरदर्शन हे माध्यम दृश्य व श्राव्य आहे. ऐकलेल्या गोष्टीपेक्षा प्रत्यक्ष पाहिलेली गोष्ट जास्त वेळ स्मरणात राहते. दूरदर्शनवर दृश्यच सर्व काही सांगून जाते. म्हणून लेखकाने अनावश्यक शब्दांचे जाळे पसरवू नये. दृश्य आणि शब्दांमध्ये संबंध असणे फार गरजेचे आहे. कारण म्हटले जाणारे शब्द आणि पाहिले जाणारे दृश्य यांमध्ये थोडी जरी विषमता दिसली, तरी विसंगती जाणवेल, हे लक्षात घेतले पाहिजे. माहितीपटाची विविध रूपे दिसून येतात. विशेष विषयानुसार या माहितीपटाचे लेखनाचे विविध प्रकार दिसून येतात. सूचनात्मक माहितीपट, कहाणीपर माहितीपट, न्यूज डॉक्युमेंट्री, सामाजिक माहितीपट, शोध माहितीपट व ऐतिहासिक माहितीपट. माहितीपट या शब्दाला मिळता-जुळता शब्द आहे डॉक्युड्रामा (Docudrama/Drama). हा शब्द डॉक्यू आणि ड्रामा या शब्दांच्या संयोगातून बनला आहे. ड्रामा नाटकाला म्हणतात. डॉक्युड्रामा या शब्दाचा आशय सत्य तथ्य या नाटकी अभिव्यक्तीशी संबंधित आहे. दृश्य व श्राव्य माध्यमाची जी कृती वास्तविक घटनेवर आधारित असते आणि ज्यामध्ये नाटकीय वैशिष्ट्य असतात, त्यास डॉक्युड्रामा असे म्हटले जाते. डॉक्युड्रामा म्हणजे एक प्रकारचे खरे नाटक असते. वास्तविक घटनेवर आधारित आणि नाटकीय ढंगाने अभिव्यक्त फिल्म किंवा टी.व्ही. कार्यक्रम म्हणजे डॉक्युड्रामा होय. डॉक्युड्रामाची तुलना ऐतिहासिक नाटकाशी करू शकतो. ऐतिहासिक नाटक सत्य तथ्यावर आधारित असते; परंतु त्याची कथात्मक अभिव्यक्ती करण्यासाठी रचनाकार त्यात कल्पनेचेपण प्रयोग करतो. डॉक्युमेंट्री चित्रपटात घटनांचे यथातथ्य चित्रण असते. डॉक्युड्रामाचा हा आदर्श आहे की, त्यामध्ये तथ्याचे वस्तुनिष्ठ ढंगाने चित्रण प्रसारित व्हावे; परंतु डॉक्युड्रामामध्येसुद्धा त्याला सनसनाटी व रुचकर बनवण्यासाठी कल्पनांचा प्रयोग केला जातो. आपल्या देशात डॉक्युड्रामाची निर्मिती कमी आहे. दूरचित्रवाणीवर कधीतरीच आता डॉक्युड्रामा बघायला मिळतो.

संवाद लेखन

संवाद हा नाटकाचा आत्मा आहे. नाटक असो वा चित्रपट, त्यामध्ये संवाद

हाच त्याचा प्राण असतो. दूरचित्रवाणी, आकाशवाणी, रंगमंचीय नाटक या सगळ्याच माध्यमांमध्ये संवाद हा भाग महत्त्वाचा असतो. जेव्हा पात्रे आपआपसांत बोलतात, त्यांच्या त्या चर्चेला संवाद असे म्हटले जाते. संवादाशिवाय कथा अथवा नाटकाची रचना होऊच शकणार नाही. 'संवाद' हे पात्रांच्या अभिव्यक्तीचे साधन आहे. पात्रांच्या चरित्राचा विकास, त्यांच्या सवयी, लकबी, वागणे, सामाजिक स्थिती, मनोभावना इत्यादींचे प्रकटीकरण. बोलाचालीच्या माध्यमातून होत असते. संवादाच्या माध्यमाद्वारे केवळ पात्रांच्या भावभावना आणि विचार व्यक्त करणे इतकेच नाही, तर संवादाच्या आधारे फार काही साधता येते. वातावरण निर्मिती, घटनांचा परिचय यासाठी संवाद अचूक व नेमकी भूमिका बजावतात. संवादाच्या आधारे कथेची संपूर्ण संवेदना आपल्यापर्यंत पोहाचते. संवादाच्या आधारे नाटकाच्या उद्देशांची सफलता परिपूर्ण केली जाते.

नाटक व चित्रपटासाठी संवाद लिहिले जातात. संवाद लेखनाची काही महत्त्वपूर्ण सूत्रं असतात. या सूत्रांच्या आधारावर संवादाचे लेखन केले जाते. नाटक रंगमंचीय दृष्टीने, आकाशवाणी, दूरदर्शन, चित्रपट कथेसाठी संवाद आवश्यक असतात. कथा साहित्यासाठी ते तितके महत्त्वपूर्ण नसतात. जसजशी चित्रपटाचे शूटिंग होत राहते, तसतसे लेखक संवाद वैशिष्ट्यपूर्ण तयार करतो. संवाद दिग्दर्शकाकडे लेखक चित्रीकरणाच्या तीन दिवस अगोदर देतो. दिग्दर्शक त्याचा बारकाईने अभ्यास करतो व त्यावर काही संशोधन करतो. संवाद तुकड्या-तुकड्यांनी, तुटक-तुटक लिहिले जातात, तेव्हा दिग्दर्शकाला अडचण निर्माण होते. काही लेखक असेही आहेत की, जे सेटवर आल्यानंतर संवाद लिहून देतात. काही वेळेस असेही होते की, संवाद लेखन चालले आहे आणि दुसरीकडे चित्रीकरणही चालू आहे. अशावेळी एक समस्या उभी राहते. अशा संवादाची एक लिखित प्रत, संहिता नसते. अशा स्थितीत डबिंगच्या वेळेस मूळ संवादाच्या अभावामुळे किंवा ते संवाद नीट ऐकायला न आल्यामुळे मोठी अडचण निर्माण होते. अभिनेत्यांच्या ओठांच्या हालचालींवरून अनुमान काढून काय संवाद बोलले असतील, त्यावरून डबिंग केले जाते. काही अभिनेत्यांना चित्रीकरणाच्या एक दिवस अगोदर संवाद द्यावे लागतात. संवाद लेखकाजवळ एक साहाय्यक लेखक असतो. या साहाय्यकाचे मुख्य काम संवादाचा कच्चा मसुदा तयार करणे हे असते. हॉलिवूडमध्ये चित्रपटासाठी पटकथा लेखकच संवाद लेखन करतो. आपल्या इथे संवाद लेखक वेगळा असतो.

संवाद लेखनाच्या प्रक्रियेमध्ये एखादी व्यक्ती मिळते. त्याला महत्त्वपूर्ण काम दिले जाते. आज आमच्या चित्रनगरीतील जगामध्ये कितीतरी हास्य अभिनेता पंच ठेवू लागले आहेत. त्यांचे काम दृश्यानुसार नोंद लेखक बनावे लागते. विनोदी

अभिनेता मेहमूद यांनी लेखक ठेवला होता. त्याचबरोबर जुने कलावंत आय.एस. जोहर यांनी एक डायरी ठेवली होती. ते या डायरीत नवीन-जुने पुराण्या, विदेशी चित्रपटांतील अशा महत्त्वपूर्ण नोंदी लिहून ठेवत. असो, आपल्या चित्रनगरीतील संवाद लेखनामध्ये अशी लवचीकता आहे. इथे कथालेखक, पटकथालेखक, संवादलेखक अशी वेगवेगळी पदे आहेत. चित्रीकरणाच्या वेळी कोण कुठले संवाद लिहिणार आहे हे ठरले जाते. संवाद लेखन करण्याअगोदर संवाद लेखकाला संपूर्ण पटकथा वाचावी लागते. कधीकधी संवाद लेखक दिग्दर्शक, पटकथा लेखकाची पटकथा ऐकून घेतात. दृश्यांचे सारांश तो आपल्या डायरीत नोंद करून घेतो. त्यानंतर वेगवेगळ्या दृश्यांवरील संवाद लिहिले जातात. दिग्दर्शकाशी विचार-विनिमय केल्यानंतरच संवादाला अंतिम रूप दिले जाते. चित्रपटांच्या वेळचे भान ठेवूनच संवाद लेखन केले जाते. चित्रपट असो किंवा नाटक, त्यामध्ये संवादच मुख्य असतात. संवादाच्या आधारेच कथा पुढे सरकते. संवाद कथेत जिवंतपणा आणण्याचे काम करतात. संवाद लेखकाची दृष्टी प्रयोजन आणि वैशिष्ट्यावर असते. संवाद संक्षिप्त सुगठित आणि मितभाषी असायला हवेत. संवादात कमीत कमी शब्दांचा प्रयोग करून अधिकाधिक गंभीर अर्थाच्या उकल होण्याची क्षमता असावी. संवाद चटकदार आणि दमदार असायला हवेत. संवाद हे पात्रांच्या मनोभावनेला अनुकूल आणि त्यांच्या क्रिया- प्रक्रियांना अनुसरून गतिशील असायला हवेत. संवादाची भाषा पात्रानुकूल असावी. पात्रांचे स्वभाव-गुण, कार्य इत्यादीला समरस होऊन आणि कथेच्या उद्देशाला अनुसरून असावी. संवादलेखन असे असायला हवे की, एका संवादातून दुसऱ्या संवादाचा विकास झाला पाहिजे. संवादात गतिशीलता आणि प्रवाहीपणा असावा. नाटकामध्ये काही प्रचलित संवाद-जसे की पद्य संवाद, स्वगत, एकाकी इ. दृश्य श्राव्य माध्यमाच्या प्रकृतीला अनुसरून रचनाशिल्पामध्ये संवादाची महत्त्वपूर्ण भूमिका असते. चित्रपट व धारावाहिकांमध्ये लेखनाची कितीतरी अंगे असतात. त्यांचे लेखकही वेगवेगळे असतात. यामध्ये संवाद लेखन ही स्वतंत्र प्रक्रिया असते. अशा संवाद लेखकांना त्या-त्या माध्यमाच्या प्रकृतीची व संवाद लेखनाच्या पूर्ण प्रक्रियेची माहिती असणे गरजेचे असते. संवाद लेखन प्रभावी व परिणामकारक बनण्यासाठी ही अत्यंत गरजेची व आवश्यक बाब आहे.

स्वाध्याय

- डॉ. बाबासाहेब आंबेडकर यांच्या जयंतीनिमित्त रूपक तयार करा.
- आकाशवाणी, सोलापूर केंद्रावरील दुपारच्या 'एक ताल एक सूर' या चित्रपट गीताच्या कार्यक्रमाची उद्घोषणा तयार करा.

- आकाशवाणीवरील कार्यक्रमासाठी भाषण तयार करा.
- आकाशवाणी कार्यक्रमासाठी नभोनाट्य लेखन करा.
- पटकथा लेखनविषयक माहिती सांगा.
- टेलिड्रामा लेखनाचे महत्त्व सांगा.
- माहितीपटाचे महत्त्व सांगून माहिती लिहा.
- संवाद लेखनाचे महत्त्व सांगा.

■

७

प्रसारमाध्यमे आणि मराठी

सॅटेलाईट

नवीन इलेक्ट्रॉनिक प्रसिद्धी माध्यमांमध्ये उपग्रहांचापण समावेश होऊ शकतो. सॅटेलाइट उपग्रहाच्या कार्यक्षमतेमुळे आज प्रसिद्धी माध्यमांचा विशेष विकास झाला आहे. हा विकास साधण्यासाठी विषववृत्तीय रेषेवर आकाशामध्ये निश्चित उंच अशा ठिकाणी उपग्रह बसविला जातो. या उपग्रहास 'भूस्थिर उपग्रह' म्हणूनच ओळखले जाते. असे उपग्रह प्रसारणांच्या सुविधा देत असतात; ज्यामधून आंतरराष्ट्रीय संचार प्रणाली विकसित होत असते. कोणता एखादा उपग्रह पृथ्वीच्या एखाद्या कक्षेत एका ठिकाणी स्थिर होतो, तर तो पृथ्वीबरोबर फिरू लागतो. अशाप्रकारे उपग्रहाची परिक्रमा करण्याची वेळ ही समान असते. अशा उपग्रहांना सुविधापूर्वक संचार उपग्रहांच्या सारखे उपयोगात आणले जाते. कक्षेत वेगवेगळ्या ठिकाणी इ.स. १९५६ नंतर काही कृत्रिम उपग्रहांची स्थापना करण्यात आली आहे. या उपग्रहांना रॉकेटच्या आधारे स्थापित केले गेले आहे; ज्याला 'रॉकेट लाँचर' असे म्हटले जाते. याची प्रक्रिया गतीवर आधारित आहे. सर्वात अगोदर रॉकेटला तीव्र गतीने अवकाशात सोडले जाते. म्हणजे ते ठरावीक उंचीपर्यंत पोहचले जाते. तिथे गेल्यावर उपग्रह आपोआप रॉकेट लाँचरमधून बाहेर निघून निश्चित ठरलेल्या जागी स्थापित होतो आणि लगेच पृथ्वीच्या चोहोबाजूंनी फिरू लागतो. या अवस्थेत त्याच्यावर एक अभिकेंद्र शक्ती कार्य करत राहते. ही अभिकेंद्र शक्ती उपग्रहावर परिणाम करणाऱ्या पृथ्वीच्या गुरुत्वाकर्षण शक्तीला संतुलित करण्याचे कार्य करते. त्यामुळे उपग्रह तिथेच फिरत राहतो. तो खाली येऊ शकत नाही. उपग्रहाची गती कमी होता कामा नये; नाही तर तो खाली येईल आणि कोसळून नष्ट होईल.

या प्रक्रियेमध्ये सर्वप्रथम पृथ्वीवरून काही सिग्नल उपग्रहाकडे पाठविले जातात. उपग्रह त्यांचा स्वीकार करतो, आवर्धन करतो. त्यानंतर उपग्रहाकडून ते

आवर्धित सिग्नल विविध दिशांमध्ये प्रेषित केले जातात. या सिग्नल्सना पृथ्वीवरील अनेक स्थापित केंद्र ग्रहण करून घेतात आणि सर्वत्र प्रसारित करतात. उपग्रहाद्वारे बातम्या, माहिती आणि विविध प्रकारचे कार्यक्रम रात्रंदिवस जगामध्ये सर्वत्र रेडिओ आणि टेलिव्हिजन केंद्रावरून प्रसारित केले जात आहेत. या उपग्रहाद्वारे दूरवर असणाऱ्या अंतरिक्षातील अज्ञात गोष्टींची माहितीही आपणास प्राप्त होत आहे. ज्ञान-विज्ञानाच्या क्षेत्रात रोज नव्या तत्त्वांचा, तंत्रांचा शोध लागत आहे. खरे तर उपग्रहांनी सूचनाक्रांतीमध्ये महत्त्वपूर्ण भूमिकाच पार पाडली आहे. आज आमच्या जगातील सर्व प्रसारमाध्यमे उपग्रहांना जोडलेली असून ती प्रभावीपणे आपआपल्या क्षेत्रात कार्यरत आहेत. ही माध्यमे जगातील अखिल मानवाच्या विकासाच्या दृष्टीने अत्यंत उपयोगी व प्रगतशील ठरलेली आहेत.

टेलिग्राफ

हे आधुनिक दूरसंचारचे एक प्रभावी माध्यम आहे. या माध्यमाचा आविष्कार इंग्लंडमधील कुक चार्ल्स व्हीट टोन आणि अमेरिकेचे सेमुअल मोर्स यांनी केला. इ.स. १८९५ मध्ये इटालीचे प्रसिद्ध भौतिकशास्त्रज्ञ भुगलिओ मार्कोनी यांनी या यंत्राचा शोध लावला; परंतु या यंत्राला परिपक्व बनवून त्यामध्ये सुधारणा केल्यानंतर वायरलेस टेलिग्राफी पद्धती पुढे आली. मार्कोनी यांनी २८ मार्च १८८८ मध्ये इंग्लंडमधील डोवर नावाच्या ठिकाणावरून फ्रान्समधील विमरोक्समध्ये टेलिग्राफ संदेश पाठविला होता. टेलिग्राफच्या माध्यमातून संदेश पाठविण्यासाठी सेम्युअल मोर्सद्वारा निर्धारित मानक कोड प्रयोगात आणला जातो. टेलिग्राफमध्ये संदेश पाठविण्यासाठी बिंदू डॉट (डॅश) प्रणालीचा प्रयोग केला जातो. त्यालाच 'मोर्स कोड' म्हणून ओळखले जाते. संदेश पाठविण्यासाठी टेलिग्राफमध्ये एक 'की बोर्ड' असतो. ते एक प्रकारचे बटन आहे. या बोर्डाचा संबंध तारांमधून संदेश प्रेरणास्थळावर म्हणजे संदेश ग्रहणस्थळावरील असलेल्या मोर्स बटन पटलाशी (की बोर्ड) असतो. जेव्हा मोर्सच्या चावीला दाबून त्वरित सोडले जाते, तेव्हा एक बिंदू (डॉट) बनून जातो. एक मोठा डॅश चार बिंदूंच्या एवढा असतो. शब्दांच्या मधील अंतर तीन बिंदूंनी अभिव्यक्त केले जाते. अक्षरांना जोडण्यासाठी अनिवार्य अंतर दोन बिंदूंद्वारे प्रकट केले जाते.

संगणक आणि इंटरनेटचे महत्त्व

संगणक आणि इंटरनेट ही विज्ञान युगाची माध्यमे आहेत. ज्ञान, माहिती, व्यापार, उद्योग, कार्यपद्धती, मनोरंजन, संपर्क अशा सर्वत्र क्षेत्रांत या माध्यमांचा

खूप मोठ्या प्रमाणावर उपयोग होत आहे. त्यामुळे मानवी जीवन पद्धतीत आमूलाग्र बदल होत आहे. जगाबरोबर जाण्यासाठी आता संगणक साक्षरता अपरिहार्य आहे. म्हणून आपण या घटकांमध्ये संगणक व इंटरनेटची प्राथमिक स्वरूपाची ओळख करून घेणार आहोत.

१) संगणक म्हणजे काय?

संगणक (Computer) हे गणिती क्रिया वेगाने करणारे, तुलना व तर्क करणारे, विविध प्रकारची माहिती साठविणारे, दिलेल्या माहितीवरून निष्कर्ष काढणारे, चित्रे, नकाशे काढणारे, मनोरंजन करणारे अशा स्वरूपाचे एक इलेक्ट्रॉनिक उपकरण आहे. आजच्या युगात ते अत्यंत महत्त्वाचे मानले जाते.

संगणकाची वैशिष्ट्ये पुढीलप्रमाणे आहेत.

- संगणकाचा काम करण्याचा वेग प्रचंड असतो. तो एका सेकंदात लाखो गणिती क्रिया सहज करतो.
- संगणकाला एकदा सूचना दिल्यानंतर माणसाची वारंवार मदत न घेता तो ते कार्य पार पाडतो.
- संगणकाची माहिती साठविण्याची क्षमता खूपच जास्त असते. लाखो पुस्तकांतून छापलेली माहिती एखाद्या छोट्याशा संगणकातील मेमरीवर सहज समाविष्ट केली जाऊ शकते; तसेच ती माहिती जतन करणे, त्यात सूचनेनुसार बदल करणे व जरूर तेव्हा ही माहिती पूर्णत: अथवा अंशत: उपलब्ध करून देणे ही कामे संगणक सहज करू शकतो.
- संगणकाने केलेले काम अतिशय अचूक असते. गणिती प्रक्रियांची उत्तरे अनेक दशांश स्थळापर्यंत अचूक असतात.
- संगणक एखादे काम कितीही वेळा न चुकता, न कंटाळता अखंडपणे करू शकतो.
- संगणकाद्वारे कोणत्याही प्रकारच्या माहितीवर प्रक्रिया करता येते. फक्त त्यासाठी आवश्यक आज्ञावली (Software) व हार्डवेअर साधने जोडणे आवश्यक असते.

संगणकाच्या मर्यादा

- प्रत्येक संगणक तयार करताना त्याची स्मरणशक्ती (memory) जास्तीत जास्त किती असेल हे निश्चित केले जाते. स्मरणशक्तीच्या वाढीलाही

मर्यादा पडतात.

- संगणक हे विद्युत पुरवठ्यावर चालणारे उपकरण आहे. विद्युत पुरवठा नसल्यास संगणक चालू शकत नाही.
- संगणकाचे आतील भाग नाजूक व महाग असतात. त्यांची हाताळणी व निगा अत्यंत काळजीपूर्वक करावी लागते. संगणकाची खरेदी व दुरुस्ती खर्चीक असते.

संगणकाचे प्रकार

काम करण्याच्या पद्धतीनुसार संगणकांचे तीन प्रकार पडतात. १) ॲनालोग संगणक, २) डिजिटल संगणक आणि ३) हायब्रीड संगणक.

सर्वसाधारणपणे संगणक म्हटल्यावर तो डिजिटल असलाच पाहिजे असे समीकरण झाले आहे. डिजिटल संगणक हाच सर्वाधिक लोकप्रिय व वापरला जाणारा संगणक आहे. म्हणून येथे मुख्यत: डिजिटल संगणकाचे प्रकार दिले आहेत.

१) **सुपर संगणक :-** संगणकाच्या सर्व प्रकारामध्ये सुपर संगणक हा अतिजलद व अधिक कार्यक्षमता असणारा संगणक आहे. व्यक्तिगत संगणकात एकच प्रोसेसर गणनक्रिया करतो. सुपर संगणकामध्ये कित्येक प्रोसेसर्स एकाचवेळी गणनक्रिया करू शकतात. गणनक्रियेच्या या पद्धतीला 'पॅरलल प्रोसेसिंग' असे म्हणतात. पॅरलल प्रोसेसिंग पद्धतीने सुपर संगणक एका सेकंदात अब्जावधी गणिती क्रिया करतो. भारतानेही 'परम' नावाचा सुपर संगणक निर्माण केला आहे. सुपर संगणकाची किंमत कोट्यवधी रुपये असते. अवकाश संशोधन, हवामानशास्त्र, ऊर्जासंशोधन, अवजड उद्योगधंदे अशा विविध क्षेत्रांत हा संगणक वापरला जातो. अमेरिकेच्या संरक्षण व्यवस्थेचा व अण्वस्त्र संशोधनाचा सुपर संगणक हा आत्मा आहे.

२) **मेनफ्रेम संगणक-** हे मुख्यत्वे वातानुकूलित जागेत वापरले जातात. याचा वेग, साठवण क्षमता, मेमरी मोठी असते. खूप मोठ्या प्रमाणावर रेकॉर्डच्या नोंदी ठेवणे, त्यावर प्रक्रिया करणे अशा कामासाठी या संगणकाचा वापर केला जातो. उदाहरणार्थ विमान, रेल्वे, बँक, शेअरबाजार, मोठमोठ्या कंपन्या इत्यादी ठिकाणी अशा संगणकांचा वापर होताना दिसून येतो.

३) **मिनी संगणक -** या संगणकाला 'मिडरेंज संगणक' असेही म्हणतात. त्याचा आकार रेफ्रिजरेटर एवढा असतो. या संगणकावर एकाचवेळी अनेक व्यक्ती कार्य करू शकतात. यामध्ये मुख्य संगणकावरील माहिती इतर

संगणकांना उपलब्ध होऊ शकते. या संगणकाचा वापर मुख्यत्वेकरून नेटवर्कमध्ये बहुविध कार्यप्रणालीसाठी केला जातो. ग्रंथालये, वित्तसंस्था, मध्यम आकाराच्या कंपन्या, मोठ्या कंपन्यांतील उपविभाग यांमध्ये अशा संगणकाचा उपयोग होतो.

४) **व्यक्तिगत संगणक (पर्सनल कॉम्प्युटर)** - या प्रकारच्या संगणकावर एकावेळी एकच व्यक्ती काम करू शकते. त्याच्या लहान आकारामुळे या संगणकाला 'मायक्रोसंगणक' असेही म्हणतात. तंत्रज्ञानाच्या विकासाबरोबर याची गणनक्षमता व गती दिवसेंदिवस वाढत चालली आहे. कार्यालये व घरगुती वापरासाठी हे संगणक अतिशय उपयुक्त आहेत. व्यक्तिगत संगणकाचे पुढील प्रकार पडतात.

- **डेस्कटॉप संगणक** - हे डेस्कवर किंवा डेस्कच्या बाजूला मावू शकतात; मात्र ते चटकन हलविता येत नाहीत.
- **लॅपटॉप संगणक** - याला 'नोटबुक' संगणक असेही म्हणतात. हा संगणक व्यक्तीला आपल्याबरोबर वागविता येतो. वजनाला हलका असतो. एकाच लहान पेटीत मॉनिटर, की बोर्ड, ट्रॅक बॉल, प्रोसेसर, हार्ड ड्राईव्ह ही सर्व साधने एकत्र असतात.
- **टॅब्लेट पी.सी.** - हा नोटबुक संगणकाचाच प्रकार आहे. तो हस्तलिखित सूचनांचाही स्वीकार करू शकतो.
- **हॅन्ड हेल्ड संगणक** - हे सर्वात लहान असतात आणि एका तळहातावर मावू शकतात. यांना 'परम' संगणक असेही म्हणतात. या संगणकाला की बोर्ड नसतो. नुसत्या स्पर्शाने स्क्रीनवरील माहिती बदलता येते. पर्सनल डिजिटल असिस्टंट (PDA) हा मोठ्या प्रमाणात वापरला जाणारा हॅन्ड हेल्ड संगणक आहे.

संगणकाच्या कार्याचे तत्त्व

संगणकाला जी माहिती पुरविली जाते, त्याला 'इनपुट' (Input) असे म्हणतात. ज्या साधनांच्या साहाय्याने ही माहिती पुरविली जाते, त्यांना 'इनपुट' घटक असे म्हणतात. प्रोसेसर नावाचा संगणकाचा घटक या विस्कळीत माहितीवर प्रक्रिया करतो. ही माहिती विस्कळीत स्वरूपाची असते; परंतु आपल्याला पाहिजे तशी प्रक्रिया होण्यासाठी या सूचना प्रोग्रॅमच्या माध्यमातून दिल्या जातात. या सूचनाबरहुकूम विस्कळीत माहितीवर प्रक्रिया होऊन तिचे एका सूत्रबद्ध माहितीत रूपांतर होते. यालाच 'आऊटपुट' असे म्हणतात. ही उत्तरवजा माहिती 'आऊटपुट'

घटकांच्याद्वारे मिळविता येते. संगणकाच्या कार्याची साखळी पुढीलप्रमाणे-

अशाप्रकारे संगणकाच्या कार्याचे तत्त्व इनपुट-प्रोसेस-आऊटपुट अशा तीन शब्दांच्या द्वारे दर्शविता येईल.

संगणकाचे भाग

संगणकाचे दोन विभाग आहेत.

१) **सॉफ्टवेअर-** डेटा म्हणजेच प्रक्रिया न केलेल्या माहितीचे माहितीमध्ये रूपांतर करणे हे सॉफ्टवेअरचे काम असते. संगणकाद्वारे साठविलेल्या माहितीवर प्रक्रिया करण्यासाठी द्यावा लागणाऱ्या आज्ञावलींना 'सॉफ्टवेअर' असे म्हणतात. थोडक्यात माहितीवर नेमकी कोणती क्रिया-प्रक्रिया करावी, याबाबत संगणकाच्या हार्डवेअरला सूचना देणारी प्रणाली म्हणजे सॉफ्टवेअर होय. निरनिराळ्या प्रकारच्या प्रोग्रॅम्सचा अंतर्भाव सॉफ्टवेअरमध्ये असतो.

२) **हार्डवेअर-** डेटावर प्रक्रिया करून माहिती तयार करणाऱ्या उपकरणाला हार्डवेअर म्हणतात. की बोर्ड, माऊस, मॉनिटर, सिस्टिम युनिट, प्रिंटर, प्लॉटर, फ्लॉपी, डिस्क, हार्ड डिस्क वगैरे साधनांचा समावेश हार्डवेअरमध्ये होतो.

संगणकाचे प्रमुख तीन घटक

संगणकामध्ये विविध प्रकारची विद्युतमंडले असली, तरी त्यांची प्रामुख्याने तीन घटकांत विभागणी करता येईल. संगणकाला माहिती पुरविणारा घटक म्हणजे इनपुट युनिट, संगणकाच्या सर्व प्रक्रिया करून नियंत्रण करणारा केंद्रीय प्रक्रिया विभाग (CPU) आणि संगणकाकडून प्रक्रिया झालेली माहिती दर्शविणारे आऊटपुट युनिट या तीन घटकांच्या समन्वयातून संगणकाचे कार्य चालते.

१) **इनपुट घटक :** इन-आत, पुट-ठेवणे. सी.पी.यू.च्या आत माहिती भरणारा भाग म्हणून याला इनपुट घटक असे म्हणतात. की बोर्ड, माऊस, जॉयस्टिक, लाईटपेन, डिजिटायझर ही इनपुटसाठी वापरली जाणारी साधने आहेत.

अ) **की बोर्ड-** नेहमीच्या टाईपरायटरप्रमाणे विविध बटने असलेले हे महत्त्वाचे साधन आहे. की बोर्डवर साधारणपणे ८२ ते १०८ बटने असतात. या बटनांच्या द्वारे संगणकाला माहिती व आज्ञा देता येतात. की-बोर्डवरील बटनांचे चार प्रकार पडतात.

१) टायपिंग कीज- अक्षरे टाईप करण्यासाठी.

२) न्यूमरिक की पॅड- संगणकाला संख्यात्मक माहिती पुरविण्यासाठी.

३) फंक्शन कीज - विशिष्ट कामासाठी.

४) कंट्रोल कीज - कर्सर आणि स्क्रीन यांच्यावर नियंत्रण ठेवण्यासाठी.

ब) **माऊस** - संगणकाच्या टेबलावर आढळणारे हे एक साधन आहे. याचा उपयोग संगणकासाठी मॉनिटरवरील विविध आज्ञा किंवा मजकुराची निवड करण्यासाठी केला जातो. मॉनिटरवर दिसणाऱ्या पॉईंटवर माऊस नियंत्रण ठेवतो. माऊस पाईंटर साधारणपणे बाणाच्या आकाराचा असतो. माऊसला दोन किंवा तीन बटणे असतात. या बटणांचा उपयोग कमांड पर्याय निवडण्यासाठी आणि मॉनिटरवर माऊसचा पॉईंटर नियंत्रित करण्यासाठी होतो. काही माऊसना व्हील बटण असते. मॉनिटरवर माहिती बघताना, पाने वर खाली करताना त्याचा उपयोग होतो. माऊसच्या साहाय्याने सिंगल क्लिक, डबल, राईट क्लिक अशा क्रिया करून विविध कार्ये करता येतात.

क) **स्कॅनर** - या साधनाद्वारे संगणकाला फोटो, हस्तलिखिते, छापील साहित्य पुरविले जाते.

ड) **जॉयस्टिक-** संगणकावर खेळ खेळण्यासाठी जॉयस्टिक वापरतात. जॉयस्टिकच्या माध्यमातून वेग, दाब, दिशा यांवर नियंत्रण ठेवून खेळातल्या हालचाली नियंत्रित केल्या जातात.

इ) **लाईटपेन-** हे एक प्रकाश संवेदनक्षम पेनसारखे दिसणारे उपकरण आहे. याचा उपयोग संगणकाला माहिती देण्यासाठी केला जातो. याचबरोबर डिजिटल कॅमेरा, डिजिटल व्हिडिओ कॅमेरा, स्टायपन्स, टचस्क्रीन इत्यादी इनपुट साधने आहेत.

२) **केंद्रीय प्रक्रिया विभाग** (Central Processing Unit) - हा संगणकाचा सर्वात महत्त्वाचा भाग आहे. नियंत्रण विभाग (Control Unit), अंकगणितीय व तर्कशास्त्रीय प्रक्रिया विभाग (Arithmatical & Logical Unit) व मुख्य स्मृती विभाग (Memory Unit) हे तीनही घटक मिळून संगणकाचा केंद्रीय प्रक्रिया विभाग (CPU) तयार होतो. हा विभाग म्हणजे संगणकाचा मेंदू आहे. या तीनही उपविभागांची माहिती पाहूया.

अ) **नियंत्रण विभाग** (Control Unit) - संगणकामध्ये होणाऱ्या सर्व क्रियांची एक सलग साखळी करून अन्य सर्व घटकांच्या कार्याचे नियंत्रण करणे हे या विभागाचे महत्त्वाचे काम असते. प्रोग्रॅममधील सूचनाक्रमाने इतर सर्व घटकांचा उपयोग करून, त्यांची अंमलबजावणी करून घेण्याचे कार्य नियंत्रण विभाग करतो. इतर सर्व घटकांच्या परस्पर सहकार्याने संगणकाच्या कामात शिस्त आणण्याचे कामही हा विभाग करतो.

ब) **अंकगणितीय व तर्कशास्त्रीय प्रक्रिया विभाग** (ALU) - बेरीज, वजाबाकी, गुणाकार, भागाकार वगैरे सर्व गणिती क्रिया या विभागामध्ये होतात. तर्कशास्त्रीय व तुलनात्मक प्रक्रियाही केल्या जातात; परंतु या विभागाने नेमके काय करायचे याची सूचना आणि आवश्यक ती माहिती मात्र त्याला नियंत्रण विभागाकडून मिळते.

क) **मुख्य स्मृती विभाग** (Main Memory Unit) - संगणकाचा हा सर्वात महत्त्वाचा विभाग आहे. संगणकाचे सर्व कार्य मेमरीमध्ये चालते. मेमरीमध्ये एकाचवेळी इनपुट साधनांच्याकडून आलेली माहिती, प्रक्रिया झालेली माहिती, विविध आज्ञावली (programs) वगैरे सर्व प्रकारची माहिती साठविलेली असते. संगणकाची मेमरी किलोबाइट्समध्ये मोजतात. ही मेमरी दोन प्रकारची असते.

१) रॅम (Random Access Memory) - संगणकाची ही मेमरी तात्पुरत्या स्वरूपाची असते. विद्युत पुरवठा खंडित झाल्यास या मेमरीमधील सर्व माहिती नाहीशी होते. उदाहरणार्थ संगणकावर एखादे पत्र टाईप करीत असताना अचानक वीज गेली, तर सर्व मजकूर पुसला जातो. रॅम मेमरीतील माहिती वाचता येते आणि नवीन माहिती लिहिता येते. मेमरीतील माहिती पुसली जाण्याचा धोका लक्षात घेऊन इनपुट केलेली माहिती (Permanent memory) मध्ये साठवितात. म्हणजे सेव्ह करून ठेवतात.

२) रॉम (Read Only Memory) - संगणकाचे कार्य चालू ठेवण्यासाठी रॉममध्ये आवश्यक माहिती साठविलेली असते. ही मेमरी विद्युत पुरवठ्यावर अवलंबून नाही. विद्युत पुरवठा बंद झाला, तरी ती नष्ट होत नाही. ही माहिती एक तर अपरिवर्तनीय असते किंवा त्यामध्ये परिवर्तन करावयाचे झाल्यास काही खास प्रक्रिया करावी लागते.

३) आऊटपुट घटक - आऊटपुट म्हणजे प्रक्रिया केलेली माहिती. टेक्स्ट, ग्राफिक्स, ऑडिओ आणि व्हिडिओ हे आऊटपुटचे प्रकार आहेत. आऊटपुट तयार करणारे किंवा त्यासाठी साहाय्य करणारे हार्डवेअर म्हणजे आऊटपुट उपकरणे. केंद्रीय प्रक्रिया विभागाने (CPU) प्रक्रिया केलेली माहिती मानवाला कळावी अशा स्वरूपात आणण्याचे काम आऊटपुट उपकरणांचे असते. मॉनिटर्स, प्रिंटर्स, ऑडिओ आऊटपुट उपकरणे ही काही आऊटपुट साधने आहेत. त्यांची थोडक्यात माहिती पुढीलप्रमाणे-

मॉनिटर्स- मॉनिटर हा संगणकाचा अविभाज्य हिस्सा आहे. याला डिस्प्ले स्क्रीन किंवा स्क्रीनही म्हटले जाते. संगणकात झालेली प्रक्रिया दृश्य

स्वरूपात सादर करण्याचे काम मॉनिटर करतात. मॉनिटरचा आकार व किंमत वेगवेगळी असते. मॉनिटरचे सर्वात महत्त्वाचे वैशिष्ट्य म्हणजे सादर केलेल्या प्रतिमांचा दर्जा आणि नेमकेपणा आहे. कॅथोड-रे-ट्यूब (CRT) हा लोकप्रिय मॉनिटर आहे. हे दूरचित्रवाणीसारखे दिसते.

प्रिंटर्स- संगणकाकडून आलेली माहिती कागदावर छापण्यासाठी प्रिंटरचा वापर होतो. रंगछटा क्षमता, वेग आणि मेमरी ही प्रिंटर्सची समान वैशिष्ट्ये आहेत. इंकजेट प्रिंटर, लेझर प्रिंटर, थर्मल प्रिंटर, डॉटमॅट्रिक प्रिंटर, फोटो प्रिंटर, पोर्टेबल प्रिंटर हे प्रिंटरचे प्रकार आहेत.

ऑडिओ आऊटपुट उपकरणे - संगणकामधील ध्वनी स्वरूपातील माहिती लोकांना समजेल अशा पद्धतीने रूपांतरित करण्याचे काम ऑडिओ आऊटपुट उपकरणे करतात. स्पीकर्स आणि हेडफोन्स ही सर्वाधिक वापरली जाणारी उपकरणे आहेत. संगीत ऐकण्यासाठी, एका भाषेतून दुसऱ्या भाषेत ध्वनिरूपांतर करण्यासाठी, संगणक सिस्टिमद्वारे वापरणाऱ्यापर्यंत माहिती पोहोचविण्यासाठी ऑडिओ आऊटपुट उपकरणांचा वापर केला जातो.

संगणकाद्वारे माहिती साठविण्याची साधने

संगणकाद्वारे कायमस्वरूपी माहिती साठविण्यासाठी दुय्यम साधनांचा (Secondary Storage) वापर केला जातो. ती पुढीलप्रमाणे आहेत.

१) **फ्लॉपी डिस्क -** वर्तुळाकार असणारी फ्लॉपी डिस्क अतिशय पातळ अशा प्लॅस्टिकपासून बनविलेली असते. १.२ एमबी, १.४४ एमबी इतकी साठवणूक क्षमता असणाऱ्या फ्लॉपी डिस्क उपलब्ध आहे. १.४४ एमबी च्या डिस्कमध्ये ३५० पानांची छापील माहिती साठविता येते. एका संगणकावरील माहिती दुसऱ्या संगणकावर नेण्यासाठी फ्लॉपीचा उपयोग होतो. फ्लॉपी वापरण्यासाठी संगणकामध्ये एक कप्पा असतो. त्याला फ्लॉपी डिस्क ड्राइव्ह (F.D.O.) असे म्हणतात.

२) **हार्डडिस्क :** फ्लॉपी डिस्कपेक्षा खूप मोठ्या प्रमाणावर माहिती साठविण्यासाठी हार्ड डिस्कचा वापर करतात. हार्ड डिस्क संगणकाच्या आतच जोडलेली असल्याने त्यावरील माहिती लिहिण्याचे व वाचण्याचे कार्य करणारी यंत्रणा डिस्कच्या पृष्ठभागावरच कायमस्वरूपी बसवलेली असते. २०० मिगाबाईटची अंतर्गत हार्डडिस्क ही जवळजवळ १४ हजार फ्लॉपीमध्ये मावेल इतका डेटा साठवू शकते.

३) **मॅग्नेटिक टेप :** टेपरेकॉर्डरमधील कॅसेटप्रमाणे याची रचना असते. यामधील

टेप साधारणपणे ०.५ इंच रुंद व २४ हजार फूट लांब असते. त्यामुळे मोठ्या प्रमाणावर माहिती साठविता येते. मॅग्नेटिक टेप वाचण्यासाठी संगणकाला टेप ड्राईव्ह बसवावा लागतो.

४) **सी.डी.** (Compact Disk) : फ्लॉपी डिस्कप्रमाणेच वर्तुळाकार आकाराचे हे साठवणुकीचे साधन आहे. सी.डी.मधील माहिती फक्त वाचता येते. सी.डी. रॉममधील माहितीत बदल, दुरुस्ती वगैरे करता येत नाही. म्हणूनच याला Compact Disk- Read only memory असे म्हणतात. सीडीमधील माहितीमध्ये बदल करण्याची सोय CD-RW (Compact Disk Rewritable) मध्ये उपलब्ध असते. सी.डी.ची. साठवण क्षमता साधारणपणे २०० एम. बी. ते ६५० एम. बी. असते.

५) **डी.व्ही.डी.** (Digital Versatile Disk) : हे नवे उपकरण वेगाने सी. डी.ची जागा घेत आहे. एका डी.व्ही.डी. डिस्कमध्ये ४.७ जी. बी. ते १७ जी. बी. एवढा डेटा मावतो. म्हणजे सीडीपेक्षा १७ पट अधिक माहिती साठविता येते. डी.व्ही.डी. डिस्क या फक्त वाचन किंवा वाचन व लेखन (Read & Rewritable) या दोन्ही प्रकारात उपलब्ध असतात.

इंटरनेट नेटवर्क : जेव्हा दोन किंवा अधिक संगणक एकमेकांना जोडले जातात, तेव्हा त्यास 'नेटवर्क' असे म्हणतात.

नेटवर्किंगचे फायदे : १) एका संगणकावरील माहिती त्याला जोडलेले अनेक संगणक वापरू शकतात. २) एकमेकांना जोडलेल्या अनेक संगणकांच्या मदतीने संदेश पाठविणे किंवा स्वीकारणे सोपे होते. ३) उपलब्ध साधनांचा जास्तीत जास्त वापर करणे शक्य होते. उदाहरणार्थ एकमेकांशी जोडलेले अनेक संगणक एकच प्रिंटर वापरू शकतात.

इंटरनेट म्हणजे काय?

इंटरनेट म्हणजे जगातील अनेक नेटवर्क्सचा गट होय. वेगवेगळ्या शहरांतील, राज्यांमधील, तसेच देशांमधील अनेक नेटवर्क्सचे जे जाळे तयार होते, त्यालाच इंटरनेट म्हणतात.

जगभरातील छोट्या नेटवर्क्सना जोडणारे मोठे नेटवर्क म्हणजे इंटरनेट. अमेरिकेतील 'ॲडव्हान्स रिसर्च प्रोजेक्ट एजन्सी'ने १९६९ साली प्रथम चार संगणकांचे एक जाळे (नेट) तयार केले. त्याला 'ARPA NET' असे नाव देण्यात आले होते. स्वित्झर्लंड येथील 'सेंटर फॉर युरोपियन न्यूक्लिअर रिसर्च' (CERN) या संस्थेने १९९२ साली वेब (WWW) अर्थात वर्ल्ड वाईड वेब विकसित केले.

या शोधामुळे वेब आणि इंटरनेट ही एकविसाव्या शतकातील अत्यंत प्रभावी साधने बनली.

इंटरनेट हे प्रत्यक्ष नेटवर्क आहे. ते वायर, केबल, सॅटेलाईटने बनलेले असते. या नेटवर्कशी संपर्क साधला की, आपण 'ऑनलाईन' झालो असे म्हटले जाते. इंटरनेटमुळे उपलब्ध असलेल्या स्रोतांशी जोडणारे मल्टिमीडिया इंटरफेस म्हणजे वेब.

जगभरात अक्षरश: लाखो लोक दररोज इंटरनेट आणि वेबचा वापर करतात.

इंटरनेट आणि वेबचा उपयोग

१) **संपर्क :-** इंटरनेटद्वारे केली जाणारी ही एक लोकप्रिय बाब आहे. आपण ई-मेलद्वारे घरच्यांबरोबर, तसेच मित्रमैत्रिणींबरोबर जगभरात कोठेही संपर्क साधू शकतो. आपल्या आवडीच्या विषयावरच्या चर्चांमध्ये भाग घेऊ शकतो. स्वत:चे वेब पेज निर्माण करू शकतो.

३) **खरेदी व विक्री** - 'ई-कॉमर्स' (इलेक्ट्रॉनिक कॉमर्स) म्हणजे संगणकाच्या साहाय्याने केला जाणारा व्यापार दिवसेंदिवस लोकप्रिय होत चालला आहे. इंटरनेटवर विविध कंपन्या आपल्या उत्पादनाची माहिती पाठवितात. आपण सायबर मॉलला किंवा वेगवेगळ्या दुकानांना भेटी देऊ शकतो. नवीन वस्तूंची माहिती घेऊ शकतो. चेक, क्रेडिट कार्ड, इलेक्ट्रॉनिक कॅश वापरून हव्या त्या वस्तू खरेदी करू शकतो.

३) **वाचन-** आपण घरच्या संगणकावरून जगातील मोठमोठ्या ग्रंथालयांना भेटी देऊ शकतो. व्हर्च्युअल ग्रंथालयांनाही भेटी देऊ शकतो. यादीतून हवी ती पुस्तके निवडून हवा तो भाग वाचू शकतो. उपलब्ध पुस्तके पाहू शकतो. सध्या बरीच वृत्तपत्रे ऑनलाईन आहेत. त्यावरून ताज्या स्थानिक, राष्ट्रीय, आंतरराष्ट्रीय बातम्या वाचू शकतो.

४) **शिक्षण व संशोधन -** 'ई-लर्निंग' हे अतिशय वेगाने लोकप्रिय होत आहे. इंटरनेटद्वारे कोणत्याही विषयावरचे वर्ग घेता येतात. काही शैक्षणिक संस्था आपली माहिती इंटरनेटवर देत असतात. ती आपणास पाहता येते. अभ्यासू विद्यार्थी व शास्त्रज्ञांना इंटरनेटचा खूप उपयोग होतो. विविध क्षेत्रांतील तज्ज्ञांशी चर्चा करून संशोधन कार्य केले जाते.

५) **मनोरंजन-** इंटरनेटवर संगीत, चित्रपट, मासिके, खेळ हे सारे उपलब्ध आहे. संगीताचे कार्यक्रम थेट प्रक्षेपित झालेले पाहता येतात. चित्रपट परीक्षणे, बुक क्लब, संवादात्मक थेट खेळ खेळता येतात.

'वर्ल्ड वाईड वेब (WWW) हा आता जगातील सर्व क्षेत्रांतील माहितीचा

एक अफाट संग्रह आहे. वेबवरील विशिष्ट माहितीच्या दस्तऐवजाला 'पेज' असे नाव आहे. माहितीची अशी अब्जावधी 'पेजेस' वेबवर उपलब्ध आहेत. त्यामध्ये दररोज लक्षावधी पेजेसची भर पडत आहे. मानवी जीवनाच्या सर्व क्षेत्रांवर वेबने आपला प्रभाव निर्माण केला आहे.

सर्व इंजिन्सच्या साहाय्याने वेबवरील हवी ती माहिती मिळवता येते. मिळवलेली माहिती, छायाचित्रे, आकृत्या आपल्या हार्डडिस्कमध्ये संग्रहित करून ठेवता येतात. संशोधनसंस्था, विद्यापीठे, विद्वान व्यक्ती वेबमध्ये अफाट माहिती संग्रहित करीत असतात. वैज्ञानिक मासिके, साप्ताहिके, तसेच वृत्तपत्रे दररोज वेबमध्ये नवनवीन माहिती प्रविष्ट करीत असतात. ज्ञानपिपासू व्यक्तींसाठी वेबसारखी कामधेनू शोधूनही सापडणार नाही. त्यामुळेच आजच्या जगात इंटरनेट हे महत्त्वपूर्ण ज्ञानाचे व कामाचे साधन बनले आहे.

टेलिप्रिंटर

टेलिप्रिंटर दूरसंचारच्या क्षेत्रामधील वरदान ठरले आहे. याचा उपयोग तारघर, वृत्तपत्रे, कार्यालये, सरकारी संस्था अशा विविध ठिकाणी होताना दिसतो. याचा आविष्कार १८७४ मध्ये फ्रान्स एमिल बॉडाट यांनी केला. इ.स. १९२८ मध्ये टेलिप्रिंटरने विधिवत आपले कार्य सुरू केले. हे विजेवर चालणारे यंत्र असून टाईपद्वारे टेलिग्राफ परिपटावर अथवा रेडिओ लहरींद्वारा संदेश पाठविण्याचे आणिं संदेश स्वीकारण्याचे कार्य करते. या यंत्रावर एकाच वेळी अनेक संदेश एकत्रपणे पाठविले जाऊ शकतात. हे यंत्र दिसायला टाईपरायटरसारखेच वाटते; परंतु याची आंतरिक संरचना अत्यंत जटिल असते. ज्यामध्ये इंग्रजीची २६ अक्षरे व हिंदीची मात्रांसहित ६६ अक्षरे, त्याचबरोबर ० ते ९ पर्यंतची संख्या, तसेच पूर्णविराम, स्वल्पविराम इत्यादी चिन्हे असतात.

संदेश पाठविण्यासाठी ऑपरेटर योग्य बटनला दाबताच लगेच विद्युतप्रवाह सुरू होतो आणि तो तार किंवा रेडिओ लहरींच्या साहाय्याने संदेश पोहोचणाऱ्या स्थानावर टेलिप्रिंटरपर्यंत पोहोचला जातो. तिथे मशिनवर लावलेल्या कागदाच्या एका रोलवर आपोआप टाईप चालू होतो. खरे तर टेलिप्रिंटरचा की बोर्ड ट्रान्समीटरचे काम करतो; परंतु त्यामध्ये संदेश लिखित स्वरूपात प्राप्त होतो. हे वृत्तपत्रासाठी व बातमीपत्रासाठी महत्त्वपूर्ण साधन आहे.

फॅक्स

फॅक्स ही एक अशी प्रणाली आहे, ज्यामध्ये चित्र, आकृतींची हुबेहूब

नक्कल किंवा फोटोकॉपी एका ठिकाणाहून दुसऱ्या ठिकाणी पाठविली जाते. या सुविधेला केसी माड्रल, टेलिफोटो, ट्रान्समिशन, टेलि कॉपियर अशा वेगवेगळ्या नावाने ओळखले जाते. फॅक्स शब्द लॅटिनच्या १) फॅकर, २) सिमिलिस या दोन शब्दांचा समांतर शब्द आहे. याच्या कार्यप्रणालीला पाहून याला 'फॉर अवे झेरॉक्स' म्हटले जाते. फॅक्स मशिनची संपूर्ण कार्यप्रणाली साधारणत: तीन गोष्टींनी पूर्ण होते.

१) पाठवल्या जाणाऱ्या कागदावरील मजकूर वाचणे आणि त्यामध्ये लिहिलेले संदेश किंवा बनवलेले चित्र यांना इलेक्ट्रिक तरंगांत बदलणे.

२) त्या इलेक्ट्रॉनिक तरंगांना टेलिफोनच्या तारांद्वारे दुसऱ्या ठिकाणी असणाऱ्या फॅक्स मशिनपर्यंत पोहचवणे.

३) दुसऱ्या ठिकाणी असणाऱ्या फॅक्स मशिनद्वारा प्रेषित इलेक्ट्रॉनिक तरंगांना ग्रहण करून पुन्हा एका विशेष प्रकारच्या कागदावर हुबेहूब प्रिंट करणे.

ही प्रणाली कार्यान्वित करण्यासाठी फोन सतत आवश्यक आहे. संदेश पाठविण्यासाठी टेलिफोनच्या माध्यमातून नंबर डायल करून दुसऱ्या फॅक्स मशिनशी संपर्क स्थापित केला जातो आणि लाईन ओ.के. झाल्यानंतर पाठविल्या जाणाऱ्या दस्तऐवजाला दस्तऐवज मार्गाच्या आत घातले जाते. कागद स्वत:च हळूहळू मशिनमध्ये जातो. मशिनमध्ये कागदावर लिहिलेले शब्द विशिष्ट बिंदूत परावर्तित होतात. या प्रक्रियेला 'स्कॅनिंग' म्हटले जाते. या प्रक्रियेमध्ये १ मि.मी. मोठ्या शब्दाला ४, ८, १५ बिंदुस्थित ओळींत परावर्तित केले जाते. ओळींची संख्या फॅक्स मशिनच्या सुविधेनुसार असू शकते.

बिंदूंद्वारा निर्मित मसुद्याला योग्य सुविधेसाठी कमी केले जाते. ही क्रिया म्हणजे 'आकडा स्पीडन' होय. यासाठी तीन प्रक्रिया आहेत. १) मोडीफाई, २) हॉफमन आणि ३) मेडीफाई रीड.

स्पीडनच्या नंतर बिंदूद्वारा बनलेल्या आकृतीला विद्युत चुंबकीय संख्यात्मक तरंगांमध्ये (डिजिटल वेब) परावर्तित केले जाते. त्यानंतर या तरंगांना टेलिफोनद्वारे पाठविण्याच्या हेतूने 'एनालॉग' तरंगांमध्ये बदलले जाते. ही प्रक्रिया म्हणजेच 'मॉडिलेशन' होय. एवढ्या प्रक्रियेनंतर संदेश प्रेषकापर्यंत पोहोचवण्यासाठी तयार होतो.

प्राप्त केंद्रावर असलेली फॅक्स मशिन पोषक केंद्रावरून प्राप्त झालेला 'एनालॉग' तरंगांच्या संख्यात्मक तरंगांत परावर्तित करून स्वीकारलेल्या बिंदूंना मूळ आकारात, रूपात आणले जाते. याला आकडा पुन्हा प्राप्ती प्रक्रिया असे म्हणता येईल. यानंतर संख्यात्मक तरंगांना प्रिंटर प्रणालीमध्ये पाठविले जाते. प्रिंटरला लावलेल्या फॅक्स कागदावर प्रेषित संदेश हुबेहूब छापला जातो. ही प्रणाली टेलिफोनला

जोडलेली असते. शेवटी या माध्यमाद्वारे संदेश पाठविण्यासाठी एस.टी.डी. कॉलच्या इतकेच मूल्य खर्ची पडते.

टेलिफोन

टेलिफोन हा शब्द ग्रीक भाषेतील आहे. 'टेली' या शब्दाचा अर्थ 'दूर' आणि 'फोन' या शब्दाचा अर्थ 'ध्वनी.' अशा प्रकारे टेलिफोन या शब्दाचा अर्थ झाला दूरध्वनी. ध्वनीला दूरपर्यंत पाठविणे म्हणजे दूरध्वनी होय. टेलिफोनचा आविष्कार अमेरिकेच्या स्वर शरीरविज्ञानाचे आचार्य अलेक्झांडर ग्राहम बेल यांनी इ.स. १८७६ मध्ये केला. सन १८७७ मध्ये अमेरिकेचे प्रसिद्ध वैज्ञानिक थॉमस अल्वा एडीसन यांनी यामध्ये अनेक सुधारणा केल्या. कालांतराने वेगवेगळ्या तारांनी जोडलेल्या टेलिफोनमध्ये इ.स. १९२३ मध्ये डायलिंग सिस्टिम, इ.स. १९४९ पासून पुश बटन सिस्टिमची सुरुवात झाली. ती विकसित पावली गेली. १९६० मध्ये इलेक्ट्रॉनिक एक्सचेंजची स्थापना झाली.

भारत देशामध्ये सर्वप्रथम १९८०-८२ मध्ये ५० लाइनच्या टेलिफोन एक्सचेंजची स्थापना केली गेली; तर १९१३-१४ मध्ये सिमल्यात पहिले स्वयंचलित टेलिफोन एक्सचेंज सुरू झाले. इ.स. १९६० मध्ये लखनौ आणि कानपूरमध्ये सर्वप्रथम एस.टी.एस. सेवेची सुरुवात झाली. आजकाल टेलिफोन जनजीवनाचे एक महत्त्वपूर्ण अंग बनले आहे. टेलेक्स, फॅक्स आदी प्रणाली टेलिफोनशिवाय कार्यान्वित होऊच शकत नाहीत. आजकाल टेलिफोनच्या विविध प्रणाली कार्यान्वित आहेत, प्रचलित आहेत.

कार्डलेस टेलिफोन

कार्डलेस हा तारविरहित टेलिफोन असतो. अशा फोनवर कोणत्याही वेळी एका निश्चित भागामध्ये राहूनही संदेश प्राप्त करू शकतो, अशी सुविधा असते. या फोनमध्ये एक मुख्य भाग आणि एक उपभाग असे दोन भाग असतात. मुख्य भाग एका ठिकाणी राहतो आणि उपभाग तारविरहित असल्याने सोबत कोठेही फिरू शकतो. पूर्वी अशा टेलिफोनची क्षेत्रीय परिसीमा होती; परंतु अलीकडे खूप सुधारणा होऊन आणि उपग्रहांमुळे आता कधीही, कुठेही याच्या माध्यमाद्वारे संपर्क केला जाऊ शकतो.

इंटरकॉम

इंटरकॉम टेलिफोनच्या अंतर्गत मुख्य टेलिफोनला इतर टेलिफोन जोडलेले

असतात; ज्यामुळे व्यक्तीला आपल्या जागेवरून उठून मुख्य टेलिफोनजवळ येण्याची आवश्यकता लागत नाही. जर त्याच्याजवळ इंटरकॉम उपलब्ध असेल, तर आपण त्याच ठिकाणावरून बोलू शकता. कार्यालये, कंपनी, कारखाने, औद्योगिक अशा कितीतरी सुविधासाठी ही प्रणाली अत्यंत लाभदायक ठरली आहे; कारण याच्या माध्यमातून अत्यंत विनासायास वेगवेगळ्या ठिकाणी राहूनही संपर्कामध्ये राहू शकतो. बऱ्याच कार्यालयांत आणि व्यावसायिक केंद्रांत आपआपली स्वतंत्र छोटी 'मिनी एक्सचेंज' व्यवस्था असते. त्यामध्ये इ. पी. ए. बी. एक्स. (इलेक्ट्रॉनिक प्रायव्हेट ॲटोमेटिक ब्रँच एक्सचेंज) स्थानिक सेवांसाठी लावले जातात.

एस.टी.डी.

एस.टी.डी. म्हणजे 'सबस्क्रायबर ट्रॅक डायलिंग' चा संक्षेप आहे. थोडक्यात, एस.टी.डी.चा अर्थ असा आहे की, फिरवून फिरवून कॉल करणारे ग्राहक. या प्रणालीमध्ये ज्या टेलिफोनवर एस.टी.डी.ची सुविधा उपलब्ध आहे, त्या फोनवरून मनाला वाटेल त्या सुविधा असणाऱ्या ठिकाणी फिरवून बोलचाल करू शकतात. या प्रणालीमध्ये वेगवेगळ्या शहरांना कोड क्रमांकाच्या माध्यमाद्वारे ओळखले जाते. सर्वप्रथम एस.टी.डी. सुविधा लखनौ, कानपूर शहरांच्या माध्यमातून सुरुवात झाली. एस.टी.डी.ला कार्यान्वित करण्यासाठी सर्वात अगोदर सांकेतिक शून्य डायल करावे लागते; परंतु अलीकडे त्याला पर्याय म्हणून शून्य किंवा ९५, ०-९५ हा सांकेतिक कोड डायल करावा लागतो. मग जिथे फोन लावायचा आहे, त्या शहराचा कोड क्रमांक. उदा- मुंबईला फोन लावायचा असेल तर ९५ आणि त्यानंतर मुंबईचा कोड २२ म्हणजे ९५२२ आणि त्यानंतर आपणास ज्यांना फोन लावायचा असेल, त्यांचा फोन नंबर डायल करायचा. २२४८८५७ म्हणजे ९५२२- २२४८८५७ असे त्याचे रूप असेल. सदर सुविधेची लाईन खाली असेल, तर आपला फोन लगेच लागेल आणि संबंधित व्यक्तीशी आपला संवाद लगेच होईल. भाडे फोन केल्याचे ठिकाण, अंतर आणि वेळ यावरून आकारले जाते.

आय.एस.डी.

एस.टी.डी.च्या द्वारे केवळ देशांतर्गत संपर्क करता येतो; परंतु विदेशात राहणाऱ्या लोकांना संपर्क करण्यासाठी आय.एस.डी. सुविधा आवश्यक आहे. आय.एस.डी.चा अर्थ 'इंटरनॅशनल सबस्क्राइबर ट्रंक डायलिंग.' अर्थात, आंतरराष्ट्रीय कॉल डायलिंगद्वारा संपर्क यासाठी दोन शून्यचा कोड आहे. ०० विदेशात संपर्क

करण्यासाठी सर्वप्रथम ०० दोन शून्य डायल करावे लागेल. त्यानंतर राष्ट्राचा कोड, त्यानंतर शहराचा कोड, त्यानंतर ज्या व्यक्तीला संपर्क करावयाचा आहे त्या व्यक्तीचा नंबर लावावा लागतो. भारतात सर्वप्रथम आय.एस.डी. सेवा १९७६ मध्ये मुंबई आणि ब्रिटनमध्ये सुरू झाली.

पेजर

पेजर हे एकतर्फी संदेश प्राप्त करणारे एक तारविरहित उपकरण आहे. ते बॅटरीवर चालते. या प्रणालीचा विकास चिकित्सकासाठी केला गेला होता. पेजर सुविधेमधून व्यक्तीला एका निश्चित ठिकाणी आवश्यक संदेश लिखित स्वरूपात पाठविला जाऊ शकतो. पेजरच्या अंतर्गत एक स्क्रीन असते; जी व्यक्ती आपल्या बेल्ट आदी ठिकाणी लावू शकतात. प्रत्येक पेजरचा टेलिफोनसारखा एक कोड-नंबर असतो. व्यक्तीकडून टेलिफोनवरून पेजर कोड नंबर डायल केल्यानंतर पेजर असणाऱ्या व्यक्तीच्या यंत्रातून आवाज येण्यास प्रारंभ होतो आणि लिखित स्वरूपात संदेश त्या व्यक्तीच्या जवळ पोहोचतो. आजकाल पेजरचा वापर केवळ चिकित्सेसाठीच नाही, तर सार्वजनिक जीवनातही अत्यंत चांगल्याप्रकारे होताना दिसून येतो.

सेल्युलर टेलिफोन

सेल्युलर टेलिफोन हे वॉकी-टॉकीच्या आकाराएवढे यंत्र आहे. याला सेल्युलर मोबाईल रेडिओसुद्धा म्हणतात. सेल्युलर टेलिफोन पद्धतीमध्ये एका मोठ्या क्षेत्राला सेल्स अथवा छोट्या छोट्या क्षेत्रात विभागणी करून दिली जाते. त्याप्रमाणे त्या-त्या क्षेत्राचे प्रत्येकी एक स्वतंत्र ट्रान्समीटर असते. ट्रान्समीटरमधून सेल्युलर टेलिफोन सेवा ग्राहकाजवळ उपलब्ध एक विशेष अँटिनायुक्त टेलिफोन जोडलेला असतो. तिथे ब्रेस- स्टेशनवर कॉम्प्युटर नियंत्रित प्रणालीद्वारा त्याला इच्छित नंबरबरोबर रेडिओ लहरींच्या द्वारे जोडले जाते.

सेल्युलर फोन प्रणाली बोल्लेबोस्ट्रीजचे इंजिनिअर डी. एच. रिंग यांनी १९४७ मध्ये सुरू केली होती; परंतु इ. स. १९७८ मध्ये ही प्रणाली नियमितपणे सुरू झाली. या प्रणालीचा फायदा हा आहे की, एकाचवेळी एकाच आवृत्तीवर (फ्रीक्वेन्सी) अनेक लोक वार्तालाप करू शकतात. या पद्धतीचा विशेष उपयोग, दैनंदिन समस्या अथवा भूकंप, महापूर अशावेळी संचारप्रणाली व्यस्त होतात, त्यावेळी विशेषत्वाने होतो. भविष्यात या प्रणालीचा उपयोग प्रत्येक क्षेत्रात होताना दिसून येईल.

व्हिडिओफोन

व्हिडिओफोन हा वृत्तप्रसार माध्यमे, दूरसंचार क्षेत्रात अत्यंत महत्त्वपूर्ण ठरला आहे. या यंत्राच्या माध्यमाद्वारे केवळ त्या व्यक्तीचा आवाजच ऐकायला मिळत नसून ती व्यक्तीही दिसते. या प्रक्रियेमध्ये टेलिफोनसोबत एक कॅमेरा आणि व्हिडिओस्क्रीन जोडलेली असते. टेलिफोन नंबर लावला की कॅमेरा चालू होतो आणि विद्युत संकेताद्वारे आवाज आणि चित्र व्यक्तीपर्यंत पोहोचले जाते. ही किमया या विडिओफोनमध्ये असते.

टेलिटेक्स्ट

ही प्रणाली व्हिडिओ टेक्स्ट प्रणालीसारखीच आहे. यामध्ये केवळ एवढाच फरक आहे की, सूचना ऐकणारी व्यक्ती टेलिफोनवरून संपर्क करते. टेलिटेक्स्ट केंद्राच्या कॉम्प्युटरमधून संपर्क झाल्यानंतर सूचना मिळते आणि पुन्हा कनेक्शन कट होऊन जाते. संपूर्ण भारत देशामध्ये रेल्वे आणि टेलिफोन केंद्रावरून याचा वापर केला जात आहे. या प्रणालीचा सर्वप्रथम शुभारंभ मार्च १९८२ मध्ये ब्रिटिश टेलिग्राफ संस्थेकडून केला गेला आहे.

टेलिकॉन्फरन्स

टेलिकॉन्फरन्सचे कार्य आहे की, दूरसंचारच्या साधनाद्वारे दोन किंवा दोनपेक्षा अधिक व्यक्तींचा एकत्र विचार करणे. ही प्रक्रिया टेलिफोन टेलिव्हिजन कॉम्प्युटरच्या माध्यमातून सुलभ झाली आहे. याचे तीन प्रकार पडतात. १) ऑडिओ कॉन्फरन्स २) व्हिडिओ कॉन्फरन्स आणि ३) कॉम्प्युटर कॉन्फरन्स. ऑडिओ कॉन्फरन्स टेलिफोनच्या माध्यमातून संपन्न झाली आहे. या प्रणालीत विचारकर्ता एक दुसऱ्यांना पाहू शकत नाहीत; परंतु व्हिडिओ प्रणालीमध्ये ही सुविधा उपलब्ध आहे. वार्ताकार एकमेकांना पाहू शकतात. कॉम्प्युटर कॉन्फरन्समध्ये वेगवेगळ्या ठिकाणीच असलेल्या कॉम्प्युटरच्या माध्यमाद्वारे सूचनांची देवाणघेवाण केली जाते.

टेलेक्स

ही प्रणाली दूरसंचारच्या क्षेत्रात खूपच उपयोगी आणि महत्त्वपूर्ण ठरली आहे. जगामधून येणारे सर्व संदेश वृत्तपत्र कार्यालयांमध्ये टेलेक्स यंत्रावरूनच प्राप्त होतात. याचा उपयोग विविध क्षेत्रांतील उद्योग, पोस्ट, हवामान विभागांना सूचना देण्यासाठीही होतो. तार विभागात जनता आणि सरकारी कामकाज अशा सर्वांसाठी टेलेक्सची सुविधा केलेली आहे. टेलेक्स शब्द टेलिप्रिंटर एक्सचेंजचे संक्षिप्त रूप

आहे. आधुनिक टेलेक्सला आपण टेलिप्रिंटर, टेलिग्राफ आणि टेलिफोनचे हुबेहूब रूप म्हणू शकतो. या प्रणालीमध्ये बोलणारा तोंडाने बोलत नाही, तर तो आपला संदेश टाईप करून पाठवू शकतो अथवा आलेला संदेश वाचू शकतो. या टेलेक्स एक्सचेंज माध्यमाद्वारे जगातील कोणत्याही टेलेक्स एक्सचेंजशी संपर्क केला जाऊ शकतो. जगामधील पहिला विजेवर चालणारा टेलेक्स इ.स. १९३३ मध्ये जर्मनीत सुरू झाला. प्रत्येक टेलेक्सला आपला एक नंबर असतो. आपल्या टेलेक्सवरून दुसऱ्या टेलेक्स नंबरला डायल करून संपर्क केला जाऊ शकतो. संदेश पाठविला जाऊ शकतो.

आधुनिक टेलेक्सचे दोन भाग असतात. १) टेलिप्रिंटर आणि २) डायलिंग युनिट. हे दोन्ही भाग एकाच मुख्य प्रवाहाशी जोडलेले असतात. ऑपरेटरला जिथे संदेश पाठवायचा आहे, तो तेथील टेलेक्स नंबर डायल करतो आणि संपर्क होताच ऑपरेटर लगेच टेलिप्रिंटरवरील की बोर्डाची बटणे दाबून संदेश टाईप करू लागतो. हा संदेश त्याच्या टेलेक्सवरही टाईप होतो आणि संपर्क केलेल्या ठिकाणीही तो टाईप होतो. मशिनवर काहीच टाईप केले नाही, तर मशिन येणारे संदेश प्राप्त करत राहते. येणारे संदेश घेण्यासाठी ऑपरेटरच्या उपस्थितीची आवश्यकता नसते.

व्हिडिओटेक्स्ट

ही संचारची आद्यप्रणाली आहे. ती फक्त कॉम्प्युटरमार्फत संचलित केली जाते. या प्रणालीमध्ये टेलिव्हिजन प्रसारण केंद्रावर कॉम्प्युटरच्या साहाय्याने संदेश साठविले जातात. याला 'डाटाबेस' असे म्हटले जाते. डाटाबेसमध्ये पाठ्यसामग्रीला पत्ररूपात एकत्र केले जाते. एका पत्रात जवळजवळ ४० ओळी असतात; ज्याच्या प्रसारणासाठी १५ ते २० सेकंदांचा कालावधी लागतो. टेलिव्हिजनच्या पडद्यावर एकावेळी ३१२ ओळी येतात; परंतु केवळ २१० ओळीच पाहिल्या जाऊ शकतात.

ही सुविधा असणाऱ्या लोकांना टेलिव्हिजनमध्ये एक 'डिओटर' लावावा लागतो. त्यामध्ये संदेश साठविण्यासाठी स्मृती असते. कॉम्प्युटरच्या माध्यमातून पाठसामग्री टी.व्ही. स्क्रीनवर मूळ रूपात उपलब्ध होते आणि दर्शक आपल्या रुचीनुसार योग्य न्यूमॅटिक पॅडद्वारा त्याचा स्वीकार करत जातो. ही प्रणाली वृत्तपत्रे, पुस्तकालये, व्यावसायिक क्षेत्रांत अत्यंत लोकप्रिय झाली आहे.

इलेक्ट्रॉनिक मेल

ही पत्रासाठी आधुनिक आणि अत्यंत कार्यक्षम प्रणाली आहे. या प्रणालीमध्ये कॉम्प्युटरद्वारे पत्र घोषित केले जाते. जे पत्र पाठवावयाचे आहे, त्या पत्राचा मसुदा

कॉम्प्युटरवर तयार केला जातो आणि नंतर त्याला विशिष्ट पत्त्यावर पाठविले जाते. या पत्राचा समस्त मजकूर प्राप्त करणाऱ्यांच्या टी.व्ही.वरील पडद्यावर प्रदर्शित केला जातो. आवश्यकता असल्यास त्या मजकुराची प्रिंटही काढली जाऊ शकते. प्राप्तकर्त्यांच्या अनुपस्थितीमध्येही स्मृतीच्या माध्यमाद्वारे तो साठविला जाऊ शकतो.

स्वाध्याय

- इंटरनेट म्हणजे काय ते थोडक्यात सांगा.
- इंटनेटविषयी थोडक्यात माहिती लिहा.
- संगणकाचे प्रमुख दोन भाग सांगा व त्यांची माहिती लिहा.
- मॅग्नेटिक टेप
- मॉनिटर्स
- प्रिंटर्स
- संगणकाचे प्रकार सांगून त्याविषयी माहिती सांगा.
- टेलिप्रिंटरविषयी माहिती सांगा.
- फॅक्सचे महत्त्व सांगा.
- एस.टी.डी. म्हणजे काय ते सांगा.
- आय.एस.डी. म्हणजे काय ते सांगा.
- टेलिफोनचे महत्त्व सांगा.
- टेलेक्स म्हणजे काय ते सांगा.
- व्हिडिओटेक्सची माहिती सांगा.
- इलेक्ट्रॉनिक मेलबद्दल थोडक्यात सांगा.

■

८

विज्ञान आणि संगणकीय क्षेत्रात मराठी भाषा

आज २१ व्या शतकामध्ये विज्ञानाने, तंत्रज्ञानाने प्रचंड क्रांती घडवून आणली आहे. त्यामुळे जग जवळ आल्याची भाषा बोलली जाऊ लागली आहे. जागतिकीकरणाच्या या रेट्यात अनेक घडामोडी जगाच्या दारात घडत आहेत. त्यात प्रत्येक देश सामील होत आहे. त्यामुळेच संगणक, इंटरनेट, माहिती तंत्रज्ञान हे शब्द समाजाच्या सर्वच थरांपर्यंत जाऊन पोहचले आहेत. इंटरनेटची व्याप्ती वाढेल, तसे जग जवळ येऊ लागले आहे. त्यात पुन्हा ३जी, फेसबुक अशा नवीन तंत्रज्ञानाची भर पडत आहे. त्यामुळे तर माणसाला आकाश ठेंगणे वाटू लागले आहे. अनेक ज्ञानवंत, बुद्धिवंत मंडळी माहिती तंत्रज्ञानाच्या क्षेत्रात जगभर चमकू लागले आहेत. आता तर या विषयांचा समावेश शाळा-महाविद्यालयांच्या अभ्यासातही झाला आहे. खरे तर आज माहिती तंत्रज्ञानाने २१ व्या शतकातील जगाचा चेहराच बदलून गेला आहे. त्यामुळे भौगोलिक सीमारेषा पुसट होत चालल्या आहेत. भाषिक व सांस्कृतिक अस्मिता संपन्न बनू लागल्या आहेत.

'माझा मऱ्हाठाचि बोलु कौतुके।
परि अमृताते पैजा जिंके
ऐसी अक्षरे रसिके मेळविन।'

ही ज्ञानेश्वरांची प्रतिज्ञा सार्थ करण्याचे बळ आता आपल्या हातात आहे. आपणच मराठी मायबोलीला संगणकासाठी इंग्रजी खालोखालची भाषा बनवली पाहिजे. जगात कुठेही आपण असलो, तरी मराठीतूनच आपणास ई-मेल करता आला पाहिजे. आपली सर्व तीर्थक्षेत्रे संगणकातून आवतरली पाहिजेत, ती पण मराठी भाषेतून. उद्योग, शिक्षण, सांस्कृतिक देवाण-घेवाण असे सर्वच व्यवहार मराठीतून संगणकावरून झाले पाहिजेत. यासाठी सर्वांनी संगणकाच्या क्रांतीवर स्वार होऊन मराठी भाषेला ज्ञानभाषा करण्यासाठी प्रयत्न केले पाहिजेत. वर्तमानपत्रे,

नियतकालिके, आकाशवाणी, दूरचित्रवाणीच्या क्रांतिप्रवर्तनांबरोबरच संगणकीय क्षेत्रातही प्रचंड परिवर्तन झाले पाहिजे.

संगणक म्हणजे अनेक सयंत्रांचा समुच्चय होय. सॉफ्टवेअर, हार्डवेअर आणि फर्मवेअर अशा प्रमुख तीन भागांनी ते बनले आहे.

१) सॉफ्टवेअर - दिलेल्या आदेशानुसार कार्य पूर्ण करणारी जी प्रणाली संगणकासाठी तयार केली जाते, तिला 'सॉफ्टवेअर' असे म्हणतात.

२) हार्डवेअर - संगणकाच्या दृश्य भागांना हार्डवेअर असे म्हणतात.

३) फर्मवेअर - संपूर्ण हार्डवेअर ज्या कार्यप्रणालीवर चालते, त्या प्रणालीला 'फर्मवेअर' असे म्हणतात.

संगणकाची भाषा सांकेतिक स्वरुपाची यंत्रभाषा असते. ० ते १ हे दोनच संकेत यंत्रभाषेत असतात. या दोन संकेतांपासून जी प्रक्रिया अमलात आणावयाची, तिचे ज्ञान केंद्रीय क्रियाकलाप केंद्राला (सी.पी.यू.) प्रणालीच्या भाषेत असावे लागते. अशा पद्धतीने मराठी भाषेच्या देवनागरी लिपीतील वर्ण व अंक या संवेदनांची सांकेतिक प्रणाली तयार करता येते. एकदा का वर्ष, अंक, चित्र, चिन्ह व ध्वनी अशा अनेक संवेदनांची सांकेतिक प्रणाली सी.पी.यू. ने ग्रहण केली की संगणकाचा प्रत्यक्ष व्यवहार सुरू होतो. आज संगणकात मराठीचा वापर केला जातो तो छपाई, शिक्षण, वृत्तपत्र, बँका, रेल्वे, व्यापार, पत्रव्यवहार अशा वेगवेगळ्या क्षेत्रांत प्रचंड प्रमाणात केला जातो. मराठीने आपल्या कक्षा रुंदावल्या आहेत. ती नवनवीन प्रगत माहिती तंत्रज्ञानाच्या क्षेत्रात वाटचाल करीत आत्मविश्वासाने वावरू लागली आहे.

इंटरनेटवर अवतरली मराठी

इंटरनेट हे केवळ संदेशाच्या दळणवळणाचे साधन नसून त्याहूनही बरेच काही अधिक आहे. अशा इंटरनेटने आपल्या महाराष्ट्रात प्रवेश केला आहे. इंटरनेटसाठी इंग्रजी भाषाच लागते, असे नसून रामायण, महाभारत, संत, समाजसुधारक, लेखक, कवी, नाटककार या सर्वांची सविस्तर माहिती इंटरनेटवर आहे. इंटरनेट हे साऱ्या जगाचे आहे. आज मराठीतील वर्तमानपत्रे इंटनेटवर उघडून जगाच्या कोणत्याही देशांतून ती वाचता येतात. भारतातील महाराष्ट्राच्या पुण्यात बसून श्री. विनायकराव आपला इंग्लंड मधला मित्र विल्यम याच्याबरोबर त्याच दिवशीचा दैनिक सकाळचा अंक एकाच वेळी इंटरनेटवर वाचू शकतात. इंटरनेटवरून जगातल्या तुमच्या कुठल्याही मित्राशी मराठीतून गप्पा मारता येतात. इंटरनेटमुळे आज जगाच्या भौगोलिक सीमारेषा पुसल्या जात आहेत. आता जगाला खरेतर कुठल्या मर्यादाच

उरल्या नाहीत, असेच म्हणावे लागेल.

आज संगणकात मराठीचा वापर होतो. त्यामुळे शाळा, महाविद्यालये, जाहिरात क्षेत्र, छपाई क्षेत्र, बँका, व्यापारक्षेत्र यांना खूपच गती मिळाली आहे.

कार्यालयीन उपयोग

आज महाराष्ट्रात न्यायव्यवस्थेपासून शिक्षणव्यवस्थेपर्यंत सर्वच क्षेत्रांमध्ये संगणकाचा वापर मराठी भाषेतून केला जातो. बँका, रेल्वे, पोस्ट, शिक्षण अशा क्षेत्रांतही आज मराठीतूनच संगणक वापरले जातात.

शैक्षणिक उपयोग

शिक्षणव्यवस्थेतील फळा, खडू, पुस्तक यांची जागा आता संगणकाने घेतली आहे. शिक्षण मनोरंजक बनविणाऱ्या संगणक माध्यमाचा स्वीकार आता शाळा, महाविद्यालयांनी केला आहे. संगणकामुळे शिक्षण क्षेत्रात प्रचंड क्रांती झाली आहे. ग्रंथालयातील कोणतेही पुस्तक आता इंटरनेटवर उपलब्ध आहे. शाळा कॉलेजातून आता दर्जेदार संगणक प्रयोगशाळा उभारल्या आहेत. बालवाडी ते उच्च शिक्षणापर्यंत संगणकाचा मराठीतून कसा प्रत्यक्ष उपयोग करता येईल, याकडे लक्ष पुरविले जात आहे. त्यामुळे शिक्षण क्षेत्रातील सर्वांनाच आता संगणक साक्षर होणे क्रमप्राप्त झाले आहे.

छपाईसाठी उपयोग

संगणकामुळे आता चार-सहा दिवसांत शेकडो पानांचे पुस्तक तयार करता येते. संगणकामुळे वृत्तपत्राचे संपूर्ण पान स्क्रीनवर छपाईपूर्वी पाहता येते. त्यामुळे छपाईत वेळेची बचत व अचूकपणा निर्माण झाला आहे. संगणकाच्या मराठी वापरामुळे वृत्तपत्रसृष्टी, प्रकाशन व्यवसाय आणि इतर व्यवसायही अंत्यत समृद्ध आणि सुंदर झाले आहेत.

व्यापारी क्षेत्र

महाराष्ट्रातील व्यापारी क्षेत्रात संगणकात मराठीचा वापर सुरू झाला आहे. त्यामुळे बँका, मोठमोठे उद्योग, कारखाने यामध्ये खाते उघडणे, हिशोब ठेवणे, दैनिक आवक-जावक नोंद ठेवणे, पत्रव्यवहार अशा कितीतरी कामांसाठी मराठीतून संगणकाचा वापर केला जातो.

या सर्वच साधनांमुळे आणि मराठीतील गतिमान व्यवहारामुळे मराठी भाषेची

समृद्धी वाढली असून संपूर्ण महाराष्ट्राची आर्थिक, सामाजिक, सांस्कृतिक, शैक्षणिक अशा विविध क्षेत्रांत प्रचंड प्रगती झाली आहे.

विविध प्रसारमाध्यमांच्याद्वारे आजही मराठी भाषेचा वापर करून विज्ञानाचा प्रसार केला जातो आहे. त्यासाठी मराठी भाषेचा प्रामुख्याने वापर होताना दिसतो. विज्ञान प्रसाराची साधने, लेख, आकाशवाणीवरील भाषणे, दूरचित्रवाणीवरील भाषणे, विज्ञानासंबंधीच्या मुलाखती, वृत्तांत लेखन, माहितीपर माहितीपत्रके या सगळ्या गोष्टींद्वारे विज्ञानाचा प्रसार केला जातो. दूरचित्रवाणी, आकाशवाणी, वृत्तपत्रे, नियतकालिके, साहित्य संमेलने, ग्रंथ अशा विविध माध्यमांद्वारे मराठी भाषेतून विज्ञानाचा प्रसार करून मराठी भाषेला ज्ञानभाषा बनवण्याचे प्रयत्न अत्यंत महत्त्वपूर्ण आणि मराठी भाषेला गती देणारे वाटतात. असे प्रयत्न डॉ. वसंत गोवारीकर, डॉ. भालचंद्र मुणगेकर, डॉ. जयंत नारळीकर, रमेश के. सहस्रबुद्धे, डॉ. हे. वि. सरदेसाई अशा अनेक विद्वांनाकडून होतात. त्यासाठी आजच्या तरुणाईनेही पुढाकार घेऊन मराठी भाषेची समृद्धी वाढविण्यासाठी मनापासून प्रयत्न केला पाहिजे, तरच आपली मराठी भाषा ज्ञानभाषा होण्यास समृद्ध आणि प्रभावी राहील.

■

९

●

लेखनविषयक नियम

भाषा संवादाचे प्रमुख साधन आहे. विचार प्रकटीकरणाचे भाषा हे प्रमुख माध्यम आहे. आपण बोलतो, लिहितो, वाचतो म्हणजे भाषेचा व्यवहारात उपयोग करतो. व्याकरणामुळे भाषा नियमबद्ध होते, अर्थपूर्ण होते. असे भाषेचे व्याकरण शिकल्यामुळेच आपणाला शुद्ध कसे लिहावे, शुद्ध कसे बोलावे आणि शुद्ध कसे वाचावे हे समजते. व्याकरण म्हणजे भाषेचे स्पष्टीकरण करणारे एक शास्त्रच असते. आपली भाषा कशी तयार होते याचे स्पष्टीकरण व्याकरणात केलेले असते. अगोदर भाषा घडते, त्यानंतर मग त्या भाषेचे व्याकरण तयार होते. भाषा ही लोकाभिमुख असते. लोकव्यवहाराच्या सुलभतेसाठी भाषेचा उपयोग होतो. लोकांच्या व्यवहारातूनच भाषा संपन्न आणि समृद्ध होत जाते. अशा विकसित लोकभाषेला नियमांचा आधार मिळाला, तर ती भाषा शुद्ध स्वरूपात लिहिली व बोलली जाते. बोलताना भाषा शास्त्रशुद्ध पद्धतीने उच्चार करण्याची गरज असते. बोललेले शब्द हवेत विरून जातात; परंतु लिहिलेल्या शब्दांना अक्षय वाङ्मय म्हणून महत्त्व असते. म्हणून जी भाषा लिहायची, त्या भाषेला व्याकरणाचे-नियमांचे अधिष्ठान असले पाहिजे; तरच ती भाषा एखाद्या संस्कृतीची निदर्शक म्हणून हळूहळू विकास पावत राहते. यासाठी भाषेच्या अभ्यासाची गरज असते. व्याकरणामध्ये शब्द, शब्दांच्या जाती, भाषेतील वाक्यांचे घटक, वाक्यातील परस्परांचा संबंध वगैरेंचा विचार केला जातो. कोणत्याही भाषेच्या उच्चाराचे व लिपीचे संकेत पाळणे अत्यंत महत्त्वाचे असते. शुद्ध लिहिण्यासाठी भाषेच्या नियमांचे ज्ञान असणे अत्यंत गरजेचे आहे. अशा या भाषेच्या नियमांच्या अभ्यासालाच 'शुद्धलेखन' म्हणतात. ग्रंथलेखन, कार्यालयीन आणि दैनंदिन जीवनातील तत्सम सर्व लेखन व्यवहारात एकच मराठी प्रमाण म्हणून वापरली जाते. तिच्या लेखनरूपात एकसूत्रता, समानता यावी यासाठी लेखन व्यवहारापुरते तरी भाषेचे काही संकेत पाळण्याची गरज असते. म्हणून

मराठी साहित्य महामंडळाने काही लेखनविषयक नियम केले आहेत. या नियमांनुसार मराठी भाषेच्या लेखनाचे स्वरूप समान ठेवण्यास मदत होईल. म्हणून मराठी साहित्य महामंडळाच्या लेखनविषयक नियमांचा विचार खालीलप्रमाणे केला आहे.

शुद्धलेखनाचे नियम (मराठी साहित्य महामंडळ)

१) अनुस्वार

नियम १ स्पष्टोच्चारित अनुनासिकांबद्दल शीर्षबिंदू द्यावा.

उदाहरणार्थ गुलकंद, चिंच, तंटा, निबंध, आंबा तत्सम शब्दांतील अनुनासिकांबद्दल विकल्पाने पर-सवर्ण लिहिण्यास हरकत नाही.

ङ्, ञ्, ण्, न्, म् यांना अनुनासिके म्हणतात. जेथे या अनुनासिकांचा उच्चार स्पष्ट होत असेल, तेथे त्या अनुनासिकांबद्दल अनुस्वार (शीर्षबिंदू) देण्यात येतो.

जसे- तंटा, चिंच, आंबा, अंतर्गत, अर्थसंकल्प इत्यादी. या शब्दांत अनुनासिकांचा उच्चार स्पष्ट होत असल्यामुळे येथे आधीच्या अक्षरावर अनुस्वार द्यावयाचा आहे.

संस्कृतातून मराठीत जसेच्या तसे आलेले शब्द (म्हणजेच तत्सम शब्द) अनुनासिक वापरूनही लिहिण्याची प्रथा आढळते. उदा. पंडित हा शब्द 'पण्डित' किंवा 'अंतर्गत' हा शब्द 'अन्तर्गत' असा लिहिला तर ते चूक ठरणार नाही; परंतु अशावेळी अनुस्वारानंतर येणाऱ्या अक्षरांच्या वर्गातील अनुनासिकच (म्हणजेच पर-सवर्ण) वापरावे लागते.

संस्कृत नसलेले मराठी शब्द शीर्षबिंदू देऊनच लिहावेत.

उदा. दंगा, तांबे, खंत, संप इत्यादींसारखे शब्द दन्गा, ताम्बे, सम्प असे लिहू नयेत.

पर-सवर्ण लिहिण्याची सवलत फक्त तत्सम शब्दांपुरती मर्यादित आहे.

अर्थभेद स्पष्ट करण्यासाठी कधीकधी पर-सवर्ण जोडून शब्द लिहिणे योग्य ठरते. उदा. 'वेदांत' (वेदांमध्ये) आणि 'वेदान्त' (तत्त्वज्ञान), 'देहांत' (शरीरांत) आणि 'देहान्त' (मृत्यू).

काही शब्दांमधील अनुस्वारांचा उच्चार अस्पष्ट असतो. कधीकधी तो उच्चारला देखील जात नाही. उदा. हंसणे, धांवणे, जेव्हां,

कोठें, कधीं, कांहीं. अशा शब्दांवर अनुस्वार देऊ नये. ते 'हसणे, धावणे, जेव्हा, कोठे, कधी, काही' असे लिहावे.

नियम २ य्, र्, ल्, व्, श्, ष्, स्, ह् यांच्या पूर्वी येणाऱ्या अनुस्वारांबद्दल केवळ शीर्षबिंदू द्यावा. उदा. सिंह, संयम, मांस.

उच्चारानुसारी लेखन करावयाचे म्हणून 'सिंह' ऐवजी 'सिंव्ह', 'संयम' ऐवजी 'संय्यम', 'मांस' ऐवजी 'मांव्स', 'संहार' ऐवजी 'संव्हार' असे लिहिण्याची गरज नाही.

अनुस्वाराचा स्पष्ट व पूर्ण उच्चार केला असता वरील शब्दांत 'य' किंवा 'व' या वर्णाचा उच्चार आपोआपच होतो. त्यामुळे येथे तो वर्ण लिहिण्याची गरज नसून त्याऐवजी अनुस्वार देणे पुरेसे आहे. म्हणून सिंह, संयम, मांस, सारांश, संशोधक, संस्था, स्वयंशासित यांसारख्या शब्दांमध्ये केवळ अनुस्वार द्यावा.

'ज्ञ' पूर्वीचा नासोच्चारही वरीलप्रमाणे शीर्षबिंदूने दाखवावा. उदा. संज्ञा.

नियम ३ नामांच्या व सर्वनामांच्या अनेकवचनी सामान्यरूपांवर विभक्तिप्रत्यय व शब्दयोगी अव्यय लावताना अनुस्वार द्यावा. उदा. लोकांना, मुलांनी, तुम्हांस, लोकांसमोर, घरांपुढे.

नामाला किंवा सर्वनामाला विभक्तिप्रत्यय किंवा शब्दयोगी अव्यय लागण्यापूर्वी त्याचे जे रूप होते, त्याला 'सामान्यरूप' असे म्हणतात. उदा. 'पत्र' या शब्दाला तृतीया विभक्तीचा प्रत्यय लावल्यास 'पत्राने' असे रूप होते. त्यातील 'पत्रा' हे सामान्यरूप होय.

या नियमानुसार, नामाच्या व सर्वनामाच्या अनेकवचनातील सामान्यरूपांवर विभक्तिप्रत्यय लावताना किंवा शब्दयोगी अव्यय लावताना अनुस्वार द्यावयाचा आहे. उदा. आदेशांत, विभागांकडून, सदस्यांच्या, पुस्तकांवर, सूचनांची, त्यांच्याकडून यांसारख्या शब्दांच्या बाबतीत अनुस्वार देणे आवश्यक आहे.

शब्दाच्या एकवचनी सामान्यरूपावर अनुस्वार देऊ नये. अनेकवचनी सामान्यरूपावर अनुस्वार दिल्यानेच एकवचन व अनेकवचन यांतील भेद स्पष्ट होतो. घरातील (ए. व.)- घरांतील (अ.व.), पुस्तकाचा (ए.व.)- पुस्तकांचा (अ.व.), त्याच्याकडून (ए.व.)- त्यांच्याकडून (अ.व.) या उदाहरणांवरून हे दिसून येईल.

आदरार्थी बहुवचनाच्या वेळीही असा अनुस्वार दिला पाहिजे. उदा.

राज्यपालांचे अभिभाषण, मुख्यमंत्र्यांचा दौरा, तुम्हांला, आपणांस.

नियम ४ वरील नियमांव्यतिरिक्त कोणत्याही कारणांसाठी व्युत्पत्तीने सिद्ध होणारे वा न होणारे अनुस्वार देऊ नयेत. या नियमानुसार स्पष्ट किंवा अस्पष्ट उच्चार न होणारा कोणताही अनुस्वार शब्दांवर द्यावयाचा नाही. उदा. घरें, रूपें, नामें, पांच, करणें, बोलणें, काळीं, नांव, कां, कीं, कांच, वांचणें, जेव्हां, तेव्हां, जों, कांहीं, घरीं, लिपिकानें यांसारख्या शब्दांत अनुच्चारित अनुस्वार देण्याची आता गरज नाही.

२) ऱ्हस्व-दीर्घ

नियम ५ मराठीतील तत्सम इकारान्त आणि उकारान्त शब्द दीर्घान्त लिहावे. उदा. कवी, मती, गती, गुरू.

इतर शब्दांच्या अंती येणारा इकार व उकार दीर्घ लिहावा. उदा. पाटी, जादू, पैलू, विनंती, ही (शब्दयोगी अव्यय). अपवाद- आणि, नि.

स्पष्टीकरण- परंतु, यथामति, तथापि इत्यादी तत्सम अव्यये ऱ्हस्वान्त लिहावी; तसेच सामाजिक शब्दांतही तत्सम (ऱ्हस्व) इकारान्त व उकारान्त शब्द पूर्वपद असताना ऱ्हस्वान्तच लिहावे. उदा.- बुद्धिवैभव, कविमन, गतिशील.

मराठी भाषेत ऱ्हस्व-दीर्घ लेखनासंबंधी काही नियम आहेत; परंतु लिहिणाऱ्यांकडून घाईगर्दीत बऱ्याचवेळा हे नियम काटेकोरपणे पाळले जात नाहीत. मराठी भाषेत संस्कृत भाषेतील बरेच शब्द जसेच्या तसे स्वीकारले गेले आहेत. उदा. कवि, मति, गति, गुरु, वस्तु, निवृत्ति, नियुक्ति इत्यादी. हे शब्द संस्कृत असून मराठीत वापरल्या जाणाऱ्या अशा मूळ संस्कृत शब्दांना 'तत्सम' शब्द म्हणतात.

असे इकारान्त व उकारान्त शब्द मराठीत वापरताना ते दीर्घान्त लिहावेत. म्हणजे 'कवि', 'वस्तु', 'नियुक्ति' हे शब्द 'कवी', 'वस्तू', 'नियुक्ती' असे लिहावेत.

व्यक्तिनामे, ग्रंथनामे, शीर्षके व सुटे ऱ्हस्वान्त तत्सम शब्द मराठीत दीर्घान्त लिहावे. उदा. हरी, भवभूती, मनुस्मृती, द्विबिंदू वर्गीकरण पद्धती, कृषी, कुलगुरू इत्यादी.

मराठी भाषेतील पाटी, जादू, पैलू, विनंती, ही (शब्दयोगी अव्यय)

यांसारखे शब्द नियमाप्रमाणे दीर्घान्त लिहिण्यात यावेत. असे असले तरी, 'आणि' व 'नि' ही मराठीतील दोन अव्यये ऱ्हस्वान्त लिहावी. तसेच मूळ संस्कृतातून आलेली 'परंतु, यथास्थिती, तथापि, अद्यापि, इति, प्रभृति, कदापि' यांसारखी (तत्सम) अव्यये ऱ्हस्वान्तच लिहावीत. या अपवादाप्रमाणेच सामाजिक शब्द लिहिताना समासाचे पूर्वपद (पहिला शब्द) तत्सम ऱ्हस्वान्त शब्द असेल (म्हणजेच मुळात संस्कृतात ऱ्हस्वान्त असेल), तर ते पूर्वपद ऱ्हस्वान्तच लिहावयाचे आहे. दीर्घान्त असेल तर ते दीर्घान्त लिहावयाचे आहे. उदाहरणार्थ 'बुद्धी' हा शब्द दीर्घान्त लिहावयाचा आहे, मुळात संस्कृतमध्ये तो ऱ्हस्वान्त असल्याने 'बुद्धिचातुर्य', 'बुद्धिवैभव' असे सामासिक शब्द लिहिताना मात्र तो ऱ्हस्वान्त लिहावयाचा आहे हे लक्षात ठेवणे जरुरीचे आहे. 'अणू' हा शब्द मराठीमध्ये दीर्घान्त; परंतु 'अणुशक्ती'मध्ये तो ऱ्हस्वान्त होईल. याच धर्तीवर लिहिण्यात येणारे पुढील काही शब्द अभ्यासण्यासारखे आहेत. उदा. निवृत्तिवेतन, विधिनिषेध, वस्तुस्थिती, कृतिसमिती, स्थितिशील, प्राप्तिकर, कृषिविषयक, नियुक्तिपत्र, समितिकक्ष इत्यादी. या शब्दांमध्ये पूर्वपद असलेले संस्कृत शब्द मराठी भाषेने आत्मसात केल्यामुळे ते मराठीच्या प्रकृतीनुसार एरव्ही दीर्घान्त लिहावयाचे असले, तरी समासामध्ये ते मूळ स्वरूपात योजलेले असल्याने ते ऱ्हस्वान्तच लिहावे. 'षष्ट्यब्दी' हा शब्द मुळातच दीर्घान्त आहे. षष्ट्यब्दीची पूर्ती ती षष्ट्यब्दीपूर्ती. म्हणून षष्ट्यब्दीपूर्ती या सामासिक शब्दामध्ये तो दीर्घान्त लिहिला जाईल. त्याचप्रमाणे 'शताब्दी' हा शब्ददेखील मुळात दीर्घान्त असल्याने 'शताब्दी समारोह' या सामासिक शब्दामध्ये तो दीर्घान्तच लिहावा लागेल. 'वधूवर' या सामासिक शब्दातील पूर्वपद (म्हणजे पहिला शब्द) दीर्घान्त राहील.

साधित शब्दांनाही हाच नियम लावावा. उदा. शक्तिमान, गतिमान, इंदुमती, मृदुतर इत्यादी.

विद्यार्थिन्, गुणिन्, प्राणिन्, पक्षिन् यांसारखे इन्- अन्त शब्द मराठीत येतात. त्यांच्या शेवटी असलेल्या 'न्'चा लोप होतो व उपान्त्य ऱ्हस्व अक्षर दीर्घ होते. उदा. विद्यार्थी, गुणी, प्राणी, पक्षी, मंत्री, स्वामी; परंतु हे शब्द समासात पूर्वपदी आले असता (म्हणजेच समासातील पहिला शब्द असता) ते ऱ्हस्वान्तच ठेवावे. उदा.

विद्यार्थिमंडळ, गुणिजन, प्राणिसंग्रह, मंत्रिमंडळ, स्वामिनिष्ठा.

मराठी शब्दकोशात मात्र तत्सम (ऱ्हस्व) इकारान्त व उकारान्त शब्द ऱ्हस्वान्त लिहिणे इष्ट ठरेल. जसे- पद्धति, अनुमति, प्रतिकृति, दृष्टि, अणु, वायू, हेतू वगैरे; परंतु असे शब्द कोशाबाहेर वापरताना दीर्घान्त लिहिले पाहिजेत.

नियम ६ (दीर्घ) इकारान्त व ऊकारान्त शब्दांतील उपान्त्य इकार व उकार ऱ्हस्व लिहावे. उदा.- गरिबी, माहिती, हुतुतू, सुरू. अपवाद- नीती, भीती, रीती, कीर्ती इत्यादी दीर्घान्त झालेले तत्सम शब्द.

वरील नियमात अपवाद म्हणून दिलेल्या शब्दांप्रमाणेच प्रीती, दीप्ती, विभूती, ऊर्मी यांसारखे आणखी काही दीर्घान्त झालेले संस्कृत शब्द आहेत.

नवीन नियमाप्रमाणे हे शब्द दीर्घान्तच लिहावयाचे आहेत; परंतु त्यामुळे ते मुळात दीर्घ मानले जाण्याची शक्यता असल्यानेच त्यांचा अपवाद म्हणून स्वतंत्रपणे उल्लेख केला आहे. हे शब्द भिती, रिती, किर्ती, प्रिती, दिप्ती, विभुती, उर्मी असे लिहू नयेत. या शब्दांतील उपान्त्य अक्षरे मुळात संस्कृतात जशी दीर्घ आहेत, तशी दीर्घच ठेवावी.

उकारान्त शब्दांच्या बाबतीतही त्याच्या अलीकडचा स्वर ऱ्हस्व आढळतो. जसे : सुरू, हुतुतू, झुरू, मुरू, पुरू इत्यादी. यातील उपान्त्य स्वर ऱ्हस्व आहेत.

हाच नियम अकारान्त, एकारान्त व ओकारान्त शब्दांनाही लागू आहे. उदा.- खिळा, सुळा, पाहिले, मिळवतो इत्यादी; पण तत्सम शब्दांना हा नियम लागू नाही. उदा. ऊर्जा, ऊष्मा, पूजा, परीक्षा, प्रतीक्षा इत्यादी.

यावरून असे म्हणता येईल की, मराठीमध्ये शब्दातील शेवटचे अक्षर दीर्घ असेल, तर त्याचा उपान्त्य (म्हणजेच शेवटच्या अक्षराच्या अलीकडचा) इकार व उकार ऱ्हस्व असतो; मात्र तत्सम शब्दांना हा नियम लागू नाही.

नियम ७ अकारान्त शब्दांचे उपान्त्य इकार व उकार दीर्घ लिहावे. उदा. गरीब, वकील, वीट, सून, वसूल. अपवाद- ऱ्हस्वोपान्त्य अकारान्त तत्सम शब्द. उदा. गुण, विष, मधुर, प्रचुर.

या नियमानुसार अकारान्त शब्दांचे उपान्त्य इकार किंवा उकार दीर्घ

लिहावयाचे आहेत. उदा.- ठरीव, भरीव, फकीर, हुरूप, फूल, मूल, धूळ, कूळ, भूल, चूल, सूर, पूर इत्यादी.

अपवाद म्हणून दिलेल्या शब्दांप्रमाणे मनुष्य, बहुत, विपुल, अंकुर, अद्‌भुत, विधुर, जटिल, मलिन, कुटिल, साहित्य, उचित, मंदिर, विहित, जीवित, शारीरिक, मानसिक इत्यादी तत्सम (मुळात संस्कृत असलेले शब्द मात्र ऱ्हस्वोपान्त्य लिहावयाचे आहेत.

मराठी शब्दांतील अनुस्वार, विसर्ग किंवा जोडाक्षर यांच्या पूर्वीचे इकार व उकार सामान्यत: ऱ्हस्व असतात. उदा. भिंग, पिंप, नारिंग, गुंज, धुंद, सुंठ, खुंटी, कुंची, नि:पक्षपातीपणे, छि:, थु:, भिस्त, विस्तव, मुक्काम इत्यादी; परंतु तत्सम शब्दांत ते मुळाप्रमाणे ऱ्हस्व किंवा दीर्घ लिहावेत. उदा. चित्र, पुण्य, पुत्र, वरिष्ठ, तीक्ष्ण, पूज्य इत्यादी.

मागील नियम ३ मध्ये आपण सामान्यरूप म्हणजे काय हे पाहिले आहे. असे सामान्यरूप होताना स्वरांमध्ये जे ऱ्हस्व-दीर्घ बदल घडतात त्यासंबंधीचे विवेचन पुढील नियमात केले आहे.

नियम ८ उपान्त्य दीर्घ ई-ऊ असलेल्या शब्दांचा उपान्त्य ईकार-ऊकार उभयवचनी सामान्य रूपाच्या वेळी ऱ्हस्व लिहावा. उदा.- गरिबास, वकिलांना, सुनेला, वसुलाची, नागपुरास. अपवाद- दीर्घोपान्त्य तत्सम शब्द. उदा.- शरीरात, गीतेत, सूत्रास, जीवास.

या नियमानुसार गरीब- गरिबास, वकील- वकिलांना, सून- सुनेला, वसूल- वसुलाची, नागपूर- नागपूरास या शब्दांप्रमाणेच समजूत-समजुतीने, निवडणूक- निवडणुकीत, तपशील- तपशिलात इत्यादी शब्दांतील उपान्त्य ईकार व ऊकार एकवचनी व बहुवचनी सामान्यरूपाच्या वेळी ऱ्हस्व लिहावा लागतो.

परंतु शब्द तीन अक्षरी असून त्याचे पहिले अक्षर दीर्घ असेल, तर अशा शब्दाच्या सामान्यरूपात उपान्त्य ई-ऊ यांच्या जागी 'अ' आल्याचे दिसते. उदा.- तालीम- तालमीचा, तालमीत, बेरीज-बेरजेला, बेरजेत, पाटील- पाटलाचा, माणूस- माणसाला, माणसाचा, लाकूड- लाकडाने, लाकडाचा इत्यादी. या ठिकाणी वरील नियम लागत नाही; मात्र पहिले अक्षर ऱ्हस्व असल्यास हा 'अ' विकल्पाने होतो. म्हणून जेव्हा विकल्पामुळे 'अ' आदेश करण्यात येत नाही, तेव्हा वरील नियम लागू झाल्याने उपान्त्य ई-ऊ ऱ्हस्व होतात.

उदा.- परीट, परटास, परिटास.

उपान्त्य 'ई-ऊ' असलेल्या तत्सम (म्हणजेच मुळात संस्कृत असलेल्या) शब्दांच्या बाबतीतही वरील नियम लागू करता येणार नाही. उदा. परीक्षा, वीर, गीत, दूत, सूत्र, शरीर, रीती, पूर्व, विद्यापीठ, न्यायाधीश या शब्दांची सामान्यरूपे होताना परिक्षेत, विराने, गितात, दुतास, सुत्रातील, शरिरांस, विद्यापिठाने, न्यायाधिशाचा अशी रूपे होत नाहीत. त्यातील ई व ऊ हे स्वर दीर्घच राहतात. त्यांची परीक्षेत, वीराने, गीतात, दूतास, सूत्रातील, शरीरास, विद्यापीठाने, न्यायाधीशाचा ही योग्य रूपे होत.

इतर काही विशेष

शब्दाचे उपान्त्य अक्षर 'ई' किंवा 'ऊ' असेल, तर सामान्यरूपात 'ई'च्या जागी 'य' येतो किंवा 'ऊ'च्या जागी 'व' येतो. उदा. फाईल- फायलीत, काईल- कायलीत, देऊळ- देवळात, पाऊस- पावसात.

पुल्लिंगी शब्दाच्या शेवटी 'सा' असल्यास सामान्यरूपाच्या वेळी 'शा' होतो ('श्या' होत नाही) उदा. पैसा- पैशाचा, घसा- घशाचा, ससा- सशाचा.

पुल्लिंगी शब्दाच्या शेवटी असलेला 'जा' सामान्यरूपात तसाच राहतो. (त्याचा 'ज्या' होत नाही) उदा. मांजा- मांजाने, गांजा- गांजाचे, सांजा- सांजाची.

मधल्या अक्षरातील 'क' किंवा 'प'चे द्वित्व सामान्यरूपाच्या वेळी निघून जाते. उदा. रक्कम- रकमेचा, तिप्पट- तिपटीने.

मधल्या 'म' पूर्वीचे अनुस्वारसहित अक्षर अनुस्वारविरहित होते. उदा. अंमल- अमलात, किंमत- किमतीचा, गंमत- गमतीने, हिंमत- हिमतीने.

ऊकारान्त विशेषनामाचे सामान्यरूप होत नाही. उदा. गणू- गणूस, शकू- शकूस.

धातूला 'ऊ' किंवा 'ऊन' प्रत्यय लावताना धातूच्या शेवटी 'व' असेल, तर 'वू' किंवा 'वून' होईल. उदा.- चाव- चावू- चावून, लाव- लावू- लावून, जेव- जेवू- जेवून, खा- खाऊ- खाऊन, गा- गाऊ- गाऊन, पी- पिऊ- पिऊन, धू- धुऊ- धुऊन.

३) किरकोळ

नियम ९ पूर हा ग्रामवाचक शब्द कोणत्याही ग्रामनामास लावताना दीर्घोपान्त्य लिहावा. उदा.- नागपूर, संबळपूर, तारापूर. संस्कृतात 'शहर' या अर्थी 'पुर' हा शब्द प्रचलित आहे. तोच मराठीत 'पूर' असा दीर्घोपान्त्य लिहिला जातो. मराठीतील उच्चार पद्धतीला हे धरून आहे. त्यामुळे गावांची नावे वरीलप्रमाणे लिहिण्यात यावीत.

नियम १० कोणता, एखादा ही रूपे लिहावी; कोणचा, एकादा ही रूपे लिहू नयेत.

नियम ११ हळूहळू, मुळूमुळू, खुटूखुटू या शब्दांतील दुसरा स्वर व चौथा स्वर दीर्घ लिहावा.

वरील शब्दांप्रमाणेच तसूतसू, झुंजूमुंजू, चिरीमिरी यांसारख्या पुनरुक्त शब्दांतील ऊकार व ईकार मूळ घटक शब्दांमध्ये ते दीर्घ असल्याने दीर्घ लिहावे; परंतु पुनरुक्त शब्द नादानुकारी असतील, तर ते उच्चाराप्रमाणे ऱ्हस्व लिहावे. उदा.- लुटूलुटू, दुडुदुडू, रुणुझुणु.

नियम १२ एकारान्त नामाचे सामान्यरूप याकारान्त करावे. उदाहरणार्थ करण्यासाठी, फडक्यांना (म्हणजे फडके यांना), पाहण्याला अशा रूपांऐवजी करणेसाठी, फडकेंना, पाहणेला यांसारखी एकारान्त सामान्यरूपे करू नयेत.

एकारान्त सामान्यरूपे आज फारशी प्रचलित नाहीत. त्याऐवजी याकारान्त सामान्यरूपे वापरली जातात. म्हणून यांचेकडे, कळवणेसाठी, करणेबाबत यांसारखी रूपे वापरू नयेत.

नियम १३ लेखनात पात्राच्या किंवा वक्त्याच्या तोंडी बोलण्याची भाषा घालावी लागते. त्यावेळी तिचे स्वरूप बोलण्यातील उच्चाराप्रमाणे असावे. अन्य प्रसंग तसे लिहू नये.

नाटकात किंवा कथा-कादंबरीत पात्रांच्या तोंडी, 'असं केलं', 'असं झालं', 'मी म्हटलं' असे लिहिण्यास हरकत नाही. एरव्हीच्या लेखनात तसे लिहू नये. वरीलप्रमाणे बोलीभाषेची रूपे वापरताना अकारान्त रूपे अनुस्वारयुक्त लिहिणे आवश्यक आहे.

नियम १४ क्वचित्, कदाचित्, अर्थात्, अकस्मात्, विद्वान् इत्यादी रूढ झालेले तत्सम शब्द अकारान्त लिहावे.

मराठीत रूढ झालेले संस्कृत शब्द सामान्यत: जसेच्या तसे लिहिण्याची पद्धत आहे. त्यांतील काही शब्द मुळात व्यंजनान्त आहेत. त्यानुसार

वरील शब्द क्वचित्, कदाचित्, अर्थात्, अकस्मात असे लिहिण्याचा प्रघात होता; परंतु मराठीच्या प्रकृतीनुसार विद्वान, कीर्तिमान, शक्तिमान यांसारखे शब्द स्वरान्त लिहिण्याचीही पद्धत रूढ होती व आहे. काही वेळा 'अर्थात्', 'क्वचित्' या अव्ययांपुढे 'च' हे अव्यय वापरण्यात येते. त्यावेळी 'अर्थातच', 'क्वचितच' असे लिहावे लागते. त्यामुळे वरील प्रकारात मोडणारे सर्व शब्द स्वरान्त लिहिण्यात यावेत. असे आणखी काही शब्द पुढीलप्रमाणे आहेत. जसे- किंचित, तद्वत, दैववशात, श्रीमान, धनवान, भगवान, विद्युत, परिषद, संसद, सम्राट इत्यादी.

कोणत्याही अन्य भाषेतील शब्द लिहिण्याची गरज पडेल, तेव्हा त्या भाषेतल्या उच्चाराप्रमाणे लेखन करावे.

इंग्रजी शब्द, पदव्या किंवा त्यांचे संक्षेप यांच्या शेवटचे अकारान्त अक्षर आता व्यंजनान्त (म्हणजेच पायामोडके) लिहू नये. उदा. वाटसन, बायरन, कीट्स, एम.एल.सी., पीएच.डी. इत्यादी.

नियम १५ केशवसुतपूर्वकालीन पद्य व विष्णुशास्त्री चिपळूणकर पूर्वकालीन गद्य यांतील उतारे छापताना ते मुळानुसार छापावे. तद्नंतरचे (केशवसुत व चिपळूणकर यांच्या लेखनासह) लेखन मराठी साहित्य महामंडळाच्या प्रस्तुत लेखनविषयक नियमांस अनुसरून छापावे.

नियम १६ राहणे, पाहणे, वाहणे अशी रूपे वापरावी. रहाणे- राहाणे, पहाणे- पाहाणे, वहाणे- वाहाणे अशी रूपे वापरू नयेत. आज्ञार्थी प्रयोग करताना 'राहा, पाहा, वाहा' यांजबरोबर 'रहा, पहा, वहा' ही रूपे वापरण्यात हरकत नाही.

नियम १७ 'इत्यादी' व 'ही' (अव्यय) हे शब्द दीर्घान्त लिहावे. 'अन्' हा शब्द व्यंजनान्त लिहावा. 'इत्यादी' हे अव्यय नसून विशेषण आहे. त्यामुळे ती दीर्घान्त लिहावे.

नियम १८ पद्यात वृत्ताचे बंधन पाळताना ऱ्हस्व दीर्घाच्या बाबतीत हे नियम काटेकोरपणे पाळता येणे शक्य नसल्यास कवीला तेवढ्यापुरते स्वातंत्र्य असावे.

मराठीतील शुद्ध शब्द

अ

अकल्पित	अकस्मात	अकालिक	अकालीन	अकृत्रिम
अक्कल	अक्रिय	अखंडित	अख्खा	अगत्यपूर्वक
अगणित	अगतिक	अगस्त्य	अग्निदिव्य	अग्निहोत्र
अग्रणी	अचिर	अर्चना	अचूक	अच्युत
अजागळ	अजिंक्य	अजित	अजीर्ण	अजून
अट्टहास	अठ्ठ्याऐंशी	अठ्ठेचाळीस	अडतीस	आडमुठा
अडवणूक	अडुळसा	अणकुचीदार	अणू	अतिक्रमण
अतिशय	अतिरिक्त	अतिसार	अतीव	अतोनात
अत्यल्प	अत्याचार	अत्याधुनिक	अत्यावश्यक	अद्‍भुत
अद्यापि	अद्वैत	अध:पात	अधाशी	अधिक
अधीन	अधीर	अधीक्षक	अधू	अध:पतन
अध्यात्म	आध्यात्मिक	अनपेक्षित	अनभिज्ञ	अनमान
अनारसा	अनामत	अनामिका	अनावृत्त	अनावृत्त
अनिमित्त	अनिमिष	अनियमित	अनिरुद्ध	अनिल
अनिवार	अनिल	अनिवार	अनिवार्य	अनिश्चित
अनुकूल	अनुचित	अनुयायी	अनुरूप	अनुष्ठाण
अनुसूचित	अनुज्ञा	अनुरुप	अनैतिक	अन्वर्थक
अपभ्रंश	अपमृत्यू	अपरिमित	अपरिचित	अपरिहार्य
अपूर्ण	अपूर्वाई	अपेक्षित	अपौरुषेय	अप्रतिम
अप्रिय	अफू	अबदागीर	अब्रूदार	अभिरुची
अभिलाषा	अभिमान	अभिज्ञ	अभ्यास	अमावास्या
अमित	अमीर	अमुक	अमूर्त	अमूल्य
अमोलिक	आम्ल	---	---	अरविंद
अराष्ट्रीय	अरुण	अरुंधती-ति	अर्जित	अर्जुन
अर्थशून्य	अर्थसंकल्प	अर्थात	अर्पण	अर्पित
अलगूज	अलक्षित	अलबेल	आलंकारिक	अलिखित
अलीकडे	अलौकिक	अल्पसंख्याक	अवगुण	अवचित
अवधूत	अवलिया	अविकारी	अविचारी	अविवाहित
अवीट	अव्यभिचारी	अशनी-नि	अशिथिल	अशिष्ट
अशिक्षित	अशुचिर्भूत	अश्रूत	अश्लील	अश्विन
अष्टपैलू	अष्टावधानी	अष्टौप्रहर	असाय	असह्य

असहिष्णुता	असंतुष्ट	असीम	असुर	असूया
अस्खलित	अस्तनी	अस्तु	अस्तुरी	अस्मिता
अहंकारी	अहित	अहिराणी	अहिंसा	अहेतुक
अहेर	अळीमेळी	अक्षयक्रीडा	अक्षय्यतृतीया	अक्षोभ
अंकगणित	अंकलिपी-पि	अंकित	अंकुर	अंकुश
अंगठी	अंगभूत	अंगीकार	अंगीकृत	अंगुष्ठ
अंगूर	अंघोळ	अंजली-लि	अंजिरी	अंजीर
अंत:करण	अंत:पूर	अंतरिक्ष-रीक्ष	अंतर्दृष्टी	अंतर्भाव
अंतर्भूत	अंतर्मुख	अंत:स्थ	अंतिम	अंधकार
अंधश्रद्धा	आंधळा	अंधुक	अंबा	अंबुज
अंबू-बु	अंशुमाली			

आ

आई	आईची	आकर्षण	आकर्षित	आकस्मिक
आकांक्षी	आकुंचित	आकृती-ति	आक्रंदित	आखात
आख्यायिका	आगगाडी	आगळीक	आगंतुक	आगामी
आग्नेय	आचरण	आजीव	आजूबाजू	आडबाजू
आटीव	आटोकाट	आढावा	आणि	आणिक
आणीबाणी	आत	आतिथ्य	आतुर	आत्महत्या
आत्मा	आत्मीय	आत्यंतिक	आदिकदि	आदित्य
आदिमाया	आज्ञार्थी	आज्ञांकित	आधिक्य	आधिपत्य
आधुनिक	आनंदित	अनुकूल	आनुवांशिक	आपणास
आपसात	आपोआप	आभाळ	आमच्या	आमराई
आमसूल	आमांश	आमिष	आम्लपित्त	आम्हांस-ला
आम्ही	आयुक्त	आयुध	आयुष्य	आयोग
आरोपित	आर्थिक	आलंकारिक	आलिशान	आलोकित
आल्हाद	आवई	आवर्जून	आवश्यक	आवाहन
आविर्भाव	आविष्कृत	आव्हान	आशीर्वाद	आशूकमाशूक
आश्रित	आषाढ	आसपास	आसुरी	आसू
आसूड	आस्तिक	आहेर	आळीपाळी	आक्षिप्त
आंगिक	आंतरिक	आंबा	आंबाडा	ॲसिड
ऑस्कर				

इ

इंगळी	इंगित	इंग्रजी	इंग्लंड	इंग्लिश
इग्लू	इच्छा	इच्छापूर्ती	इच्छित	इच्छुक
इजा	इजिप्त	इजा-बिजा-तिजा	इंजिन	---
इंजिनिअर	इंजिनियरिंग	इंजेक्शन	इज्जत	इटाली
इटालियन	इटुकली	इडापिडा	इंडिकेट	इंडियन
इंडिया	इंडोनेशिया	इतक्यात	इत:पर	इति
इतिवृत्त	इतिकर्तव्यता	---	इतिश्री	इतिहास
इत्यंभूत	इत्यर्थ	इत्यादी	---	इंदिरा
इंदुमती	इंदुलेखा	इंद्रगुप्त	इंद्रजाल	इंद्रजीत
इंद्रधनुष्य	इंद्रनील	इंद्रप्रस्थ	इंद्रभान	इंद्रसेन
इंद्राणी	इंद्रायणी	इंद्रिय	इंधन	इन्कार
इब्लिस	इभ्रत	इयत्ता	इरकल	इरसाल
इरावती	इरले	इर्जीक	इलेक्ट्रिक	इशारा
इशारत	इश्क	इश्कबाजी	इष्ट	इष्टांक
इसापनीती	इस्टेट	इस्तरी	इस्पितळ	इस्टकाम

ई

ईगल	ईडलिंबू	ईद	ईद-ए-मिलाद	
ईप्सित	ईर्षा	ईश	ईशस्तवन	ईशान्य
ईश्वर	ईश्वरनिर्मित	ईश्वरेच्छा	ईषणा	ईस्टर
ईक्षण				

उ

उकळी	उकळेगिरी	उकिडवा	उकिरडा	उकीर
उक्ती	उक्ती	उगीच	उग्र	उग्रसेन
उग्रट	उघडीप	उचकी	उचित	उच्च
उच्चनिच	उच्चवर्णीय	उच्चलन	उच्चांक	उच्चाटन
उच्चार	उच्चारण	उच्चारित	उच्चै:श्रवा	उच्छाद
उच्छिष्ट	उच्छृंखल	उच्छेद	उच्छ्वासित	उच्छ्वास
उजू	उज्जयिनी	उज्जीवन	उज्ज्वल	उज्ज्वला
उज्वलित	उज्जैन	उठाठेव	उडाणटप्पू	उडीद
उड्डपी	उडुप	उडुगण	उड्डाण	उणापुरा
उणीव	उतराई	उतावीळ	उत्कंठित	उत्कंठा

उत्कृष्ट	उत्क्रांत	उत्क्रांती-ति	उत्खनन	उत्तम
उत्तरपूजा	उत्तरण	उत्तीर्ण	उत्तुंग	उत्तेजन
उत्तेजनार्थ	उत्तेजित	उत्थान	उत्थापन	उत्पत्ती-ति
उत्पादन	उत्प्रेक्षा	उत्प्रेक्षित	उत्फुल्ल	उत्सर्जन
उत्सर्जित	उत्साहित	उत्सुक	उदईक	उदबत्ती
उदरनिर्वाह	उदासीन	उदाहरण	उदाहत	उदीची
उद्‌गम	उद्‌गाता	उद्‌घाटन	उद्‌घोषित	उद्दिष्ट
उद्दीपक	उद्देश (हेतू)	उद्देश (मनासमोरील गोष्ट)		---
उद्धरण	उद्धारक	उद्धव	उद्धारक	उद्‌धृत
उद्यम	उद्यम	उद्यमशील	उद्या	उद्यान
उद्युक्त	उद्रेक	उद्विग्न	उन्नत	उन्नती-ति
उन्नयन	उन्मत्त	उन्मीलन	उन्मीलित	उन्मुख
उन्मूलन	उन्ह-ऊन	उपकृत	उपग्रह	उपजाती-ति
उपजीविका	उपद्रष्टा	उपद्‌व्यापी	उपनिषद	उपनीत
उपन्यास	उपपत्ती-ति	उपरोधिक	उपरोधक	उपयुक्त
उपवीत	उपस्थित	उपस्थिती-ति	---	उपाधी-धि
उपाशी	उपहार	उपहारगृह	उपाय	उपांत्य
उपेक्षित	उपोद्‌घात	उपोषण	उफराट	उबदार
उभयता	उभयान्वयी	उभयान्वित	उरफाटा	उरसिज
उरुस	उर्दू	उष्माघात	उर्वरित	उर्वी
उल्लंखित	उल्लेखित	उशीर	उषा	उष:काल
उष:पान	उष्टा	उष्टावण	उष्ण	उष्णता
उष्णतामान	उस्तवारी	उस्मान	उष्टावण	उष्णोदक
उष्णवात	उन्ह			

ऊ

ऊठ	ऊठबस	ऊस	ऊन	ऊन्ह
ऊब	ऊबदार	ऊर	---	ऊरू
ऊर्जस्वल	ऊर्जा	ऊर्जित	ऊर्जिता	ऊर्जितावस्था
उर्णा	ऊर्ध्व	ऊर्ध्वश्वास	ऊर्ध्वबाहु	ऊर्ध्वबाहू
ऊर्फ	ऊर्मी	ऊर्मी	ऊर्मिला	ऊस
ऊहापोह	ऊष्मा	उष्माघात		

ऋ

ऋचा	ऋग्वेद	ऋजू	ऋजू-जु	ऋण
ऋणमय	ऋणको	ऋणानुबंध	ऋणमुक्त	ऋणमुक्ती
ऋणी	ऋत	ऋतंभरा	ऋतू	ऋतु
ऋतुप्राप्त	ऋतुमती	ऋतुस्नान	ऋत्विज	ऋद्धी
ऋषभ	ऋषभध्वज	ऋषी-षि	ऋषी	ऋषिपंचमी
ऋषिवर्य	ऋषिश्रेष्ठ	ऋषिकृण		

ए

एकनिष्ठ	एकवचनी	एकमुखी	एकदंत	एकांगी
एकात्मता	एकूण	एकक	एकजीव	एकजूट
एकतंत्र	एकतर्फी	एकरूप	एकविध	एकाकी
एकांकिका	एकात्मता	एकीकरण	एकोणीस	एकोणतीस
एकुलता	एकेरी	एकात्म	एकाग्र	एकाक्षरी
एकेश्वर	एवढा	एखादा	एखादी	एनिमा
एप्रिल	एडिटर	एरिया	एडिसन	एव्हरेस्ट
एहसान	एक्सप्रेस	एजन्सी		

ऐ

ऐकमत्य	ऐकीव	ऐकांतिक	---	ऐक्य
ऐच्छिक	ऐट	ऐतखाऊ	ऐतिहासिक	ऐदी
ऐरण	ऐरावत	ऐश्वर्य	ऐश्वर्या	ऐषआराम
ऐसपैस	ऐहिक	ऐलान	ऐवजी	ऐवज
ऐरणी				

ओ

ओंकार	ओकारी	ओंकारेश्वर	ओजस्विता	ओंगळ
ओढण	ओढणी	ओतप्रोत	ओतीव	ओनामा
ओलीस	ओरखडा	ओवरी	ओवाळणी	ओहोटी
ओळख	ओळंबा			

औ

औकात	औचित्य	औटकी	औटघटका	औत
औत्सुक्य	औदार्य	औदासीन्य	औदुंबर	औद्योगिक

औपचारिक	औपनिषदिक	---	औपपत्तिक	औपम्य
औपरोधिक	औरंगाबाद	औरस	औरसचौरस	औषधालय
औषध	औषधी	औषधोपचार	औक्षण	औक्षवंत
औष्णिक	औक्षवंत			

<u>क</u>

कंकण	कंचुकी	कचोरी	कंजूष	कटाई
कटिबद्ध	कटिसूत्र	कटिंग	कटू	कट्टर
कंटक	कंठ	कंठमणी	कठीण	कंडक्टर
कडकडीत	कंडिशन	कडील	कडू	कडेलोट
कडीसरी	कढई	कढी	कणिका	कणी
कणीक	कणीस	कण्हेर	कथित	कथील
कथकली	कदाचित	कदापि	कनिष्ठ	कनिष्ठिका
कन्हैय्या	कपूर	कपनी	कबजा-कब्जा	---
कमकुवत	कमनीय	कमल	कमळ	कमाई
कमिटी	कमिशन	करकरीत	करडी	करडई
करणे	करमणूक	करवली	करवून	करवत
करंगळी	करंजी	करायचं	करीत	करुण
करू	करून	कर्जाऊ	कर्णमधुर	कर्णकर्कश
कर्तव्य	कर्महीन	कर्मशील	कलंकित	कलागत
कलिका	कालिका	---	कलियुग	कलुषित
कल्पद्रुम	कल्पना	कल्पनीय	कल्पित	कल्हई
कवटी	कवडसा	कवडी	काशिदा	कष्टाळू
कष्ट	कसाई	कसोशी	कस्तुरी	कळशी
कळसूत्री	काजू	काठिण्य	काठी	काढून
कातीव	कानू	कापूस	काबीज	काबुली
कामचलाऊ	कामिनी	कामुक	कायिक	कारकीर्द
कारकुनी	कारखानीस	कारभारीण	कारस्थानी	कारागीर
कारागिरी	कार्तिक	कार्तिकी	कार्यकारिणी	कालवण
कालावधी	कालिक	कालीन	कावीळ	काशीराम
काठी	काशीयात्रा	काश्मीर	काहिली	काहिल
काहीतरी	काळवीट	काळीज	किडा	किनई
किरकिर	किरमिजी	किरीट	किर्र	किल्मिष
किचक	कीटक	कीड	कीर्तन	कीर्तिमान

किहरा	कीर्द	कीव	कुर्र	कुक्कुट
कुचराई	कुजबूज	कुटील	कुटीर	कुटुंब
कुटुंबीय	कुडमुड्या	कुतुक	कुतूहल	कुत्सित
कुपित	कुरकूर	कुलपती	कुलगुरू	कीर्तिमान
कुलदीपक	कुलवधू	कुलावतस	कुलूप	कुसुम
कृषी	कृष्ण	केव्हा	केसरी	केस
कैकयी	कैदी	कैरी	कैफियत	कोकणस्थ
कोकिल	कोकीळ	कोट्यधीश	कोण	कोपिष्ट
कोविंद	कोल्हापूर	कोशीस	कोळसा	कौन्सिल
कौपीन	कौमुदी	कौरव-पांडव	---	कौशिक
क्रमिक	क्रीडन	क्रीडा	क्रोधाग्नी-ग्नि	---
क्लिष्ट	क्लीनर	क्लब	क्वचित	कंबुक
कंपित	कांचन	क्रांती	क्रांतिकारी	किंकर
किंबहुना	किंमत-किमतीचा	कुंडलिनी	कुंकुम	---
केंद्र	कोंडी	कोंडा	क्वचित	कॅनॉल
कॉर्नर	कॉफी	कॉलम	कॉलेज	क्लोरिन

<u>ख</u>

खजिना	खजिनदार	खजील	खजूर	खडखड
खडबडीत	खडखडित	खडीसाखर	खडू	खड्डा-खड्ड्यात
खणखणीत	खतावणी	खमीस	खरपूस	खरबूज
खर्चीक	खलाशी	खवीस	खाऊ	खाऊन
खारीक	खाडिलकर	खाणावळ	खातरी-खात्री	---
खात्रीलायक	खायीक	खिजमत	खिटी	खिलाफत
ख्रिसमस	खिळा	खिळखिळा	खीर	खुजा
खुटखुटीत	खुडबुड	खुदाई-खोदाई	खूनशी	---
खूबसुरत	खुबीदार	खुमखुमी	खुमारी	खुर्ची
खुर्दा	खुर्मा	खूश	खुशामत	खूष
खुश्की	खुसखुशीत	खूण	खून	खूप
खूळ	खोड्या	खोदाई	खंजीर	खंजिरी
खंडण	खंडित	ख्रिश्चन	ख्रिस्त	ख्रिस्ती
ख्रिसमस	ख्रिस्तीजन	ख्रिस्तायन		

ग

गगन	गगनचुंबी	गच्च	गचांडी	गजराज
गजगामिनी	गजान्तलक्ष्मी	---	गट्टी	गढूळ
गणपती-ति	गणवेश	गणाधीश	गणिका	गणित
गणेश	गती-ति	गनीम	गप्पागोष्टी	गरगरीत
गरिबी	गरीब	गरुड	गर्दी	गर्भित
गर्विष्ठ	गलिच्छ	गवई	गवसणी	गव्हर्नर
गव्हाळ-ळी	गहिरा	गहिवर	गहू	गळीत
गाऊन	गाडीवाला	गाफील	गायकी	गारदी
गाऱ्हाणे	गावकुस	गावठाण	गावंढळ	गाशा
गिचमिड	गिरकी	गिरिजा	गिरीश	गिऱ्हाईक
गिळंकृत	गीत	गीता	गीर्वाण	गुजगोष्टी
गुजराती-थी	गुजरात-थ	गुटगुटीत	गुटिका	गुटकी
गुडघा	गुढीपाडवा	गुण	गुणकारी	गुणिजन
गुत्ता	गुद्दा	गुन्हा	गुपचुप	गुपित
गुप्ती	गुमास्ता	गुरखा	गुराखी	गुरुकिल्ली
गुरूकृत	गुरूपौर्णिमा	गुरूपदेश	गुऱ्हाळ	गुलमोहर
गुलाम	गुलाब	गुलामगिरी	गृह	गृहस्थ
गृहस्थिती	गृहिणी	गृहीत	गेंडा	गैरहजर
गोकूळ	गोखले	गोचीड	गोजिरवाणा	गोवरी
गोषवारा	ग्रहणीय	ग्रामीण	ग्राह्य	गंडा
गंधर्व	गंमत	गांभीर्य	गुंजन	गुंता
गॅझेट	गॅलरी	गॅस		

घ

घटका	घट	घटसर्प	घटस्थापना	घटिका
घटी	घटित	घटीयंत्र	घटोत्कच	घट्ट
घट्टा	घडीघडी	घड्याळ	घणाघात	घनचक्कर
घननीळ	घनश्याम	घनिष्ठ	घमेंड	घरकुल
---	---	घरकोंबडा	घरगुती	घरजावई
घरपट्टी	घरबुडी	घरोबा	घर्षण	घवघवीत
घसरगुंडी	घाईगर्दी	घाऊक	घाणेरी	घातकी
घामाघूम	घामोळी	घायकूत	घायाळ	घालमेल
घाशीराम	घासाघीस	घिसघिस	घिसाडी	घुंगट

घुंगरू	घुंगूरवाळा	घुटका	घुबड	घुमट
घुमरी	घुरघूर	घुशी	घूस	घृणा
घेरी	घोकणी	घोकंपट्टी	घोंगडी	घोटणी
घोषणा	घाण	घाणेंद्रिय	घोषयात्रा	घोडमुख्या
घोडदौड				

<u>**च**</u>

चकवा	चकली	चकना	चकाकी	चकित
चक्काचूर	चक्रपाणी-णि	चक्रवर्ती	चक्रव्यूह	---
चटचटीत	चढाई	चढाऊ	चणचणीत	चतुर
चतुर्भूज	चतु:शृंगी	चतुष्पाद	चतु:सीमा	चमत्कार
चमू	चर्चित	चरचरीत	चरित्र	चलचित्र
चलित	चवरी	चविष्ट	---	चषक
चहा	चातुर्य	चातुर्मास्य	चातुर्वर्ण्य	चाबुक
चार-पायी	चावून	चाळीस	चिंच	चित्ता
चिंतनीय	चिंतातूर	चिटणीस	चिठ्ठी	चिन्मय
चिन्ह	चिरकाल	चिरस्थायी	चिरीमिरी	चीज
चित्कार	चुकाऊ	चुटकी	चुणूक	चुरचुरू
चुळबूळ	चेटूक	चेष्टित	चोवीस	चोळी
चौखूर	चौतीस	चोपाई	चौथाई	चौऱ्याणव
चौऱ्याऐंशी	चंचल	चंडोल	चंद्रमा	चंद्रिका
चंपाषष्ठी	चेंडू	चेंडकी	चेंगट	

<u>**छ**</u>

छकडा	छक्का	छत्तीस	छत्रपती-ति	छद्मी
छप्पर	छप्पन्न	छबिना	छाटणी	छाती
छातीठोक	छातीफोड	छापील	छी!	छी...थु!
छिन्नन्वेषण	छिन्द्रान्वेषी	छिन्नमिन्न	छित्री	छोकरी
छोटीखानी	छंद	छंदोबंद	छंदशास्त्र	छंदालंकार
छंदष्ट				

<u>**ज**</u>

जखम	जख्खड	जग	जगज्जेता	जगन
जगदंबा	जगद्गुरू	जटायू	जटील	जडित

जडीबुटी	जननी	जनित	जन्म	जन्मभूमी-मि
जन्मतिथी-थि	---	जन्माष्टमी	जपणूक	जप्ती
जबरी	जबानी	जमदग्नी-ग्नि	---	जमिनी
जमीन	जमीनदारी	जयंती	जय्यत	जरुर
जल, जलद	जलक्रीडा	जलमंदिर	जल्लोष	जवनिका
जवळीक	जवाहीर	जळाऊ	जळीत	जळू
जाऊन	जागतिक	जागतिक	जागरुक	जागृती
जाज्वल्य	जाणीव	जातिभेद	जाती-ति	जातीय
जादा	जादूगार	जादूगिरी	जान्हवी	जामीन
जामीनकी	जारिणी	जालीम	जावई	जासूद
जाहिरात	जाहीर	जाहीरनामा	जिकीर	जिझिया
जिणे	जित	जितेंद्रिय	चित्राब	जिद्द
जिनगर	जिप्सी	जिलबी	जिल्हा	जिवंत
जिवाणू	जीभ	जीर्ण	जीव	जीवन
जुगार	जुगुप्सा	जुजबी	जुमला	जुलूम
जुलै	जुळे	जेमिनी	जोखीम	जोगतीण
जोगिया	ज्याला	ज्येष्ठ	ज्यूरी	ज्योत
ज्योतिबा	ज्योतिषी	ज्योत्स्ना	ज्वाला	ज्वानी
ज्वालामुखी	जंजीरा	जंजीर	जंबिया	जांभई
जॉन	जॉनी	जॉन्सन	जॉर्ज	

झ

झकास	झकाकी	झंकार	झक्क	झगा
झगझगीत	झणझणीत	झपूर्झा	झळाळी	झाकण
झाडू	झावळी	झिजवित	झिपरी	झिमझिम
झिम्मड	झिम्मा	झिरझिर	झिलई	झीज
झीट	झुडूप	झुणका	झुरळ	झुरुमुरू
झुळझूळ	झुळूक	झोळी	झिंजोट	झुंजू-मुंजू
झुंबड	झेंडा	झोंबी		

ट

टकळ	टकटक	टक्कल	टकुर	टचटणीत
टणटण	टवाळी	टळटळीत	टाईम	टाईप
टाकाऊ	टाकला	टापटीप	टिकली	टिकाऊ

टिचकी	टिच्चून	टिपण	टिपरी	टिपूर
टिपूस	टिमकी	टिळा	टिका	टिचभर
टीप	टकटक	टणकन	टूमदार	टूम
टेलिफोन	टोचणी	टंचाई	टेंगूळ	

<u>ठ</u>

ठक	ठकबाजी	ठकसेन	ठग	ठगाई
ठणठणीत	ठरावीक	ठरीव	ठसठस	ठसठशीत
ठाऊक	ठाकठीक	ठिकरी	ठिगळ	ठिय्या
ठिसूळ	ठीक	ठोसा	ठुमरी	ठोका
ठोकताळा	ठोकविक्री	ठोकाठोकी		

<u>ड</u>

डबडब	डबघाई	डबीर	डबरू	डरकाळी
डहाळी	डळमळीत	डाकिन	डाखीन	डागडुजी
डावखुरा	डाहळी	डाळिंब	डिच्चू	डुगडुगी
डुबूक	डुरडूर	डुरडुरणे	डुलकी	डूख
डूब	डेअरी	डेप्युटी	डोईजड	डोली
डंखीण	डिंक	डिंडिम	डिल	ड्रॉईंग
डँबीस	डॅम	डॅनी		

<u>ढ</u>

ढग	ढगळ	ढब्बू	ढबू	ढलपी
ढळढळीत	ढिगारा	ढिलाई	ढुमढुम	ढुशी
ढुसणी	ढेकूण	ढेकूळ	ढोलकी	ढोली
ढोसणी	ढोस	ढोंग		

<u>त</u>

तकतकीत	तकाकी	तक्क्या	तगाई	ताई
तजवीज	तटबंदी	तडतड	तडाग	तणाव
तत्व	तत्त्वनिष्ठ	तयार	तथापि	तथास्तु
तदापी	तणाव	तद्रुप	तनुजा	तपकीर
तपशील	तपस्वी	तपासणी	तपेली	तबकडी
तब्येत	तब्येत	तमाशा	तमासगीर	तरतरीत

तरतूद	तराजू	तरुण	तरीही	तल्लीन
तसबीर	तहकूब	ताईत	ताकद	ताकीद
ताजगी	ताटिका	तात्काळ	तात्त्विक	तादात्म
ताबूत	तारतम्य	तारापूर	तारीख	तालुका
ताशीव	तिकीट	तिजोरी	तिडीक	तिढा
तिमाही	तिमिर	तिरकस	तिरपीट	तिरपट
तिरीप	तिवई	तिळगूळ	तिळतीळ	तीर्थावळी
तीज	तीरावर	तीव्र	तुकतुकीत	तुडतुडीत
तुडुंब	तुणतुणे	तुतारी	तुफान	तुरकाठी
तुराठी	तुरटी	तुरुंग	तुलसी	तुळई
तूट	तूप	तुळ	तृणांकूर	तृतीया
तृप्त	तृष्णा	तेहतीस	तोरण	तोतया
त्रयी	त्राटिका	त्रिकुट	त्रिकोण	त्रिगुणात्मक
त्रिज्या	त्रिभुवन	त्रिमूर्ती	त्रिविध	त्रिवेणी
त्रिशूळ	त्रिफळा	त्रैवार्षिक	त्र्याहत्तर	त्र्याण्णव
त्वरित	तंद्री	तंबाखू	तंबुरा	तंबोरा
तांत्रिक	तांबोळी	तोंड	त्र्यंबक	

थ

थर	थरार	थट्टा	थट्टामस्करी	थप्पड
थप्पी	थर्मामीटर	थलथलीत	थबथबलेला	थातूरमातुर
थालीपीठ	थाली	थापी	थापा	थाळी
थिएटर	थिल्लर	थु! थु!	थुईथुई	थैली
थोरवी	थोकडा	थोडा	थोकडा	

द

दगा	दम	दडपशाही	दणदणीत	दगड
दगडी	दरिद्री	दरिया	दर्या	दया
दरी	दर्दी	दर्शक	दर्शन	दर्श
दर्शित	दलाल	दलाली	दलित	दवंडी
दस्तूर	दहिवर	दही	दाई	दाखवील
दागिना	दाढी	दातखीळ	दानशूर	दान
दामिनी	दारिद्र्य	दारुण	दारू	दासी
दादा	दासीपुत्र	दाक्षिण्य	दाक्षिणात्य	दिक्कत

दिखाऊ	दिग्दर्शक	दिग्विजय	दिनमान	दिनविशेष
दिनकर	दिपावली	दिपाली	दिरंगाई	दिलखुलास
दिवटी	दिवस	दिवा	दिवाण	दिवाळी
दिशा	दिक्षा	दीक्षित	दीडशहाणा	दीन (दुबळा)
दीनवाणा	दीपक	दीपगृह	दीपिका	दुग्ध
दुप्पटी	दुतर्फा	दुनिया	दुबार	दुय्यम
दुरुस्ती	दुर्गंधी (धि)	दुर्गुण	दुर्बळ	दुर्बल
दुर्मीळ	दुर्योधन	दुर्दैव	दुल्हन	दुश्मन
दुष्काळ	दुसरा	दुस्तर	दूध	दूरभाष
दूरदूर	दूरदर्शी	दूरध्वनी	दूर्वा	दृकश्राव्य
दृकप्रत्यय	दृगोचरी	दृश्य	दृष्ट	दृष्टी
देऊळ	देऊन	देवर्षी	देवदूत	देवनगरी
देवगाणी	देशमुख	देसाई	देहनी	देह
दैनिक	दैविक	दैनंदिनी	दोषी	दौत
दौहित्र	द्रविड	द्रवण	द्रूत	द्विज
द्वितीया	द्विधा	दंड	दंडाईत	दंडित
दंडुके	दंडेल	दंतुर	दंत	दांडगाई
दांडू	दिंडी	दिंडीमध्ये	द्वंद्व	द्वंद्वयुद्ध
दुःखित	दुःशाप	दुःसह	दुःसाध्य	
दुःस्थिती(ति)				

<u>ध</u>

धक्का	धकाधकी	धकधक	धक्काबुक्की	धगधगीत
धटिंगण	धडकी	धडाडी	धतुरा	धतूर
धनवान	धनिक	धनी	धनुर्वात	धनुष्य
धमकी	धमणी	धमनी	धरण	धरणीकंप
धरती	धरित्री	धर्मपत्नी	धर्मयुद्ध	धर्माधिकारी
धर्मात्मा	धर्मिष्ठ	धाडसी	धातू	धातूसाधित
धामधूम	धरिया	धारिष्ठ	धार्मिक	धाव
धावू	धावून	धीट	धीटाई	धीवर
धुगधुगी	धुडगूस	धुनी	धुमाकूळ	धुरकट
धुरळा	धुराडे	धुलाई	धुव्वा	धूळघाण
धुळवड	धूत	धून	धूर	धुलीवंदन
धूसर	धृतराष्ट्र	धेनू-नु	धैर्यशाली	धोपटी

धोबी	ध्रव	ध्रवाधार	ध्वनी	ध्वनीत
ध्वनिक्षेपक	ध्वज	धिंड	धुंद	धेंडोळी
ध्वंस	ध्वत			

न

नऊ	नकल	नवीन	नकुल	नख
नखुरडे	नगर	नगरप्रदक्षिणा	---	नदी
नपुंसक	नफेबाज	नभोवाणी	नमविणे	नमित
नमूद	नमुना	नर	नरसिंह	नरपशू
नालिनी	नवनीत	नवल	नवमी	नववधू
नवीन	नशीब	नर	नष्ट	नळ
नळी	नळकांडी	नाईक	नाउमेद	नाखुशी
नागीण	नाजुक	नाटक	नाडी	नाते
नातेवाईक	नादिष्ट	नापीक	नाभी	नायिका
नारिकेत	नालायक	नाव	नामनिर्देश	नावलौकिक
नावाडी	नावीन्य	नास्तिक	नाही	निकष
निकट	निकेतन	निर्मळ	निकृष्ट	निक्षून
निगम	निगमन	निग्रह	निश्चिंत	निर्झर
निडर	निढळ	नितांत	निनाद	निबंध
निर्भीड	निभाव	निमंत्रण	निमित्त	निर्मिती
निमूटपणे	नियमित	नियती	नियंता	निरंजन
निरामय	निराश्रित	निरागस	निरुत्तर	निरुत्साह
निरुपम	निरुपाय	निर्गुण	निरोध	निरोगी
निघृण	निर्गुण	निर्जन	निर्झर	निर्णय
निर्दोष	निर्धारित	निर्बुद्ध	निर्भय	निर्भीड
निर्माण	निर्माता	निर्वाण	निर्याण	निर्विकार
निर्व्याज	निवड	निवळ	निवास	निवृत्त
निवृत्ती	निषाद	निषिद्ध	निष्कर्ष	निष्क्रिय
निष्ठुर	निष्पाप	निष्पन्न	निष्प्रभ	निस्तेज
नीळा	नीट	नीचपणा	नीतिमान	नीरज
नीरव	नीरस	नील	नूतन	नूपुर
नूर	नृसिंह	नेऊन	नेकी	नेतृत्व
नेपथ्य	नेमणूक	नैतिक	नैपुण्य	नैऋत्य
नैसर्गिक	न्यायनिष्ठ	न्याहाळणे	न्हाऊ	न्हावी

नंदादीप	निंदा	निंदनीय	नोंदणी	नि:पक्षपाती
नि:शक्ती	नि:शब्द	नि:शंक	नि:श्वास	नि:संग
नि:संदिग्ध	नि:संशय	नि:स्तब्ध	नि:स्पृप	

ह

पकपक	पकड	पक्का	पंक्ति	पंक्ती
पक्व	पक्वान	पटई	पटकी	पटाईत
पट्टी	पटन	पडसाद	पडीक	पणती
पतित	पतिव्रता	पत्ता	पत्ती	पत्नी
पत्रावळ	पत्रिका	पत्री	दथिक	पदन्यास
पदवीधर	पद्धती-ति	पद्य	परकीय	परटीन
परनिष्ठ	परपुरुष	परस	परंतु	पश
पराई	पराजित	पराधीन	परिघ	परिचय
परिचर्या	परिचित	परिणती	परिणय	परिणाम
परिपत्रक	परित्याग	परिपूर्ण	परिमित	परिश्रम
परिषद	परिसर	परिक्षण	परीक्षा	परीक्षित
परिक्षक	परीस	पर्णकुटी	पर्याप्ती	पर्युक्षण
पर्वणी	पर्वत	पलित	पवित्र	पश्चिम
पळपुटा	पक्षाघात	पक्षी	पाऊण	पाऊल
पाऊलवाट	पाकीट	पायडी	पागोडी	पाचू
पाटील	पाठवीत	पाठिंबा	पाठिराखा	पाणपोई
पाणी	पाणीदार	पाताळयंत्री	पादुका	पानसुपारी
पान्हवणे	पापिष्ट	पापी	पापुद्रा	पायगुण
पायपीट	घायाळू	पारधी	पारंबी	पारशी
पारसनीस	पारितोषिक	पारोसा	पार्वती	पार्श्वसंगीत
पालखी	पालित	पावित्र्य	पाश्चिमात्य	पाहिजे
पाळीव	पिकाऊ	पाक्षिक	पिढीजात	पिनलकोड
पिरपीर	पिशवी	पिसाट	पिसारा	पिस्तुल
पीक	पीट	पीडा	पीडित	पीळदार
पुजारी	पुटकुळी	पुट	पुठ्ठा	पुढे
पुण्य	पुण्यतिथी	पुण्यभूमी	पुनरावृत्ती	पुनर्वसू
----	पुनर्विवाह	पुनश्च	पुनर्जन्म	पुरचुंडी
पुरुषार्थ	पुरुषोत्तम	पुरोहित	पुलकित	पुष्प
पुस्ती	पुराते	पूजक	पूजा	पूज्य

पूट	पूड	पूर	पूरित	पूर्णिमा
पूर्णांक	पूर्वज	पूर्वपुण्य	पूर्वी	पूल
पृच्छा	पृथक	पृथ्वी	पेटी	पेन
पेन्शन	पैठणी	पैलू	पोचणे	पोटतिडीक
पोटदुखी	पोटपूजा	पोटशूळ	पोतडी	पोथी
पोलीस	पोषित	पौर्णिमा	पौष्टिक	प्यादी
प्रकट	प्रकाशन	प्रकाश	प्रकीर्ण	प्रमती
प्रचलित	प्रचिती	प्रचुर	प्रज्वलित	प्रच्छन्न
प्रणीत	प्रवीण	प्रणाली	प्रणय	प्रति
प्रतिकार	प्रतिकूल	प्रतिक्रिया	प्रतिज्ञा	प्रतिनिधी
प्रतिसाद	प्रतिमा	प्रतिरूप	प्रतीक्षा	प्रतिस्पर्धा
प्रतिष्ठित	प्रत्युत्तर	प्रदक्षिणा	प्राकृतिक	प्राची
प्राचीन	प्राणप्रिय	प्राणवायू	प्राणाहुती	प्राणी
प्रात:काल	प्रात:स्थान	प्रात:स्मरण	प्रातर्विधी-धि	---
प्रात्यक्षिक	प्राध्यापिका	प्रापंचिक	प्राय:	प्रार्थना
प्राचार्य	प्रिय	प्रिया	प्रीत	प्रीत्यर्थ
प्रूफ	प्रेरित	प्रेषित	प्रेक्षणीय	प्रौढ
प्रौढत्व	प्रौढी	पंचमी	पंचायत	पंक्ती
पांगुळगाडा	पांघरुण	पांडित्य	---	पांढूरका
पिंगा	पिंजरा	पुंजका	पुंडलिक	पेंडी
पेंडपाला	पॅरिस	पॅटगॉन	पॅटर्न	पॉलिसी
पॉलिटेक्निक	प्रॅक्टिस			

<u>फ</u>

फकिरी	फकीर	फक्की	फजिती	फटफटीत
फटाकडी	फडके	फडणवीस	फडणीस	फडतूस
फडतरे	फलज्योतिष	फलित	फसवणूक	फाईल
फाजील	फाटके	फाटाफूट	फारसी	फारशी
फालतू	फालूदा	फाल्गून	फितुरी	फितूर
फिनेल	फिरकी	फिर्याद	फिल्टर	फिल्म
फी	फीट	फुगडी	फुगा	फुफ्फुस
फूटफूट	फुलं	फूलदाणी	फुलपाखरू	फुलबाग
फुसका	फुस्कार	फूल	फूस	फेरी
फेरीवाला	फोडीव	फौजदारी	फंदी	फांदी

फाकडा	फुंकणी	फुंकर	फौंड्री	फौटन

ब

बकबक	बकणे	बकर-ईद	बकरीद	बकासूर
बकुल	बकुळ	बकुळा	बक्षीस	बगिचा
बजरंग	बटबटीत	बटीक	बडतर्फ	बडीशेप
बढाई	बत्तिशी	बदली	बदक	बधीर
बरफी	बरणी	बारीक	बलिदान	बलुतं
बलुतेदार	बहिरट	बहिरा	बहिष्कार	बहीण
बहुगुणी	बहुवचनी	बहुश्रृत	बळीभद्र	बारक्या
बाईलवेडा	बागायत	बागूल	बागुलबुवा	बागेसरी
बाजी	बाजीराव	बातचीत	बातमी	बातमीदार
बादशहा	बादशाही	बारकाई	बारभाई	बालवीर
बालिश	बावन्न	बावन्नकशी	बासुंदी	बाहुल्य
वाद्य	बिगारी	बिजली	बिदागी	बिरबल
बिरादरी	बिरुद	बिराजदार	बिटिश	बीज
बीजगणित	बीमोड	बुज	बुजगणे	बुजुर्ग
बुट्टी	बुडीत	बुद्धिमान	बुद्धिबळ	बुद्ध
बेलिफ	बैल	बोर	बोलावणे	ब्याद
ब्रह्म	ब्रह्मचारी	ब्राह्मण	ब्रीद	ब्लाऊज
बंडाळी	बंडी	बंडा	बंदी	बंदीशाळा
बंदिस्त	बंधू	बंदूक	बांधील	बांडगूळ
बांधव	बिंदू	बिंदी	बोंबील	बोंब
बोंबाबोंब	बोंड	बॅट	बॅटरी	बॅनर
बॉल	बॉम्ब	बॉडी	बॉडीगार्ड	

भ

भगत	भगवान	भगभग	भगवा	भगर
भगिनी	भगीरथ	भडभुंजा	भडीमार	भयचकित
भयभीत	भयाकुळ	भयानक	भय	भरती
भरणी	भरणा	भरपाई	भरभराट	भरपूर
भरमसाठ	भस्मासूर	भाऊ	भाऊजी	भाऊबंदकी
भाऊबीज	भाकीत	भागीदार	भाजीपाला	भानामती
भारती	भारतीय	भावूक	भाषिक	भाषित

भिऊन	भिजपाऊस	भिजवून	भिडस्त	भित्रा
भित्तिपत्रक	भिरभिर	भिल्ल	भिवई	भित्ती
भीडभाड	भीमराव	भीष्मप्रतिज्ञा	भुईमूग	भुईकोट
भुगा	भुताटकी	भुरटा	भुलाई	भुवई
भुसार	भूकंप	भूगोल	भूत	भूतपूर्व
भूदान	भूपृष्ठ	भूमिका	भूमी	भूलथाप
भूषण	भेसूर	भैरवी	भैय्या	भोई
भोवरा	भौतिक	भौमिक	भ्रमंती	भ्रष्ट
भ्रष्टाचार	भ्रणहत्या	भंगुर	भंडारी	भंबेरी
भांगलणी	भिंत	भेंडी	भेंडोळी	भोंदू
भ्रांती	भ्रातिष्ठ	भ्रामक		

<u>म</u>

मऊ	मक्षिका	मगदूर	मगरुर	मगन
मगर	मघाशी	मचूळ	मच्छरदाणी	मच्छीमार
मजकूर	मतलबी	मजबूत	मठ्ठ	मठाधीश
मणिकर्णिका	मणी-णि	मणियार	मतलई	मतलब
मत-मतदान	मताधिकार	मतिमंद	मतिभ्रम	मत्स्याहारी
मथितार्थ	मदिराक्षी	मद्यपि	मधमाशी	मधुचंद्र
मधुमेह	मधुर	मधुसूदन	मधून	मध्यवर्ती
मध्यान्ह	मनस्वी	मनुष्य	मनीषा	मनीराम
मनू-नु	मनुका	मनोहार	मनोज्ञ	मनोविकार
मन:पूर्वक	मन:शांती	मन:स्थिती	ममता	ममताळू
मयूर	मयूरासन	मयुरी	मरण	मरहूम
मर्तिक	मर्त्य	मर्मज्ञ	मर्मभेद	मलई
मलमूत्र	मलविसर्जन	मलिन	मल्ल	मल्लयुद्ध
मल्लिकार्जुन	मशीद	मश्गूल	मसुदा	मस्ती
महती	महत्त्व	महर्षी-र्षि	महागाई	महापौर
महाराष्ट्र	महालक्ष्मी	महिना	महिमा	महिला
महिपाल	मळणी	माउली	माझ्या	मावसबहीण
माणिक	माणूसकी	माणूसघाणा	माणूस	मातु:श्री
माथेफिरू	माधुकरी	माधुरी	माधुर्य	माध्यमिक
मान	मानवी	माननी	मानी	मामुली
मायबोली	मायमाउली	मायावी	मायाळू	मारपीट

मारुती-ति	मार्ग	मार्गशीर्ष	मार्मिक	मालक
मालती	मालिनी	मालीश	मालूम	मावशी
माशूक	मासळी	मासिक	माहात्म्य	माहिती
माहीत	माहीम	माहूत	माळीण	मिजास
मिठाई	मिठी	मिष्टास	मिणमिण	मितभाषी
मितवा	मिथुन	मिथ्या	मिनिट	मिराशी
मलिन	मिलिंद	मिशी	मिष्ट	मिष्टान्न
मिस्कील	मीमांसा	मीलन	मुकुट	मुकुंद
मुक्तछंद	मुखपृष्ठ	मुजुमदार	मुत्सद्दी	मुद्रा
मुद्रित	मुरब्बी	मुरळी	मुरंबा	मुरारी
मुरुम	मुर्दाड	मुलायम	मुलाहिजा	मुलूख
मुलास	मुशाफिरी	मुशाहिरा	मुश्कील	मुसंडी
मुहूर्त	मूळ	मुळा	मूठमाती	मूढ
मूत्रपिंड	मूत्राशय	मूर्तिमंत	---	मूर्धन्य
मूलतत्त्व	मूलद्रव्य	मूलपीठ	मूलभूत	मूलाधार
मूषक	मूळव्याध	मृत्तिका	मृग	मृगजळ
मृत्युंजय	मृदुला	मृदू	मृन्मयी	मृगनक्षत्र
मेघशाम	मेजवाणी	मेटाकुटी	मेणबत्ती	मेतकूट
मेदिनी	मेवामिठाई	मेस्त्री	मोती	मोतीचूर
मोडी	मोतिया	मोरचूद	मोरपीस	मोलकरीण
मोहित	मोहिनी	मोहीम	मौलवी	मौलिक
म्हैसूर	म्होतूर	म्होरक्या	मंगल	मंगलमूर्ती
मंगळसूत्र	मंजूर	मंजुषा	मंडई	मंडप
मंडित	मंडूक	मंत्री	मंदिर	मंदी
मंदील	मांजा	मांडणी	मांडलिक	मालिक
मांदियाळी	मुंडण	मेंढरू	मेंढी	मॅट्रीक
मॅट	मॅटर	मॉनेटर	मॉप	मॉल

य

यकृत	क:कश्चित	यच्चयावत	यजुर्वेद	यती-ति
यथामती	यथाबुद्धी	यथाशक्ती	यथोचित	यदाकदाचित
यज्ञीय	यद्यपि	यमुना	यश	यष्टी
यहुदी	याचना	याचक	यांत्रिक	यात्रेकरू
यामिनी	यावज्जीव	याज्ञिक	मुक्ती	युग

युगल	युगानयुग	युती	युधिष्ठिर	युनानी
युरोपियन	युवक	युवती	युवराज	युवराज्ञी
यूथ	योगिनी	योगिराज	योगी	यौगिक
यंत्र	यांत्रिक			

र

रक्कम	रकमेचा	रका	रनिमा	रक्षण
रक्षणीय	रखरखत	रखेली	रचयिता	रचित
रजनी	रजपूत	रजोगुण	रज:कण	रणझुंजार
रणधीर	रणरण	रणशिंग	रत्नजडित	रथसप्तमी
रद्दी	रफू	रब्बी	रथी	रविवार
रवी	रवींद्र	रश्मी	रस	रसरशीत
रसवंती	रसिक	रसीद	रहित	रहिवाशी
रक्षणीय	राई	राऊ	राऊळ	रांगोळी
राघू	राजकीय	राज	राजनीती	राजर्षी-र्षि
राजश्री	राजा	राजाश्रय	राजीनामा	राजीव
राज्य-राज्याला	राज्यक्रांती	राज्यभिलाषा	राबवणूक	---
रामकुंड	रामजयंती	रामलीला	रामोशी	राशी
राष्ट्रपती	राष्ट्रीय	राष्ट्रीयत्व	राहाटी	राहणे-तो-ता
राहणे-त-णी	---	राहताना	राहावे	राहुटी
राक्षस	रिकीब	राज्ञी	रिक्षा-क्शा	रिपरिप
रिपेअर	रिबिंग	रीतसर	रीळ	रुई
रुकार	रुक्मिणी	रुखरुख	रुखवत	रुग्णालय
रुचकर	रुचिर-रा	रुची	रुजू	रुणझुण
रुदन	रुदित	रुद्रभूमी	रुपया	रुपे
रुपेरी	रुबाई	रुमझुम	रुमाल	रुसू
रुसवू	रुस्तुम	रेखीत	रेखीव	रेघोटी
रेडकू	रेडिओ	रेणुका	रेणू	रेवती
रेशीम	रेषा	रोगराई	रोजकिर्द	रोमांचित
रोशन	रोशनी	रोष	रोहिणी	रोहित
रौद्र	रौप्यतुला	रंग	रंगभूमी-मि	रंगवाल्लिका
रंगपंचमी	रंगीत	रंगीबेरंगी	रंजन	रंजक
रंज	रंजीत	रंजीस		

<u>ल</u>

लई	लकब	लक्कन	लक्तर	लखलख
लख्ख	लख्खन	लगोरी	लग्नचिठ्ठी	लग्न
लग्नतिथी	लग्नपत्रिका	लग्नमुहूर्त	लग्नसराई	लघिमा
लघुतम	लटपट	लठ्ठ	लडबड	लडिवाळ
लढाई	लढाऊ	लतिका	लपवून	लबाडी
लयलूट	ललित	लवचिक	लसित	लसूण
लळीत	लक्ष्य	लक्षण	लक्षणीय	लक्षावधी
लक्ष्मी	लक्ष्मीपूजन	लक्ष्यवेधी	लाक्षणिक	लाखोली
लाघवी	लाचखाऊ	लाचलुचपत	लाजाळू	लाजिरवाणा
लाडीक	लाडिकपणा	लाडीगोडी	लाडू	लाडी
लामण	लायकी	लावून	लिखाण	लिखित
लिपी-पि	लिप्त	लिफाफा	लिहिणे	लिहिता
लिहीत	लीद	लीन	लीला	लीलावती
लुकलुकणे	लुच्चेगिरी	लुटारू	लुटपूट	लुडबूड
लुब्ध	लुळा	लूट	लुत	लेकरू
लेखनिक	लेझिम	लोक	लोकमत	लोकाभिमुख
लोणारी	लोभ	लोभी	लोलुप	लोह
लोहचुंबक	लौकिक	लंगर	लंगोट	लांछित
लिंग	लिंगायत	लिंबू	लिंबूपाणी	लॅम्प
लॅपटॉप	लॉटरी			

<u>व</u>

वकील	वकूब	वक्ता	वक्तृत्व	वक्रतुंड
वक्रीभवन	वक्रोक्ती	वगैरे	वजिरात	वजीर
वज्रदेही	वज्रमूठ	वटपौर्णिमा	वटसावित्री	वटहुकूम
वडील	वडिलोपार्जित	वंदिती	वधू	---
वधूवर	वनराजी	वपु	वयात	वरकरणी
वरदक्षिणा	वरिष्ठ	वरुण	वर्गणी	वर्गमूळ
वर्गीय	वर्जित	वर्तणूक	वर्तन	वर्तुळ
वनस्पती	वर्धिष्णू-ष्णु	वऱ्हाड	वल्लारी	वल्ली
वशिला	वशीकरण	वसई	वसंतपूजा	वसंत
वसुमती	वसुंधरा	वसूल	वस्ती	वस्तीगृह
वस्तुस्थिती	वस्तू	वस्त्र	वहिवाट	वही

वहीम	वह्या	वळू	वक्ष:स्थल	वाकनीस
वाकुली	वागणूक	वागेश्वरी	वाग्विलास	वाघरु
वाघूळ	वाङ्निश्चय	वाङ्मय	वाचा	वाचिक
वाटिका	वाडी	वाढणी	वाढीव	वाणिज्य
वाताहात	वातुळ	वादग्रस्त	वापी	वामन
वामांगी	वायुपुत्र	वायू-यु	वाराणसी	वारी
वारु	वारूळ	वाली	वावटळ	वासंतिक
वास्तुशांत	वाहतूक	वाहन	वाहणे	वाहिनी
वाळीत	विकल	विकसित	विकास	विकाऊ
विकृत	विक्राळ	विक्रेता	विख्यात	विगलित
विघटित	विचका	विचलित	विचारपूस	विचारशील
विचित्र	विचेष्टित	विच्छिन्न	विजया	विजयादशमी
विजानीय	विजेरी	विजेता	विटी	विटीदांडू
विठ्ठल	विडंबन	विडंबित	विणकर	विणाई
वितरक	वितरण	वितुष्ट	वित्त	विदग्ध
विदारित	विदुर	विदुषी	विदूषक	विदेश
विज्ञान	विज्ञेय	विद्यमान	विद्यापीठ	विद्या
विद्यार्थी	विद्यार्थिनी	विद्युत	विद्युल्लता	विद्युलहरी
विद्रोही	विद्वत्ता	विद्वान	विद्वेष	विधर्मीय
विधान	विधानपरिषद	विधिनिषेध	विधिलिखित	---
विधूर	विध्वंस	विनष्ट	विनंती	विनामूल्य
विनिमय	विनीत	विन्मुख	विन्यस्त	विन्यास
विपत्ती-त्ति	विपरीत	विपर्यास	विपक्ष	विपुल
विफल	विभिन्न	विभूती	विभूतिपूजा	विभूषण
विमनस्क	विमर्श	विमा	विमुक्त	विमुख
विरक्त	विरल	विरळा	विरस	विरहिणी
विरंगुळा	विरागी	विराजित	विरुद्ध	विरूप
विरुपाक्ष	विरेचन	विरोधी	विलंबित	विलसित
विलायत	विलास	विलीन	विलीनीकरण	विलोभनीय
विलोकित	विलोल	विल्हेवाट	विवर	विवरण
विवर्तित	विवंचना	विव्हल-ळ	विशदीकरण	विशारद
विशिष्ट	विशुद्ध	विशुद्ध	विशेष	विशेषत:
विश्रांती	विश्रुत	विश्लेषण	विश्व	विश्वकर्मा
विश्वकोश	विश्वस्त	विश्वामित्र	विश्वासू	विष

विषण्ण	विषम	विषाद	विष्णू	विसंर्ग
विसंगती	विसर्जन	विस्कळीत	विस्तृत	विहंग
विहित	विहीत	विहार	विहीर	--
विक्षिप्त	वीज	वीणा	वीतभर	वीतराग
वीर	वीरश्री	वीर्य	वृत्त	वृत्तांत
वृद्ध	वृद्धापकाळ	वृद्धावस्था	वृश्चिक	वृक्ष
वेठबिगार	वेडा	वेणीफणी	वेदत्रय	वेदमूर्ती
वेदान्त	वेलबुटी	वेलांटी	वेशभूषा	वेल
वेळेनुसार	वैकल्पिक	वैकुंठ	वैखरी	वैगुण्य
वैचारिक	वैचित्र्य	वैजयंती	वैतरणा	वैदर्भी
वैदिक	वैदू	वैदेही	वैदी	वैरुण
वैवाहिक	वैशिष्ट्य	वैष्णव	व्यंगचित्र	व्यंग्योक्ती
व्यक्ती	व्यक्तिचित्र	व्यतिरिक्त	व्यतीत	व्यथित
व्यभिचारी	व्यवस्थित	व्यवहारी	व्याकूळ	व्याज
व्याजोक्ती	व्याधी	व्यामिश्र	व्यावहारिक	व्यासंग
व्याही	व्यूह	व्रतस्थ	व्रती	वंचित
वंदित	वंशीय	वांती-ति	वांशिक	व्हाईसरॉय
व्हायोलिन	व्हिक्टोरिया	व्हिटामिन	व्हिनस	

<u>श</u>

शक	शंकनीय	शकार	शकिला	शकुन
शकुनि	शकुंतला	शक्ती	शक्तिमान	शक्यता
शतक	शतगुण	शतपावली	शताब्दि	शताब्दिपूर्ती
शतायुषी	शतावरी	शतायू	शत्रुत्व	शत्रू
शनिवार	शनैश्वर	शबरी	शब्द	शब्दमाधुर्य
शब्दलालित्य	शब्दांकन	शमनीय	शमित	शमी
शमिपूजन	शय्या	शरच्चंद्र	शरणार्थी	शरमिंदा
शरीर	शरीरसंपत्ती	शशी	शस्त्र	शस्त्रास्त्र
शहाजिरे	शहाणा	शाई	शाकारणी	शाकुंतल
शागिर्द	शागिर्दी	शापित	शाबासकी	शाबीत
शाब्दिक	शाम	शामलू	शामियाना	शारदीय
शरीर	शारीरिक	शार्दूल	शार्दूलविक्रिडित	
शालिनी	शालिवाहन	शालिन	शालू	शालेय
शाश्वत	शास्त्र	शास्त्री	शास्त्रीबुवा	शास्त्रीय

शाहिरी	शाहीर	शाळू	शिकवणी	शकवती
शिकस्त	शिकेकाई	शिक्षक	शिक्षित	शिगोशीग
शिटी	शिडशिडीत	शितल	शितला	शिताफी
शिथिल	शिपाई	शिफारस	शिफारशी	शिबिर
शिर	शिरस्ता	शिरस्त्राण	शिरीष	शिरोमणी
शिलाई	शिला (दगड)	शिलेदार	शिल्लक	---
शिव	शिवपुत्र	शिवराई	शिवशाही	शिवाजीनगर
शिवाशिव	शिवीगाळ	शिशिर	शिशिरऋतू-तु	---
शिशू-शु	शिष्ट	शिष्टाचार	शिष्यवृत्ती	शिष्य
शिसपेन्सिल	शिसवी	शिस्त	शिस्तशीर	शीड
शीतल	शीर (धमणी)	शीर्षक	शीर्षासन	--
शील	शीळ	शुक	शुकशुकाट	शुक्रवार
शुक्ल	शुचिता	शुचित्व	शुचिर्भूत	शुद्धलेखन
शुद्धस्वरूप	शुद्धीपत्र	शुद्धीकरण	शुभाशुभ	शुभ्र
शुष्क	शुद्र	शून्य	शूर	शूल
शूली	शेकोटी	शेजारणी	शेजारीण	शेटजी
शेणकुट	शेतकरी	शेतकी	शेतीभाती	शेपूट
शेवई	शेवंती	शेषशायी	शेषाधिकारी	शैथिल्य
शैली	शोकाकूल	शोचनीय	शोभिवंत	शोषणीय
शोषित	शौक	शौकीत	शोच-कूप	स्मशान
श्याम	शामल	श्लाघनीय	श्लोष्मल	श्वशुर
श्वास	श्वासनलिका	---	श्वासोच्छ्वास	---
श्वेतपत्रिका	शंकनीय	शंकाशील	शांडिल्य	शांतिपाठ
शांती-ति	शांभवी	शिंक	शिंगरू	शृंखला
शृंग	शृंगार	शृंगारिक	शेंदूर	शेंबूड
श्रद्धा	श्रद्धाळू	श्रम	श्रमिक	श्रवण
श्रवणीय	श्रवणेंद्रिय	श्रावणी	श्रीनिकेतन	श्रीनिवास
श्रीपती-ति	श्रीफळ	श्रीमंत	श्रीयुत	श्रुतकीर्ती
श्रृतिका	श्रृती-ति	श्रेणी-णि	श्रेयस्कर	श्रेष्ठत्व
श्रेष्ठी				

<u>ष</u>

षट	षट्क	षट्कार	षट्कोन	षट्पद-दी
षट्शास्त्र	षडक्षरी	षड्गुण	षड्नन	षडिपू-पु

षडविकार	षण्मास	षण्मुख	षष्टी-ष्टि (साठ)	---
षष्ट्यब्दीपूर्ती-र्ति	षष्ठी (सहावी)	षोडश	---	---
षोडशी	षोडशोपचार	---	---	---

<u>स</u>

सई	सकळीक	सकुटुंब	सक्तमजुरी	सक्ती
सक्रिय	सगुण	सचिव	सचिन	सचिंत
सचोटी	सच्चिदेश	सच्चिदानंद	सच्छिद्र	सजनीय
सज्जित	सजीव	सटवाई	सटक	सटीप
सतीसावित्री	सडसडीत	सडाई	सडाफटिंग	सडीस्वारी
सणसणीत	सणासुदी	सतरंजी	सती	सत्ताधिकारी
सत्ताधीश	सप्ततिज्ञ	सत्प्रवृत्ती	सत्य	सत्याग्रही
सत्यान्वेषण	सत्याऐंशी	सत्त्व	सद्सदविवेक	सदाशिव
सदुक्त-क्ति	सद्गदित	सद्गुण	सद्गुरु-रू	सद्बुद्धी-द्धि
सद्य:कालीन	सद्विद्या	सनई	सन्निपात	सन्माननीय
सन्मान	सन्मानित	सन्मुख	सपत्नीक	सपरिवार
सप्तमी	सप्तर्षी-र्षि	सफाई	सबनीस	सबुरी
सबूर	सभाधिकारी	सभापती	समकालीन	समजावणी
समजूतदार	समन्वित	समयसूचक	समयोचित	समरभूमी-मि
समर्थनीय	समर्पित	समशेर	समष्टी	समस्या
समाईक	समाधी-धि	समान	समाप्ती	समाविष्ठ
समाश्रित	समिधा	समिंधर	समीकरण	समीर
समीक्षण	समीक्षा	समुचित	समुच्चय	समुदित
समुद्र	समूह	समूळ	समृद्धी-द्धि	सम्यक-क्
सम्राज्ञी	सरबत	सरबराई	सरबरीत	सरमिसळ सरशी
सरस्वती	सराई	सराईत	सरिता	---
सरी	सरूप	सरोजिनी	सर्क्यूलर	सर्जनशील
सर्टिफिकेट	सर्दी	सर्वकालीन	सर्वस्वी	सर्वंकष
सर्वांशी	सलील	सवता	सवाई	सविता
सवितय	सस्मित	सहकारी	सहनशील	सहस्त्र
सहाध्यायी	सहाय्यभूत	सहित	सहेतुक	सह्याद्री
सळई	सळसळ	साखर	साजुक	साठमारी
साठवणूक	सात्विक	साधित	साध्वी	सानुकंप
सानुनय	साप्ताहिक	साफसफाई	साबुदाणा	स्वाभिमान

सामग्री	सामायिक	सामसूम	सामील	सामुदायिक
सामुद्रिक	सायुज्य	सारथी-थि	सार्द्र	सार्वकालिक
सार्वजनिक	सावधगिरी	सावित्री	सासूरवाशीण	सासू-सून
साहाय्य	साहित्य	साहित्यपत्रिका	साहित्यिक	---
साळीमाळी	साक्षात्कारी	साक्षेपी	सिद्धांत	सिद्धपुरुष
सिद्धी-द्धि	सीता	सीताफळ	सीमांतपूजन	सीमोल्लंघन
सुई	सुईण	सुकाणू	सुकुमार	सुकृती
सुखरुप	सुखासित	सुखनैव	सुखोपयोग	सुमरण
सुगी	सुग्रीव	सुट्टी	सुत	सुतराम
सुदर्शन	सुदिन	सहृढ	सुद्धा	सुधांशू-शु
सुधीर	सुनावणी	सुनीता	सुनील-ळ	सुपीक
सुपुत्र	सुपूर्त-र्द	सुप्त	सप्रतिष्ठा	सुप्रयुक्त
सुप्रसन्न	सुक्ती	सुबल	सुबद्ध	सुबुद्ध
सुभाष	सुभाषित	सुमुहूर्त	सूर	सुरई
सुरण	सुरभी-भि	सुरमा	सूष्ट	सुसह्य
सुसंगती-ति	सुसंबद्ध	सुस्कारा	सुस्ती-स्ति	सुस्वभाव
सुहास्य	सहृदय	सूज्ञ	सूक्त	सूचक
सूचता	सूचित	सूचि	सूची	सूज
सूट	सूड	सूत	सूत्र	सूत्रधार
सून	सूर	सूर्य	सूर्यग्रहण	सूर्यास्त
सूक्ष्मदर्शक	सृष्टिज्ञान	सृष्टी-ष्टि	सेक्रेटरी	सेतू
सेनानी	सैनिक	सैनात	सैरंध्री	सोयीस्कर
सोज्वळ	सोडवणूक	सोनुला	सोमाजी	सोशीक
सोसायटी	सौदामिनी	सौभाग्य	सौहार्द	स्कूल
स्क्रू	स्खलित	स्तिमित	स्तुती-ति	स्तुत्य
स्तूप	---	स्त्री	स्थाणू-णु	स्थानिक
स्थानीय	स्थापना	स्थापित	स्थायिभाव	स्थाली
स्थिती	स्थितप्रज्ञ	स्थूल	स्नायू	स्निग्ध
स्नुषा	स्नेहांकित	स्नेही	स्पष्ट	स्पिरिट
स्फूट	स्फूरण	स्फुलिंग	स्फूर्ती	स्मृती
स्मरणे	स्त्रोत्र	स्वकीय	स्वच्छंदी	स्वदेशी
स्वप्नाळू	स्वयंनिर्णय	स्वयंपाक	स्वर्गीय	स्वरूप
स्वस्मार्ट	स्वस्तिक	स्वाती	स्वादिष्ठ-ष्ट	स्वादुपिंड
स्वाधीन	स्वाभाविक	स्वार्थी	स्वास्थ्य	स्वीकृत

स्वीय	सयुक्तिक	संकलित	संकष्टी	संकीर्ण
संकोच	संगीन	संगीत	संचटा	संयमी
संजीव	संजीवनी	समर्पित	संतुष्ट	संतोषी
संदिग्ध	संधी	संधिसाधू	संनिध	संन्यासी
संपर्क	संपादन	संपादक	संपुष्ट	संपूर्ण
संप्रति	संप्रदाय	संबंधी	संबोधत	संभावित
संभूत	संमती-ति	संमित	संमिश्र	संमीलन
संयत	संयमित	संयुक्त	संयोग	संयोगिता
संयोजन	संरक्षण	संलग्न	सवंगडी	संवादी
संवर्धित	संविधानक	संशोधन	संश्रित	संसक्ति-क्ती
संस्कृती-ति	संस्कारित	संस्थानिक	संस्थानी	संस्थात
संहित	संहिता	संक्षिप्त	संक्षेपतः	सांकल्पिक
सांकेतिक	सांगाती	सांजवात	सांचोरी	सांडणी
सांधणे	सानिध्य	सांप्रदायिक	सांवत्सारिक	सिंचन
सिंधुदुर्ग	सिंधु	सिंह	सिंहासन	--
सुबाल्या	सुंभ	सेंद्रीय	सौंगडी	स्तंभित
स्थंडित				

ह

हकाटी	हकीगत	हकीम	हजेरी	हाटाऊ
हटयोगी	हठयोग	हडकुळा	हडेलहप्पी	हडसून
हड्डी	---	हतवीर्य	हतोडी	हत्ती
हत्तीण	हत्या	हत्यारी	हनुमान	हनुवटी
हमरीतुमरी	हमीदार	हयवदन	हरणीय	हरी-रि
हरिजन	हरिण	हरिणी	हरित	हरिदास
हरिद्वार	हरिभक्त	हरीतकी	हर्षित	हलवाई
हलवून	हलाखी	हवालदिल	हवाशीर	हवा-वि
हवेली	हशा	हशीळ	हसवू	हसू
हायदंती	हस्तिनी	हळवा	हळुवार	हळूहळू
हाड्रक	हातरुमाल	हातोटी	हाती	हारजीत
हार्दिक	हार्मोनियम	हाहाकार	हाही	हॉस्पिटल
हितैशी	हिकमती	हिडिंबा	हित	हितगुज
हितचिंतक	हिमालय	हिमांशू-शु	हिय्या	हिरकणी
हिरण्यकशिपू-पु	हिरिरी	हिशोब	हिरेक	--

हिरक	हुकूम	हुकूमनामा	हुक्का	हुक्की
हुज्जत	हुजुरात	हुडहुडी	हुताशनी	हुततू
हुप्पा	हुबेहूब	हुरहूर	हुरूप	हुशार
हूड	हुश्श	हूल	हृदय	हृदयस्पर्शी
ऋषीकेश	इष्ट	हेतू-तु	हेतुगर्भ	हेमवती
होऊन	होईन	होईल	होमिओपॅथी	हौशी
ऱ्हस्व	हंबीर	हंडीबाग	हिंगूळ	हिंग
हिंदवी	हिंदीतर	हिंदुस्तान	हिंदू	हिंपुटी
हिंमत	हिंसक	हिंसा	हिंस्त्र	हू की चू
हुंबाडी	हुंकार			

क्ष

क्षणभंगूर	क्षण	क्षणिक	क्षणोक्षणी	क्षती-ति
क्षत्रिय	क्षत्री	क्षमाशील	क्षम्य	क्षयिष्णू-ष्णु
क्षराब्धि	---	क्षितिज	क्षिती (पर्वा)	---
क्षिती-ति (पृथ्वी)		क्षितिश	क्षिप्त	क्षिप्र---
क्षिप्रा	क्षीण	क्षीराब्धी-ब्धि	क्षुण्ण	---
क्षुद्र	क्षुद्रान्वषी	क्षुधातुर	क्षुधित	क्षुब्ध
क्षुरिका	क्षुल्लक	क्षेत्रोपाध्याय	क्षेपणास्त्र	क्षेम
क्षेमलिंगन	क्षोभ	क्षेणी-णि	क्षोनिपती-ति	क्षोभित
क्षौर	क्षांती			

ज्ञ

ज्ञापित	ज्ञप्ती-प्ति	ज्ञातव्य	ज्ञातसिद्धांत	ज्ञाती
ज्ञातृत्व	ज्ञाती	ज्ञातृत्व	ज्ञानकोश	ज्ञानचक्षू-क्षु
ज्ञानदीप	ज्ञानपीठ	ज्ञानवल्ली	ज्ञानी	ज्ञानेंद्रिय
ज्ञानेश्वर	ज्ञानेश्वरी-ज्ञानोपासना	ज्ञापम-ण	ज्ञापित	ज्ञेय

■

१०

●

मुद्रितशोधन (Proof Reading)

ग्रंथनिर्मितीच्या कार्यात, वृत्तपत्र संपादन कार्यात मुद्रणास महत्त्वाचे स्थान आहे. सुंदर मांडणी व शुद्ध आणि स्वच्छ मुद्रण हा एक महत्त्वाचा संस्कार आहे. मुद्रणकला ही एक सांस्कृतिक संपत्ती आहे. कोणत्याही देशाची संस्कृती जशी त्याच्या वाङ्मयावरून स्पष्ट होते, तशी त्याच्या मुद्रणावरूनही ती मापली जाते. मुद्रणकला ही भाषेच्या अनुषंगाने संवर्धित होते. मुद्रणाचा संस्कार जितका सुयोग, आकर्षक प्रगत तितकी त्या देशाची/समाजाची संस्कृती प्रगत आणि अभिजात कलात्मक दृष्टीची म्हणावी लागेल. आपले उच्चार आणि लेखनातले शब्द जसे शुद्ध, अचूक नेमके असावे लागतात, तसेच मुद्रणही शुद्ध अचूक आणि नेटके असावे लागते.

तंत्रज्ञान, विज्ञान आणि वाढती नवीनवी साधने यांमुळे शिक्षणाचा प्रचार व प्रसार तळागाळातील सर्वसामान्यांपर्यंत होऊ लागला आहे. त्यामुळे वाचकांचे प्रमाण वाढले आहे. मुद्रणकलेच्या प्रगतीमुळे वाङ्मय प्रचंड प्रमाणात छापून प्रकाशित होत आहे. शाळेतील मुले, कॉलेजमधील तरुण स्त्री-पुरुष सर्वच स्तरातील मंडळी ते वाचतात. पाठ्यपुस्तके, वृत्तपत्रे यांतील मुद्रित शब्दांचा (शुद्धलेखनाच्या दृष्टीने) वाचकांच्या मनावर संस्कार होत असतो. अशावेळी ते चुकीच्या व अशुद्ध स्वरूपात छापले गेल्यास लोकमाणसावरही त्याचा परिणाम झाल्याशिवाय ते राहणार नाही. म्हणून अचूक व शुद्ध मुद्रण ही एक महत्वाची गरज आहे.

मुद्रित शोधनाचे तीन प्रकार - १) ग्रंथ मुद्रितशोधन २) वृत्तपत्रीय मुद्रितशोधन ३) व्यापारी मुद्रितशोधन (Commercial Proof Reading) यापैकी आपण ग्रंथ मुद्रित शोधनाचा येथे परिचय करून घेणार आहोत. छापखान्यातील जुळाऱ्याकडून (Compositor) जुळविलेला मजकूर मूळ प्रती-बरहुकूम आहे किंवा नाही हे पाहणे ही मुद्रित शोधकाची (Proof Reader) पहिली जबाबदारी असते.

आजच्या जगात मुद्रणाची नवनवी तंत्रे उपलब्ध झाली आहेत. प्रकाश छाया जुळणी (Photo-Type setting) तसेच डेस्क स्टॉप पब्लिशिंग (Desk Top Publishing) या अद्ययावत तंत्रज्ञानामुळे अक्षरांची विविध आकर्षक वळणे, मुद्रणातील स्पष्टता, सुबकता आणि पर्यायाने अक्षरजुळणीत (Composing) गतिमानता आली आहे. वरील दोन्ही प्रकारांमध्ये अक्षरजुळणी संगणकीय पद्धतीने केली जाते. टंकलेखनाप्रमाणे संगणकाच्या की बोर्डावर बटणे दाबल्यावर ती ती अक्षरे समोरच्या पडद्यावर (Screen) उमटतात. डी.टी.पी.वर अक्षर जुळणी करणाऱ्यास 'ऑपरेटर' असे म्हणतात. डी.टी.पी.वर तयार झालेल्या मजकुराची पाने बांधणे (Paging) हा पुढील टप्पा होय. या मजकुरातील मुद्रणदोषाची दुरुस्ती, कटिंग व पेस्टिंग पद्धतीने करतात. म्हणजे एखाद्या शब्दातील किंवा ओळीतील एक जरी अक्षर अगर शब्द चुकलेला असला तरी सबंध शब्द किंवा ओळ डी.टी.पी.वर नव्याने जुळवून त्याची चिठ्ठी (Slip) चुकलेल्या शब्दावर/ओळीवर चिटकावली जाते. चुकलेल्या शब्दांची/अक्षरांची दुरुस्ती थेट पडद्यावरही (Screen) करून संपूर्ण पानाची नवीन प्रिंट काढता येते. त्यामुळे मुद्रित शोधकाने अधिक तत्पर व जागृत असावे लागते.

मुद्रित शोधन ही एक महत्त्वपूर्ण गोष्ट आहे. त्याशिवाय शुद्ध स्वरूपात मजकूर येणार नाही. म्हणून मुद्रित शोधनात केवळ शब्दाला शब्द आहे का नाही एवढे पाहून चालणार नाही तर तो शब्द व अचूक जुळविलेला आहे का नाही हे पाहणे अत्यंत आवश्यक असते. त्यासाठी मुद्रितशोधकाला लेखनविषयक नियमांचे सखोल ज्ञान असणे गरजेचे आहे. मुद्रितशोधक हा लेखक व मुद्रक यांच्यामधील दुवा आहे. मूळ लिखित मजकुराला सुबक नेटके व शुद्ध मुद्रित स्वरूप देण्यात त्यांचा वाटा महत्त्वाचा असतो.

मुद्रित शोधकाने लक्षात ठेवावयाच्या गोष्टी :

१) मुद्रित शोधनासाठी जुळणी झालेला मजकूर हाती आल्यावर प्रथम कच्ची मुद्रिते कॉपी होल्डरच्या (मुद्रित शोधन साहाय्यक) मदतीने वाचावीत त्यामुळे जुळणी केलेल्या मजकुरातील गाळले गेलेले परिच्छेद, ओळी, शब्द लक्षात येतात.

मुद्रिताचे पहिले वाचन एकट्याने करू नये. कारण एकाच व्यक्तीने मजकुराची मूळ प्रत (कॉपी) आणि जुळविलेला मजकूर यांची तपासणी करण्याच्या अवधानात काही मजकूर सुटण्याची शक्यता असते. त्यामुळे पहिले मुद्रित वाचताना जोडीला साहाय्यक हवा. दुसरे मुद्रित आपण स्वत: एकाग्रपणे वाचावे. म्हणजे अगोदर लक्षात न आलेल्या मुद्रितातील चुका लक्षात

येतात. पानांची शीर्षके, प्रकरणांची शीर्षके, परिच्छेदांची शीर्षके, पृष्ठ क्रमांक याकडेही काळजीपूर्वक लक्ष देणे गरजेचे असते.

२) मुद्रित शोधकाला भाषेचे चांगले ज्ञान हवे. त्या-त्या भाषेचे वळण, लेखनविषयक नियम, व्याकरण, शब्दांचे अर्थ यांचीही त्याला चांगली माहिती असावी.

३) जुळणी केलेल्या मुद्रिताच्या कागदावर दोन्ही बाजूस पुरेशी जागा असते. जुळाऱ्याला/मुद्रकाला द्यावयाच्या सूचना मजकुरातील त्या-त्या ओळीच्या समोर, शेजारी द्याव्यात.

४) मजकुरातील चुका दुरुस्त करण्याविषयी सर्वमान्य अशा काही सांकेतिक खुणा आहेत. प्रत्येक मुद्रित शोधकाला या खुणा व त्याचे अर्थ माहीत असणे आवश्यक आहे. मुद्रितात दुरुस्तीविषयी शक्य तो कमी लिहावे लागावे यासाठी या खुणा असतात. या खुणांच्या आधारेच मुद्रितशोधन करावे.

५) जुळणी करताना मजकुरातील काही भाग (शब्द/ओळी) सुटला असेल तर मुद्रितामध्ये खूप करून कोऱ्या जागेत 'मूळ कॉपी पहा' (SET) असे लिहावे. एखादाच शब्द राहिलेला असल्यास मुद्रितातील मजकुरात काकपद दाखवावे व तो शब्द बाजूस लिहावा.

६) मुद्रितातील चुकून खोडलेला मजकूर आहे तसाच ठेवावयाचा झाल्यास खोडलेल्या मजकुराखाली टिंबांची रेषा (..........) द्यावी आणि बाजूस (STET) किंवा 'ठेवा' असे लिहावे.

७) मोठी मुद्राक्षरे (टाईप) घेण्यासाठी त्या शब्दाखाली रेषा ओढावी आणि बाजूस 'मोठी अक्षरे' (Big Type) असे लिहावे.

मुद्रित शोधनांच्या खुणांचा तक्ता पुढे दिला आहे, त्यानुसार मुद्रित शोधनाचा सराव करा.

मुद्रित शोधनाचा नमुना

त्मा महात्मा गांधीजी महापुरुष हात । ु े
ी भारतातील राष्ट्रीय चळवळीरचे &
ु ते ममुख नेते होते ∠ ⊙
ा ज्ञाती समता बन्धुभाव याचा शिकवण । - ी
त्यांनी साऱ्या जगाला दि ली
णी साधी राहानी उच्च विचार ही त्यांची
जीवन शैली होती∠ ⊙
राष्ट्रीय स्वातंत्र्या साठी त्यांनी आपले
आयुष्य वेचले∠ ⊙
अहिंसा, उपोषण, असहकार ही त्यांची
शस्त्रे होती.
भारतीय स्वातंत्र्य चळवळीचे ते प्रमुख
नेते होते.
त्यांच्याबद्दल मी
कृतज्ञता व्यक्त करतो. Run On

मुद्रित शोधनाच्या काही खुणांचा तक्ता

खूण	खुणेचा वापर	खूण कशी करावी याचे उदाहरण	खुणेचा अर्थ
=	ओळ सरळ करा.	मराठी मासिके आणि वाङ्मयविकास	=/
⁀	अक्षरे जोडून घ्या. / एक शब्द करा.	सा हित्य आणि राष्ट्रीय एका त्मता	⁀/⁀
#	शब्द तोडा. स्पेस /अंतर टाका.	कधीही त्याला डाकशाला	# / # /
&	काढून टाका व शब्द जोडा.	पत्र अल्पाक्षरी असावे.	&
&	डिलिट / काढून टाका.	स्वराज्य हा माझा जन्मसिद्ध हक्क आहे.	&
T	काना द्या.	मराठी साहित्य मराठी नाटक	T /T/
Ṫ	काना व अनुस्वार द्या.	वेदांचे ज्ञान लोकांना मिळावे.	Ṫ/ Ṫ/
ि	ऱ्हस्व वेलांटी टाका.	लौकिक आणि सामाजिक	ि / ि /
ी	दीर्घ वेलांटी टाका.	तुकोबांची अभंगवाणी	ी / ी /
ु	ऱ्हस्व उकार टाका.	सुरेख संगम	ु /
ू	दीर्घ उकार टाका.	दूध हे सात्त्विक अन्न.	ू /
े	मात्रा टाका.	जीवनाचे गाणे	े /
ें	मात्रा व अनुस्वार टाका.	आभाळ ठेंगणे वाटणे	ें /

‐̊	रफार टाका.	उगवत्या सुर्याचा देश	‐̊ /
,/	स्वल्पविराम टाका.	मराठी माणूस स्पष्टवक्ता /रांगडा व प्रेमळ आहे.	,/ ,/
;/	अर्धविराम टाका.	वारा सुटला /आकाशात ढग जमले/ व ढगांचा गडगडाट झाला.	;/ ;/
⊙	पूर्णविराम टाका.	माणसाची उपेक्षा संतांना मंजूर नाही/	○
?	प्रश्नचिन्ह टाका.	अशा वेळी काय करावं/	?L
!/	उद्गारचिन्ह टाका.	अबब/केवढे उंच झाड/	!L!L
:	विसर्ग टाका.	शब्दश/भाषांतर	:/
-	संयोगचिन्ह टाका.	पुणे/बंगलोर हाय वे	-L
–	डॅश टाका.	गैरहजर विद्यार्थी पुढीलप्रमाणे/	-L
δ	अनुस्वार काढून टाका.	मराठी वाङ्मय	δ
	शब्दाची जागा बदला.	देव लंपट भावाचा	
(/)	कंस टाका.	तो / बायकोकडे पाहून / म्हणतो-	(/) /
wf	चुकीची टाइप / रॉंग फॉंट	भारत भाग्यविधाता	*wf* / *wf* /
....	अक्षर सुलट करा	साहित्य संमेलन	/
'सेंटर'	मधोमध घ्या.	श्री गजानन प्रसन्न	'सेंटर'

Run On	पुढे चालू ठेवा.	इतकेच नव्हे तर, लिहिलेला एखादा अशुद्ध शब्द	Run on
⎾	नवीन परिच्छेद करा.	त्यांनी जे निर्णय घेतले ते पुढीलप्रमाणे / सर्व कार्यकर्त्यांनी एकाचवेळी	⎾ /
L	नवीन / राहिलेले अक्षर घाला.	तो अवबून आहे.	लं *L*

११

कार्यालयीन व्यवहार क्षेत्रातील पारिभाषिक शब्दावली

कोणत्याही क्षेत्रातील विचार व्यक्त करण्यासाठी ज्या भाषेची योजना केली जाते तिला 'शास्त्रीय भाषा' असे म्हणतात. वेगवेगळ्या क्षेत्रांतील, व्यवहारातील गरजा भागविण्यासाठी सर्वसामान्य शब्दाहून वेगळा एक शब्दसंग्रह वापरावा लागतो. असा शब्दसंग्रह त्या-त्या व्यवहारातील अनुभव व्यक्त करीत असतो. ही एक प्रकारची एकार्थवाचक शब्दयोजनाच असते. अशाप्रकारे कोणत्याही ज्ञान क्षेत्रातील एकार्थी प्रयुक्त होणाऱ्या शब्दास 'पारिभाषिक शब्द' असे म्हणतात. पारिभाषिक शब्दयोजना जनसंपर्कातून सामर्थ्यशाली होत असते. त्यामुळे हळूहळू ती 'जनतेची भाषा' बनते. जगाच्या पाठीवरील ज्ञान-विज्ञानाच्या माहितीची एक समर्थ वाहिका म्हणून इंग्रजी भाषेकडे पाहिले जाते. इंग्रजीतील माहिती प्राप्त करून घेण्यासाठी मराठीला आपल्या मूळ स्वरूपातील शब्दांची जुळवाजुळव करून एक नवीनच शब्द तयार करावा लागतो. असा शब्द केवळ एकच अर्थ व्यक्त करेल. याविषयी दक्षता घ्यावी लागते. म्हणून परिभाषा ही एक नेमका अर्थ व्यक्त करणारी एकार्थक भाषा आहे. अशी पारिभाषिक शब्दावली सर्व प्रकारच्या व्यवहार क्षेत्रामध्ये आपले ठोस स्वरूप पसरून राहिली आहे. विज्ञान-तंत्रज्ञान, शिक्षण, न्याय, आस्थापना, समाजशास्त्र, प्राधिकरणे अशा विविध स्वरूपाच्या संस्थांमध्ये तिचा वैशिष्ट्यपूर्ण उपयोग उपयुक्त झालेला आहे.

कार्यालयीन व्यवहार क्षेत्रांतील काही निवडक पारिभाषिक शब्द

A	Abbrevation	संक्षेप
	Above said	उपरोक्त
	Absence	अनुपस्थिती, गैरहजेरी
	Academic year	विद्यावर्ष
	Action	कारवाई
	Administration	प्रशासन
	Advance	आगाऊ रक्कम
	Advance increment	अग्रिम वेतनवाढ
	Advance copy	आगाऊ प्रत
	Advertisement	जाहिरात
	Affiliation	संलग्नीकरण
	Affidevit	शपथपत्र
	Agenda	कार्यसूची, कार्यपत्रिका
	Agreement	करारपत्रक
	Annual Report	वार्षिक अहवाल
	Appeal	आवाहन
	Approval	मान्यता
	Assistant	साहाय्यक
	Assumption of charge	पदभार ग्रहण
	Audit	लेखापरीक्षा
B	Backlog	अनुशेष
	Balance sheet	ताळेबंद
	Basic pay	मूळ वेतन
	Bill	विधेयक
	Bio-data	जीवनवृत्त
	Board of control	नियंत्रण मंडळ
	Board of directors	संचालक मंडळ
	Board of studies	अभ्यास मंडळ
	Bond	रोखा
	Booklet	पुस्तिका

	Book of Proceeding	कार्यवाही पुस्तिका
	Branchof descipline	शिस्तभंग
	Branch of order	आदेशभंग
	Branch of rules	नियमभंग
C	Calender year	कॅलेंडर वर्ष
	Carpet area	चटई क्षेत्र
	Category	प्रवर्ग
	Cell	कक्ष
	Charge sheet	दोषारोपपत्र
	Circular	परिपत्रक
	Commission	आयोग
	Committee	समिती
	Confidential letter	गोपनीय पत्र
	Council	परिषद
D	Daily allowance	दैनिक भत्ता
	Dean	अधिष्ठाता
	Deputation	प्रतिनियुक्ती
	Declaration	घोषणा
	Designation	पदनाम, नियुक्ती करणे
	Disciplinary action	शिस्तभंगाची कार्यवाही
	Disposal	निकालात काढणे
	Dismiss	बडतर्फ
	Division	विभाग
	Draft	प्रारूप, मसुदा
E	Earned leave	अर्जित रजा
	Efficiancy	कार्यक्षमता
	Eligibility	पात्रता
	Employee	कर्मचारी
	Embassy	राजदूतावास
	Establishment	आस्थापना
	Examiner	परीक्षक
	Exchange	देवाण-घेवाण

	Expert	तज्ज्ञ
F	Finance	वित्त, वित्तव्यवस्था
	Fit	योग्य
	Form	प्रपत्र
	Forwarded	अग्रेषित
G	Gagte pass	प्रवेशिका
	Gazette	राजपत्र, समाचारपत्र
	Goodwill	सदिच्छा
	Grant	अनुदान
	Gratuity	उपदान
	Guest house	अतिथीगृह
H	Half pay	अर्धवेतन
	Handbill	हस्तपत्रक
	Headline	ठळक मथळा
	Head office	मुख्य कार्यालय
	Head quarter	मुख्यालय
	High court	उच्च न्यायालय
	Higher grade	वरची श्रेणी
	Hunouray	मानद
I	Immediate letter	तात्काळ पत्र
	Inadmissibie	अग्राह्य, अस्वीकार्य
	In-charge	प्रभारी
	Income Tax	आयकर
	Increament	वेतनवाढ
	Index card	निर्देशपत्रक
	Inefficiant	अकार्यक्षम
	Intimation	सूचना
	Inward	आवक
J	Joint	संयुक्त
	Joint account	संयुक्त खाते
	Judgement	न्याय निर्णय
	Jurisdiction	कार्यकक्षा

K	Key position	सूत्रस्थान
	Kindergarten school	बालकमंदिर
L	Land acquisition	भूमिसंपादन
	Land acquisition officer	भूमिसंपादन अधिकारी
	Land holder	भूधारक
	Labour	कामगार
	Labour court	कामगार न्यायालय
	Lease	भाडेपट्टा
	Leave, admissible	अनुज्ञेय रजा
	Leave casual	नैमित्तिक रजा
	Leave earned	अर्जित रजा
	Lesson	पाठ
	Lecturer	अधिव्याख्याता
	Letter-head	नाममुद्रित पत्र
	Letter of advice	सूचनापत्र
M	Madam	महोदया
	Magistrate	दंडाधिकारी
	Manual	नियमपुस्तिका
	Meeting	सभा
	Memo	ज्ञाप
	Memorandum	ज्ञापन, टाचण, संक्षेप लेख
	Merit	गुणवत्ता
	Motion	प्रस्ताव
N	No dues certificate	ना देय प्रमाणपत्र
	No demand certificate	ना मागणी प्रमाणपत्र
	Non-agricultural	बिगरशेती
	Note	टिप्पणी
	Notification	अधिसूचना
O	Office	कार्यालय
	Office circular	कार्यालयीन परिपत्रक
	Office order	कार्यालयीन आदेश
	Off-season	बिगर हंगामी

	Original Copy	मूळप्रत
P	Part-time	अंशकालीन कर्मचारी
	Passport	पारपत्र
	Pay	वेतन
	Payment	भरणा
	Pensioner	निवृत्तीवेतनधारक
	Pollution	प्रदूषण
	Price index	मूल्य निर्देशांक
	Prospectus	निर्देश पुस्तिका
Q	Qualification	अर्हता
	Quality marking	गुणांकन
	Quorum	गणपूर्ती
	Quotation	दरपत्रक
R	Reader	वाचक
	Receipt	पावती
	Record	नोंद अभिलेख
	Reminder	स्मरणपत्र
S	Sale	विक्री
	Scale	श्रेणी
	Schedule	अनुसूची
	Section	शाखा, उपविभाग
	Seniority	ज्येष्ठता
	Service book	सेवापुस्तक
	Share certificate	शेअरपत्र, भागपत्र
	Signatory	स्वाक्षरीकर्ता
	Statute	संविधी, परिनियम
	Supplementary grant	पूरक अनुदान
T	Tax	कर
	Tax payer	करदाता
	Tax-free	करमुक्त
	Telegram	तार
	Telephone	दूरध्वनी

	Temporary	तात्पुरता, अस्थायी
	Text book	पाठ्यपुस्तक
	Training	प्रशिक्षण
U	Undertaking	हमीपत्र
	Undivided	अविभाज्य
	University	विद्यापीठ
	Urban	नागरी
V	Valuation	मूल्यांकन
	Verification	पडताळणी
	Visit book	भेट-नोंद पुस्तक
	Visiting card	नामपत्रिका
	Visiting-hour	भेटीची वेळ
	Voluntary service	स्वेच्छा सेवा
W	Wage	मजुरी, वेतन
	Wage board	वेतन मंडळ
	Waiting list	प्रतीक्षा यादी
	Walk out	सभात्याग
	Wholetime Work	पूर्णकालिक काम
	Work order	कार्यादेश
	Work out	काढणे
	Write off	निर्लेखित करणे
Y	Year Book	वार्षिक
	Yours Faithfully	आपला विश्वासू
Z	Zero hour	शून्यकाल
	Zone	क्षेत्र

साहित्य व समीक्षा क्षेत्रांतील काही पारिभाषिक शब्द

A	Academic Poet	पंडित कवी
	Adventure story	साहस कथा
	Aesthetic	सौंदर्यशास्त्रीय, कलावादी
	Aesthetic sense	सौंदर्यदृष्टी

	Allegory	रूपक कथा
	Amateur theatre	हौशी रंगभूमी
	Animal tale	प्राणिकथा
	Apologue	दृष्टान्त कथा
B	Ballad	पोवाडा
	Bardic poetry	शाहिरी काव्य
	Belles-letters	ललित लेखन
	Bibliography	संदर्भग्रंथ सूची
C	Caption	शीर्षक
	Catalogue	सूची
	Comedy	सुखात्मिका
	Criticism	समीक्षा
D	Dedication	अर्पणपत्रिका
	Design	चित्राकृती
	Devotional Poetry	भक्तिकाव्य
	Dection	शब्दकळा
	Dictionary	शब्दकोश
	Digest	सारसंग्रह
	Dramatic lyric	नाट्यगीत
E	Epic	महाकाव्य
	Epilogue	उपसंहार
	Evaluation	मूल्यमापन
F	Fable	दृष्टांतकथा
	Fairy story	परिकथा
	Fancy	स्वैरकल्पकता
	Falk lyric	लोकगीत
H	Hand book	निर्देश पुस्तिका
	Historical drama	ऐतिहासिक नाटक
I	Idiom	वाक्यप्रचार, परिभाषा
	Intermission	मध्यंतर
J	Journal	पत्रिका
L	Layout	आराखडा, मांडणी

	Linguistics	भाषाविज्ञान
	Lyric	भावकविता
M	Magazine	मासिक
	Mataphor	---
	Meter	रूपक
	Metrics	छंद, वृत्त
	Mimic	नकलाकार
	Mystic Poetry	गुढकाव्य
	Myth	पुराणकथा
P	Pattern	आकृतिबंध
	Philology	वाङ्मयविद्या
	Playwrite	नाटककार
	Press Copy	मुद्रणप्रत
	Prosody	छंदशास्त्र
R	Realism	वास्तववाद
	Research paper	शोधनिबंध
	Rhetoric	अलंकारशास्त्र
	Royalty	स्वामित्वधन
S	Satire	उपहास, उपहासिका
	Short story	लघुकथा
	Sketch	शब्दचित्र, रेखाटन
	Sonnet	सुनीत
	Souvahir	स्मरणिका
	Spy story	हेरकथा
	Style	शैली
	Synopsis	सारांश, प्रबंधसार
T	Terminology	परिभाषा
	Theatre	नाट्यगृह, रंगभूमी
	Theory	सिद्धांत, मिमांसा
	Thesis	प्रबंध
	Tragedy	शोकात्मिका
W	Work song	श्रमगीत

	Writer	लेखक, ग्रंथकार
Y	Yello Journalism	बाजारू पत्रकारिता

बँक व्यवहार क्षेत्रातील निवडक पारिभाषिक शब्द

A	Account	खाते
	Amount	रक्कम
B	Bill	हुंडी, देयक
	Bond	रोखा
C	Capital	भांडवल
	Cash	रोकड- नकद
D	Deficit	तूट
	Deposit	अनामत
F	Finance	वित्त
M	Major	सज्ञान
	Minor	अज्ञान
N	Net loss	निव्वळ तोटा
	Net profit	निव्वळ नफा
R	Recovery	वसुली
	Recurring	आवर्ती
	Refund	परतावा
S	Stamped	मुद्रांकित
	Statment	विवरण
	Surcharge	अधिकार

पोस्ट व्यवहार क्षेत्रातील काही निवडक पारिभाषिक शब्द

Acknowledgement	अभिस्वीकृती
Book-Post	खुली डाक
Delivery	बटवडा
Postage	टपाल खर्च
Registered letter	डाक नोंदपत्र
Speed Post	शीघ्र डाक

Telegram	तार
Under Certificate of Posting	टपाल दाखला

रेल्वे व्यवहार क्षेत्रातील काही निवडक पारिभाषिक शब्द

Arrival	आगमन
Bogie	डबा
Claim	दावा
Departure	निर्गमन
Goods	माल
Junction	संगमस्थानक
Mail Train	डाक गाडी
Season Ticket	हंगामी तिकिट
Wegon	मालडबा, वाघीण

जाहिरात व्यवसाय क्षेत्रातील काही निवडक पारिभाषिक शब्द

Advertising	जाहिरात कला
Bord	फलक
Copy	मजकूर
Hourding	जाहिरात पत्रक
Publicity	प्रसिद्धी
ShootingModeling	चित्रीकरण

संगणक व्यवसाय क्षेत्रातील काही निवडक पारिभाषिक शब्द

Chart	तक्ता
Computer	संगणक
Data	
Digital	
Information	माहिती
Internet	माहिती देवाण-घेवाण करण्याचे जाळे
Light Pan	प्रकाश लेखणी
Memory	स्मृती

Monitor	पटल, संगणकाचा पडदा
Network	माहिती देवाण-घेवाण यंत्रणा
Printor	छपाई यंत्र
Prosigers	कार्यपद्धती
Screen	संगणकाचा पडदा
Search	शोध
Satelight	हवाई जोडणी सेवा
Storage	साठवण करण्याची जागा
System	यंत्रणा
Technology	तंत्रज्ञान
Virous	विषाणू
Web	वेब-एक इंटरनेट सेवा
Window	दस्तऐवज चौकट, खिडकी

अशा तऱ्हेने मानवी जीवनातील विविध ज्ञान शाखांशी संबंधित परिभाषा असते. व्यवहार सुलभ भाषेतूनच ती विकास पावत असते. समाजाच्या विकसित भाषेची ती निदर्शक असते. भाषेची किती प्रगती मानवी समाजाने केली आहे ते या परिभाषेतूनच समजत असते.

■

१२

मराठीमधील पदनाम

पदनाम म्हणजेच हुद्दा होय. विविध शासकीय आणि बिगरशासकीय आस्थापनांमध्ये बरेच अधिकारी, कर्मचारी वेगवेगळ्या हुद्द्यांवर कार्यरत असतात. सर्वोच्च पदावरील अधिकाऱ्यापासून कनिष्ठ स्तरावरील अधिकाऱ्यांपर्यंत त्यांची एक साखळी असते. ब्रिटिश राजवटीपासून आजतागायत चालत आलेली ही पद्धत आता चांगलीच रूढ झाली आहे. इंग्रजी भाषेतील या हुद्द्यांची नावे आता मराठी भाषेतही चांगलीच रूजू लागली आहेत. अशा पदांचा आपणास अर्थबोध व्हावा म्हणून ती खालीलप्रमाणे दिली आहेत.

Accountant	लेखापाल, हिशोबनीस
Accountant general	महालेखापाल
Accounts officer	लेखाधिकारी
Adviser	सल्लागार
Administrater	प्रशासक
Adult Education officer	प्रौढ शिक्षणाधिकारी
Advocate	वकील
Agriculture officer	कृषी अधिकारी
Ambassador	राजदूत
Announcer	उद्‌बोधक
Artist	कलाकार
Auditor	लेखापरीक्षक
Assistant Auditor	साहाय्यक लेखापरीक्षक
Assistant Commissioner	साहाय्यक आयुक्त
Assistant Editor	साहाय्यक संपादक

Assistant secretary	साहाय्यक सचिव
Attendant	परिचर
Ballot officer	मतपत्र अधिकारी
Block Development officer	गटविकास अधिकारी
Body grard	अंगरक्षक
Chancellor	कुलपती
Vice chancelor	कुलगुरू
Cashier	रोखपाल
Census officer	जनगणना अधिकारी
Chartered Accountant	सनदी लेखाधिकारी
Chief Administrative officer	मुख्य प्रशासन अधिकारी
Chief countroller	मुख्य नियंत्रक
Chief Editor	मुख्य संपादक
Chief Engineer	मुख्य अभियंता
Chief Justice	मुख्य न्यायमूर्ती
Chief Minister	मुख्यमंत्री
Clerk	लिपिक
Collector	जिल्हाधिकारी
Charity Commissioner	धर्मादाय आयुक्त
Conductur	वाहक
Controller	नियंत्रक
Custom officer	सीमाशुल्क अधिकारी
Director	संचालक
Director of Education	शिक्षण संचालक
Director General	महासंचालक
Doctor	वैद्य
District Information officer	जिल्हा माहिती अधिकारी
Election officer	निर्वाचन अधिकारी
Employment officer	सेवायोजन अधिकारी
Estate officer	संपदा अधिकारी
Executive officer	कार्यकारी अधिकारी
Gazetted officer	राजपत्रित अधिकारी

Governor	राज्यपाल
Headmaster	मुख्याध्यापक
Hostel superintendent	वसतिगृह अधीक्षक
Inspector	निरीक्षक
Inspector Genoral of Police	पोलीस महानिरीक्षक
Judge	न्यायाधीश
Journalist	पत्रकार
Joint Secretary	सहसचिव
Lecturer	व्याख्याता
Librarian	ग्रंथपाल
Legal Adviser	विधी सल्लागार
Mayor	महापौर
Minister	मंत्री
Minister of state	राज्यमंत्री
Magistrate	दंडाधिकारी
Manager	व्यवस्थापक
Nurse	परिचारिका
News Editor	वृत्तसंपादक
Polling officer	मतदान अधिकारी
Prime-Minister	पंतप्रधान
Principal	प्राचार्य
Record keeper	अभिलेखापाल
Registrar	कुलसचिव
Secretary	सचिव, कार्यवाह
Secretary General	महासचिव
Supervisor	पर्यवेक्षक
Surveyor	भूमापक
Tracer	अनुरेखक
Translator	अनुवादक
Welfare officer	कल्याण अधिकारी
Youth Welfare Officer	युवक कल्याण अधिकारी

वरील सर्वच पदनामे आज विविध कार्यालयीन कामकाजात सहजपणे वापरली जातात. कार्यालयीन कार्यप्रणालीमध्ये या पदनामांना अत्यंत महत्त्व असते. कार्यालयीन कार्यक्षेत्रात या पदनामांचा लेखी आणि तोंडी वापर सतत होताना दिसून येतो.

■

१३

कार्यक्रमाची रूपरेषा

समाजामध्ये विविध प्रकारच्या संस्थाद्वारे, उपक्रमांद्वारे विविध प्रकारचे कार्यक्रम होत असतात. सामाजिक, शैक्षणिक, राजकीय, सांस्कृतिक अशा विविध प्रकारच्या माध्यमांतून कार्यक्रम होत असतात. प्रत्येक कार्यक्रमांचे स्वरूप वेगळे असते. कार्यक्रम कोणत्या प्रकारचा आहे, त्यावर त्याचे स्वरूप अवलंबून असते. कार्यक्रमात काही संकेतांना महत्त्व असते. अशा कार्यक्रमात लवचिकता असते. ते आपल्या सोयीनुसार व आपल्या सुविधानुसार बदलता येतात; परंतु कार्यक्रमाची एक रूपरेषा असते. कार्यक्रमाचे नियोजन करण्यासाठी व कार्यक्रम चांगल्याप्रकारे पार पडण्यासाठी कार्यक्रमाची रूपरेषा ठरविली जाते. कार्यक्रम पत्रिका आणि कार्यक्रम रूपरेषा ही जरुरीची असते. कार्यक्रम पत्रिकेमध्ये स्थळ, वेळ, दिनांक, कसला कार्यक्रम आहे, प्रमुख पाहुणे कोण, अध्यक्ष कोण, या सर्व गोष्टींची माहिती सर्वसामान्य लोकांपर्यंत पोहोचते. त्यामुळे कार्यक्रमास वेळेवर येण्यास लोकांना मदत होते. कार्यक्रमाविषयी सविस्तर माहिती मिळते. ती कार्यक्रम पत्रिकेमुळेच.

कार्यक्रमाच्या रूपरेषेमध्ये संपन्न होणाऱ्या कार्यक्रमांची संपूर्ण माहिती असते. उदा. पुढील क्रमाने कार्यक्रमाची रूपरेषा ठरते.

अध्यक्ष, प्रमुख पाहुणे यांची नावे, प्रमुख उपस्थिती यांची नावे, तसेच दीप प्रज्वलन, प्रास्ताविक, त्यानंतर आलेल्या पाहुण्यांचे स्वागत, त्यानंतर मुख्य कार्यक्रमाला सुरूवात होते. प्रमुख पाहुण्यांचे भाषण, त्यानंतर अध्यक्षीय समारोप व शेवटी आभारप्रदर्शन, कार्यक्रमांची सांगता; पण या सगळ्यांना जोडणारा एक सूत्रधार असतो, सूत्रसंचालन करणारा. या सगळ्याची माहिती कार्यक्रम रूपरेषेत मिळते. त्यामुळे कार्यक्रमात एक सुनियोजितता येते व कार्यक्रम अत्यंत चांगल्याप्रकारे संपन्न होतो.

सूत्रसंचालन :-

सूत्रसंचालन करणारा अष्टपैलू असावा लागतो. त्याला विविध प्रकारच्या कार्यक्रमांची माहिती असावी लागते. समाजकारण, धर्मकारण, राजकारण, अर्थकारण, शैक्षणिक कारण अशा विविध क्षेत्रांतील ताज्या घडामोडींची माहिती त्याला असावी लागते. तसेच साहित्यातील विविध प्रवाहाची तसेच महत्त्वाच्या पुस्तकांची तसेच घडामोडींची माहिती असावी लागते. त्याशिवाय सूत्रसंचालन चांगले करता येणार नाही. सूत्रसंचालन म्हणजे यानंतर हे बोलतील किंवा यानंतर आता हे होईल इतकेच नव्हे तर चाललेल्या विषयाला जोडून घ्यावे लागते. ते करीत असताना श्रोते कंटाळणार नाहीत याचेही भान त्याला ठेवावे लागते. दोन वक्त्यांचे मधला गॅप भरून पुढच्या वक्त्याला बोलायला वातावरण तयार होईल असेच बोलावे लागते. सूत्रसंचालकाची ही भूमिका महत्त्वपूर्ण असते. त्यामुळे सूत्रसंचालक हुशार, चाणाक्ष आणि बुद्धिमान तर असावा लागतो. त्याला आपल्या आवाजावर नियंत्रण ठेवावे लागते. आवाजातील लहान-मोठे बारकावे वेळप्रसंगी वापरावे लागतात. हे सगळे सांभाळत कार्यक्रम पुढे-पुढे घेऊन जाण्याची जबाबदारीही त्याची असते. सूत्रसंचालकाजवळ या सगळ्या गोष्टीचे भान आणि अवधान असणे फार गरजेचे असते.

प्रास्ताविक :-

प्रास्ताविक हे कार्यक्रमाच्या प्रमुखांना करावे लागते. कार्यक्रमाचे संयोजन करणारीच व्यक्ती किंवा त्या संस्थेची प्रमुख व्यक्ती कार्यक्रमाचे प्रास्ताविक करीत असते. प्रास्ताविकामध्ये होणाऱ्या कार्यक्रमासंबंधीच्या नियोजनाची व परिश्रमाची, सहकार्याविषयीच्या कृतज्ञतेची माहिती सांगितली जाते. प्रास्ताविक करणारी व्यक्ती ही जबाबदार व्यक्ती असते. तिच्या प्रास्ताविकामुळे आलेल्या लोकांना कार्यक्रमाबद्दलच्या, उपक्रमाबद्दलच्या यशस्वितेविषयीची माहिती मिळते. प्रास्ताविक करणाऱ्या व्यक्तीला प्रास्ताविक जबाबदारीने करावे लागते.

कार्यक्रमाच्या सुरुवातीला सूत्रसंचालकाने कार्यक्रमासाठी आलेल्या व्यासपीठावर उपस्थित असलेल्या सर्व मान्यवरांची नावे घेऊन त्यांचे स्वागत करावे. त्यामुळे उपस्थित सर्व श्रोत्यांना पण कोण मान्यवर उपस्थित आहेत याचा परिचय होतो. त्यांच्याच शुभहस्ते कार्यक्रमाचे दीपप्रज्वलन करण्यास सूत्रसंचालकाने सांगावे व दीपप्रज्वलन कार्यक्रम संपन्न करावा. प्रास्ताविकानंतर सूत्रसंचालकाने आलेल्या उपस्थित मान्यवरांचा सत्कार करण्याची विनंती कार्यक्रम संयोजक प्रमुख यांना करावी व आलेल्या पाहुण्यांचा सत्कार ठरल्याप्रमाणे त्या-त्या व्यक्तीच्या हस्ते

घडवून आणावा. त्यानंतर प्रमुख उपस्थितांपैकी कुणी बोलणार असेल तर त्यांना बोलण्याची विनंती करावी. त्यानंतर प्रमुख पाहुणे आपले मनोगत व्यक्त करतील व नंतर अध्यक्षीय समारोप अध्यक्ष करतील आणि शेवटी आभार प्रदर्शन होऊन या कार्यक्रमाची सांगता होईल. याची सगळी सांगड सूत्रसंचालकाने घालावयाची असते.

व्याख्यान :-

उत्तम वक्तृत्वासाठी भाषेवर प्रभुत्व लागते. वाणी स्वच्छ लागते. वक्तृत्वात भाषा ही उच्च लागते व वाणी अस्खलित मोकळी हवी. वाणी अडखळलेली व मोकळा उच्चार न करू शकणारी नको. आपल्या भाषणाचा श्रोत्यांवर प्रभाव पडून ते उत्तेजित व वक्त्याच्या मतानुसार, विचारानुसार जेव्हा आपोआप काम करतात, त्यावेळेला वक्त्याच्या भाषणाचा श्रोत्यांवर प्रभाव पडला असे म्हणता येईल. वक्ता भाषण करताना (आपले विचार व्यासपीठावर व्यक्त करताना) श्रोत्यांच्या मनात अनेक शंका येतात त्या शंका भाषण करतेवेळी वक्त्याने समजून घेऊन निवारण करण्याचा प्रयत्न करावा. माईकवरून बोलताना सुरुवातीलाच माईक तपासून व योग्य लावून घ्यावा. मग व्याख्यानाला सुरुवात करावी. व्यवहाराने व व्याकरणाने उत्तम येणारी, उच्च खेळकर सुसंवादी व शक्यतो मातृभाषा भाषणामध्ये वापरावी. पुस्तकी व फार गंभीर भाषा वापरू नये. भाषण करताना अलिप्त राहून भाषण करावे. तसेच कोणाला दुखवू नये. तणाव निर्माण होईल असे बोलू नये. वेळेचे भान ठेवावे. आपले विचार काही नैतिक मर्यादा पाळून व्यक्त करायचे आहेत ही जाणीव ठेवावी व शिष्टाचार पाळावा. या बाबी लक्षात ठेवाव्यात म्हणजे आपले व्याख्यान प्रभावी आणि चांगले होईल. दिलेला विषय, वेळ, मांडणी, भाषा, व्याख्यानातील पॉझेस, समयसूचकता, श्रोत्यांवरील प्रभाव या सगळ्या गोष्टींचा विचार करून व्याख्यात्याने भाषणाचे समायोजन केल्यास भाषणाचा श्रोत्यांवर खूपच प्रभाव पडतो.

प्रमुख पाहुण्यांचे मनोगत :-

प्रमुख पाहुण्याने आपल्या विषयाची मांडणी सुरू करण्यापूर्वी कार्यक्रमाच्या संकेतानुसार व्यासपीठावरील सर्व मान्यवर आणि संयोजक यांच्याविषयी कृतज्ञता व्यक्त करावी. नंतर हळूहळू उदाहरणे देत देत आपल्या विषयाकडे वळावे. वक्ता हा हजरजबाबी असावा. वक्त्याचे भाषेवर प्रभुत्व असावे. अनेक क्षेत्रांतील घडामोडींबरोबरच जगातील घडामोडींचे ज्ञान असणे गरजेचे असते. वक्त्याने आपला विषय, विनोद आणि प्रसन्न वातावरण ठेवत मांडावा. श्रोत्यांना हसवत आनंदी

ठेवत विषयाची मांडणी वक्त्याला करावी लागते. प्रसंगाचे अवधान वक्त्याकडे असावे लागते. कुठे विषय वाढवावा व कुठे विषय थांबवावा याचे भान वक्त्याला असावेच लागते. किती वेळ बोलायचे आहे, नेमके काय बोलायचे आहे, त्यासाठी कोणते प्रमुख मुद्दे घेतले आहेत, या सगळ्यांची गोळाबेरीज करून वक्त्याला श्रोत्यांपुढे बोलायचे असते. कार्यक्रम कोणत्या प्रकारचा आहे, श्रोते कोणते आहेत याचेही भान वक्त्याला ठेवावे लागते. वक्त्याला अभ्यास, चिंतन, परिक्षण, निरीक्षण या गोष्टी सतत पाळाव्या लागतातच. पुस्तकी ज्ञानातूनच सगळे बोलता येईल असे नाही तर त्यासाठी अनुभवाची शिदोरीही त्याच्याजवळ असणे गरजेचे असते.

अध्यक्षीय समारोप :-

अध्यक्षांना जवळजवळ सर्वसमावेशक भूमिकाच मांडावी लागते. वक्त्याचे मुद्दे खोडून काढताना नवीन मुद्द्याची भरही घालावी लागते. त्यासाठी अध्यक्ष हा बहुआयामी आणि बहुश्रुत व्यक्तिमत्त्वाचा असतो. वक्त्यांनी मांडलेल्या मतांची पुष्टी जोडून नव्याने सांगणे अथवा काही वादग्रस्त मुद्दे आहेत, त्यावर अध्यक्षांना आपले मत प्रकट करावे लागते. अध्यक्षांच्या परवानगीनेच कार्यक्रम सुरू होतो व त्यांच्या परवानगीनेच कार्यक्रम संपतो असा सभेचा संकेत असतो. अध्यक्षांनी एकुणात पार पडत असलेल्या कार्यक्रमाचा समारोपच करायचा असतो. कार्यक्रमामध्ये अध्यक्षांना महत्त्वपूर्ण स्थान असते.

आभारप्रदर्शन :-

आभार म्हणजे कृतज्ञता व्यक्त करणे होय. कार्यक्रम संपन्न होण्यासाठी कुणी कुणी मदत केली, सहकार्य केले अशा ज्ञात-अज्ञात सर्वच व्यक्तींचे आभार कार्यक्रमाच्या शेवटी मानतात. आभार मानणाऱ्या व्यक्तीला व्यासपीठावरील आणि व्यासपीठामागील (काम करणाऱ्या) सर्व व्यक्तींची नावे माहीत असणे गरजेचे आहे. त्यासाठी त्याने सर्वांच्या नावाची आपल्याजवळ नोंद करून घ्यावी म्हणजे आभार मानताना सोपे जाईल. आभार मानणे ही एक कला आहे. आभार म्हणजे भाषण नव्हे. आभार थोडक्यात मानावे आणि कार्यक्रमाची सांगता करावी.

कार्यक्रम पत्रिका नमुना - १

दि. १ जुलै २००९

अे. आर. बुर्ला महिला वरिष्ठ महाविद्यालय, सोलापूर.
मराठी वाङ्मय मंडळ
उद्‌घाटन सोहळा

प्रमुख पाहुणे	:	ज्येष्ठ कवी दत्ताजी हलसगीकर
अध्यक्ष	:	प्राचार्य डॉ. राजेंद्र शेंडगे
प्रास्ताविक	:	प्रा. डॉ. संजय लांडगे
दीपप्रज्वलन आणि पाहुण्यांचा सत्कार		
पाहुण्यांचा परिचय	:	प्रा. डॉ. सौ. श्रुती वडगबाळकर
पाहुण्यांचे मनोगत	:	ज्येष्ठ कवी दत्ताजी हलसगीकर
अध्यक्षीय समारोप	:	प्राचार्य डॉ. राजेंद्र शेंडगे
आभार	:	प्रा. शिरीष भोसले
सूत्रसंचालन	:	प्रा. सौ. रजनी दळवी

कार्यक्रम पत्रिका नमुना - २

न्यू सोलापूर सहकारी बँक सोलापूर
गणेश उत्सव व्याख्यानमाला
पुष्प पाचवे : २००९ नोव्हें. २५

विषय	:	एकविसाव्या शतकातील आव्हाने आणि आजचा समाज
प्रमुख वक्ते	:	प्रा.डॉ. भीमाशंकर बिराजदार
अध्यक्ष	:	प्रा.डॉ. राजशेखर हिरेमठ
प्रास्ताविक	:	श्री. दयानंद क्षीरसागर
दीपप्रज्वलन आणि पाहुण्यांचा सत्कार	:	
पाहुण्यांचा परिचय	:	श्री. प्रसाद कुलकर्णी
प्रमुख वक्त्याचे मनोगत	:	प्रा.डॉ. भीमाशंकर बिराजदार
अध्यक्षीय समारोप	:	प्रा.डॉ. राजशेखर हिरेमठ
आभार	:	सौ. वैष्णवी सोलापूरकर
सूत्रसंचालन	:	सौ. स्नेहल जोशी

निमंत्रण पत्रिका

समाजात विविध प्रकारचे कार्यक्रम सतत होत असतात. आपल्या वैयक्तिक व सामाजिक जीवनातही निरनिराळे कार्यक्रम साजरे करीत असतो. अशावेळी आपण आपल्या हितचिंतकांना, नातेवाइकांना, मित्रमंडळींना बोलवत असतो. त्यांना निमंत्रण देत असतो. आपल्या आनंदात या सर्वांनी सहभागी व्हावे आपल्या कर्तृत्वाची त्यांना माहिती मिळावी, तसेच त्या सर्वांशी आपले संबंध दृढ व्हावेत असे आपणाला मनस्वी वाटत असते. वैयक्तिक व कौटुंबिक समारंभाच्या निमंत्रण पत्रिकामध्ये आपल्या वैयक्तिक भावनाचा आविष्कार करायला पुरेसा अवसर असतो त्यामुळे या निमंत्रणामधील भाषा औपचारिक व बदलणारी असेत तर उलट सार्वजनिक समारंभाची निमंत्रणे बरीचशी औपचारिक व वस्तुनिष्ठ स्वरूपाची असतात.

या निमंत्रणामागील हेतू व उद्देश लक्षात घेता इतर कार्यालयीन पत्राप्रमाणे निमंत्रणपत्रिकेची भाषा रुक्ष स्वरूपाची नसते. त्यामध्ये आस्था अगत्य, आर्जव, आदरभाव यांचे दर्शन घडते. अशा सार्वजनिक समारंभाच्या निमंत्रणात थोडा का होईना भावनेचा ओलावा आवश्यक असतोच; परंतु ही निमंत्रणे कार्ड, फोल्डर वर छपाली जातात. जागेच्या मर्यादा, छपाईचा खर्च त्यामुळे तिथेही काही मर्यादा येतातच. मोजक्या शब्दांत आणि अचूकपणेच या निमंत्रणपत्रिका छापल्या जातात. त्यामध्ये साधारणपणे पुढील मुद्दे समाविष्ठ केलेले दिसतात.

१) संस्थेचे नाव, पत्ता, दूरध्वनी, इ-मेल इ.

२) निमंत्रित व्यक्तीचे नाव, हुद्दा आणि पत्ता

३) नमस्कार

४) निमंत्रणाचा मुख्य मजकूर त्यामध्ये पुढील गोष्टींचा निर्देश असावा.

अ) समारंभाचे नाव विषय

ब) समारंभाचे अध्यक्ष प्रमुख पाहुणे, प्रमुख उपस्थिती इ.

क) समारंभाची वेळ, वार, दिनांक, स्थळ

ड) विनंतीपूर्वक निमंत्रण, निमंत्रकांची नावे

निमंत्रणाच्या बाजूला अथवा मागच्या बाजूस कार्यक्रमांची तपशीलवार माहिती दिली जाते. निमंत्रणाच्या निर्मितिमूल्यांवरून संस्थेची, कार्यक्रमची प्रतिष्ठेची कल्पना येत असल्यामुळे त्याकडे खूप बारकाईने लक्ष दिले जाते. छपाई, कागद, टाईप, डिझाईन, रंगसंगती वरील पाकिट, आकार अशा सर्व गोष्टी काळजीपूर्वक पाहिल्या जातात. खालील निमंत्रणपत्रिकेचे नमुने पहा.

स्वाध्याय

- कार्यक्रमाच्या रूपरेषेविषयी थोडक्यात माहिती द्या.
- सूत्रसंचालनाविषयी थोडक्यात सांगा.
- महाविद्यालयातील मराठी वाङ्मय मंडळाच्या उद्घाटन सोहळा कार्यक्रमाचे प्रास्ताविक तयार करा.
- आभारप्रदर्शनाचे महत्त्व सांगा.
- कार्यक्रमाच्या प्रमुख पाहुण्यांच्या भाषणाविषयी माहिती द्या.

■

१४

भाषांतर

भाषांतर हे भाषेच्या प्रगत वैशिष्ट्यांपैकी एक वैशिष्ट्य आहे. समजणे, लिहिणे, बोलणे, वाचणे ही सर्व भाषेची प्राथमिक वैशिष्ट्ये आहेत. रुपांतर करणे, विस्तार करणे, संक्षेप करणे, पुनर्लेखन करणे, भाषांतर करणे अशी अनेक भाषेची प्रगत वैशिष्ट्ये आहेत. केवळ मातृभाषेची साधारण वैशिष्ट्ये संपादन केल्यामुळे मनुष्य साक्षर होऊ शकेल; परंतु सुशिक्षित होण्यासाठी त्याला भाषेची प्रगत वैशिष्ट्ये प्राप्त करणे आवश्यक असते. त्यात भाषांतर करणे हे एक प्रगत वैशिष्ट्य आहे. इतर सर्व वैशिष्ट्यांसाठी केवळ एका भाषेचे ज्ञान पुरेसे आहे; पण भाषांतरासाठी किमान दोन भाषांच्या ज्ञानाची आवश्यकता आहे.

भाषा हे विचार व्यक्त करण्याचे प्रमुख साधन आहे. कोणत्याही भाषेत आपण चांगले काही वाचले की ते दुसऱ्याला सांगावे या उर्मीतून भाषांतर प्रक्रिया उदयास आली. एखादी उत्तम कथा, एखादा वाचक मूळ भाषेत वाचतो; परंतु ती भाषा काही सर्वांना अवगत नसते. अर्थात अशा उत्तम कथेचा आस्वाद इतरांना घेता यावा म्हणून हा वाचक साध्या भाषेत तिचे भाषांतर करतो. त्यामुळे दोन भाषांमधील नैपुण्यांचा अविष्कार सिद्ध होतो. आपल्या दैनंदिन व्यवहारात ज्या-ज्या वेळी भाषा समजण्यामध्ये अडचण निर्माण होते तेथे मूळ भाषेतून साध्य भाषेत अनुवाद करता येतो. अशा या अनुवाद प्रक्रियेलाच भाषांतर असे म्हणतात.

भाषांतराचे महत्त्व

आज विविध क्षेत्रांतील ज्ञानशाखांचा केंद्रबिंदू म्हणून माणसाकडे पाहिले जाते. त्यामुळे देश, काल आणि भाषा यांच्या सीमारेषा ओलांडून सर्व क्षेत्रांतील विचार सर्व देशांतील माणसांपर्यंत पोहचविण्याचे कार्य भाषांतराच्या माध्यमातूनच होत असते. आजच्या जागतिकीकरणाच्या युगात भाषांतराला पर्याय उरला नाही.

भाषांतर हा विविध देशांतील मानवी समूहांना जोडणारा एक सांस्कृतिक दुवा आहे. धर्म, शिक्षण, साहित्य, राजकारण, समाजकारण, अर्थकारण, ज्ञान-विज्ञान यांच्या विकासासाठी भाषांतराची अत्यंत गरज आहे. वाणी लेखणी ते संगणकापर्यंतच्या अनेकविध माध्यमांतून मानवाचे हे भाषिक कौशल्य विकसित होत आहे. त्यामुळे दिवसेंदिवस भाषांतर अभ्यासाची गरज वाढत आहे.

यशस्वी भाषांतरासाठी काही आवश्यक गोष्टी

यशस्वी भाषांतर करण्यासाठी काही गोष्टी आवश्यक ध्यानात ठेवाव्या लागतात. मूळ भाषेतील आशय अत्यंत स्वाभाविकपणे लक्ष भाषेत आणणे ही भाषांतरकर्त्याची पहिली कसोटी होय. त्यासाठी त्याच्याकडून खालील गोष्टी लक्षात ठेवल्या पाहिजेत.

१) मूळ भाषा आणि लक्ष्य भाषा अशा दोन्ही भाषांचे त्यास सखोल ज्ञान असणे गरजेचे आहे.

२) दोन्ही भाषांचे व्याकरण, भाषा विशेष पदविन्यास आणि वाक्यविन्यास यांतील वेगळेपण त्यास माहीत पाहिजे.

३) दोन्ही भाषांत शब्दसंग्रह समृद्ध असला पाहिजे.

४) दोन्ही भाषांतील शब्दांना प्राप्त झालेल्या अर्थछटा आदी प्रादेशिक संदर्भ हे त्यास ज्ञान असले पाहिजेत.

५) संस्कृती परंपरा आणि भोवतालचे वास्तव याचे भान त्यास असले पाहिजे.

६) भाषांतरकर्त्याचे अष्टावधानी संस्कारसंपन्न आणि संवेदनक्षम मन यावरच भाषांतराचे यशापयश अवलंबून असते.

भाषांतराचे प्रकार

भाषांतरासाठी किमान दोन भाषांची आवश्यकता असते. जिच्यातील लेखनाचे अथवा मजकुराचे भाषांतर करावयाचे ती मूळ भाषा आणि ज्या भाषेत हे भाषांतर करायचे ती लक्ष्य भाषा असे शब्दप्रयोग या दोन्ही बाबतीत करता येतात. भाषांतराचे साधारणपणे दोन प्रकार करता येतील.

१) मूलनिष्ठ भाषांतर २) लक्ष्यनिष्ठ भाषांतर

मूलनिष्ठ भाषांतरात मूळ भाषेतील वाक्यरचना, शब्दरचना आणि शैली यांचे तंतोतंत अनुकरण केलेले असते. भाषेत येणाऱ्या कार्ये-कर्मे आणि क्रियापदाचा जसाच्या तसा विचार येथे केला जातो. उदा.- तो देव आहे. असे म्हणतो तेव्हा त्याचे इंग्रजीत भाषांतर करताना 'He is a God' असे सरळ सरळ भाषांतर केले जाते. तो

देव आहे म्हणजे 'तो चांगला आहे' हा लक्ष्यार्थ अशा भाषांतरात अभिप्रेत असतो.

लक्ष्यनिष्ठ भाषांतरामध्ये वाक्यरचना, शब्दरचना ही सर्व भिन्न असली तरी त्याची दखल न घेता या भाषांतरात मूळ भाषेला अनुसरून भाषांतर केलेले असते. अशा भाषांतरित वाक्याचा अर्थ व अन्वयार्थ ध्यानात घेतला जातो. उदाहरणार्थ मराठीतील तो देव आहे या वाक्याचे भाषांतरकार 'He is God' असे भावानुवादी भाषांतर करेल.

ही अशी भाषांतरे विसंगतच वाटत असली तरी इंग्रजीची रचना समजून घेण्यासाठी या भाषांतराचा उपयोग होतो. अशा मूलनिष्ठ भाषांतराचा परभाषा शिक्षणाच्या दृष्टीने खूपच उपयोग होतो. भाषांतराच्या साहाय्याने मूळ भाषा समजावून देणे हाच येथे भाषांतरकाराचा उद्देश असतो.

याउलट लक्ष्यभाषेच्या माध्यमातून मूळ भाषेतील आशयाची पुनर्निर्मिती करणे हा उद्देश असेल तेथे लक्ष्यनिष्ठ भाषांतराची गरज असते.

लक्ष्यनिष्ठ भाषांतर

लक्ष्यनिष्ठ भाषांतर करताना १) मूळ भाषेतील आशयाशी प्रामाणिक व २) लक्ष्यभाषेच्या रूपाशी जुळते असण्याची खबरदारी घेणे आवश्यक असते; पण ही गोष्ट वाटते तितकी सहजसाध्य नाही. त्यासाठी दोन्ही भाषांवर त्यांच्या बारकाव्यांसह चांगले प्रभुत्व असावे लागते. मातृभाषकाला सुद्धा स्वतःच्या भाषेतील सर्व बारकाव्यांची जाण असतेच असे नाही. त्याला फक्त व्यावहारिक पातळीवर आपले भाषिक व्यवहार सुकरतेने करता येत असतात. पण दुसऱ्या भाषेतील आशयाचे बारकावे आपल्या भाषेत आणणे त्याला सहजासहजी जमेलच असे नाही. मूळ भाषेतील आशय समजणे म्हणजे केवळ गोळाबेरीज अर्थ समजणे नव्हे, तर त्या अर्थाच्या विविध छटा समजणे आवश्यक असते. त्यातील बारकावे समजणे आवश्यक असते. तो अर्थ आणि त्याला प्राप्त झालेले शब्दरूप यांतील अविभाज्यता मनात ठसावी लागते. इतक्या सूक्ष्मत्वाने प्रतीत झालेला अर्थ लक्ष्यभाषेत आणण्यासाठी तिच्यातील सर्व सामग्रीवर सर्व साधनांवर तेवढेच प्रभुत्व असावे लागते. पुन्हा असे भाषांतर स्वाभाविक अकृत्रिम असे वाटले पाहिजे. हे भाषांतर आहे असे न वाटता, लक्ष्य भाषेतील मूळ लेखनच आहे असे वाटले पाहिजे. एवढी सहजता त्यात आली पाहिजे. या दोन्ही गोष्टी एकदम साधणे हीच भाषांतरातील तारेवर कसरत होय. आशय सांभाळायला जावे तर सहजता बिघडते, सहजता साधायचा प्रयत्न करावा तर आशयाला ढळ पोहचते. यशस्वी भाषांतरकार मात्र या दोन्ही गोष्टी अतिशय कौशल्याने हाताळतात.

जेथे शब्दापेक्षा विचाराला, माहितीला प्राधान्य असते, अशा शास्त्रीय ग्रंथाचे

भाषांतर तितकेसे कठीण नसते; पण तेथेही मूळ ग्रंथाच्या प्रसन्न खेळकर शैलीचे दर्शन घडवायचे असेल तर कठीण जाते. त्यातूनही ललित वाङ्मयाचे भाषांतर करणे कठीण असते; पण कवितेचे भाषांतर सर्वात कठीण समजले जाते. खऱ्या अर्थाने कविता किंवा तत्सदृश्य शब्दप्रधान साहित्य प्रकाराचे भाषांतरच करता येत नाही. अशावेळी कोणतेही यशस्वी भाषांतर म्हणजे उद्दिष्टाच्या जास्तीत जास्त जवळ जाण्याचा प्रयत्न असतो. आपणाला अशा कठीण भाषांतराचा येथे विचार करावयाचा नाही. विचारप्रधान शास्त्रीय ग्रंथाचे किंवा आशयप्रधान सोप्या ललित ग्रंथाचे लक्ष्यनिष्ठ पद्धतीने भाषांतर करता येणे, हेच आपले उद्दिष्ट आहे.

इंग्रजीचे मराठीत भाषांतर

जगाच्या निरनिराळ्या भाषांतून जी ज्ञाननिर्मिती, वाङ्मयनिर्मिती सुरू आहे, तिचे आकलन आपल्याला इंग्रजीच्या माध्यमातूनच होत असते. इंग्रजी ही आंतरराष्ट्रीय भाषा आहे; हिंदी ही आपली राष्ट्रभाषा आहे; तर मराठी ही आपली मातृभाषा आहे. आज जगातील ज्ञान-विज्ञानाच्या खिडक्या इंग्रजी भाषेच्या माध्यमातून उघडल्या जातात. म्हणून महाविद्यालयीन स्तरावर इंग्रजीतून मराठीत भाषांतर करण्याकडे अधिक कल आहे. अशावेळी खालील गोष्टींकडे अधिक लक्ष पुरविणे लाभदायक ठरते.

१) इंग्रजीतून मराठीत भाषांतर करताना शब्दक्रमाची व्याकरणदृष्ट्या ठेवण लक्षात ठेवावी लागते. इंग्रजीत कर्ता-क्रियापद-कर्म असा शब्दक्रम असतो. मराठीत कर्ता-कर्म-क्रियापद असा शब्दक्रम असतो.

२) इंग्रजीतून मराठीत भाषांतर करताना व्याकरणदृष्ट्या विभक्ती प्रत्ययामध्ये होणाऱ्या बदलाकडे लक्ष पुरवावे लागते. इंग्रजी वाक्यामधील कर्ता हा प्रथम विभक्तीत असतो. मराठीत त्याचे भाषांतर करताना कर्त्याला वेगवेगळे प्रत्यय लागतात.

३) इंग्रजी भाषेत आदरार्थी अनेकवचन नसल्यामुळे मराठीत भाषांतर करताना संदर्भ जसा असेल तसे भाषांतर करावे.

४) इंग्रजीत गौण वाक्ये मुख्य वाक्याच्या नंतर येतात; तर मराठीमध्ये ती अगोदर येतात हे लक्षात ठेवावे.

५) इंग्रजीमध्ये विशेष वाक्य नामाच्या नंतर येत असते; तर मराठीमध्ये ते अगोदर येत असते हे लक्षात ठेवावे.

वरील विवेचन हे लवचीकपणे केलेले आहे. इंग्रजीतून मराठीत भाषांतर करताना मराठी भाषेचा पोत कुठेही विस्कटला जाऊ नये याकडे लक्ष ठेवावे लागते. मराठी भाषेची श्रीमंती आणि गोडी कायम ठेवून भाषांतर करावे. काही नमुने पुढे देत आहे.

भाषांतर नमुना- १

If a person speaks the right word at right time to the right person in a right context, we may safely say that his speech is cultured (Civilized). Knowing the secrete of speech means knowing the tact of what to speak, with whom, how, where and in what circumstances. People judge our personality first by our speech, only later by our deeds. We must use proper words at proper time.

We employ the language which creates the beautiful atmosphere and tells anything effectively and more forcefully with its potentiality. As well as we use laguage to inspire and to motivate in their work. So language become fundamental needs, like food, clothes and home. The way of speech reveals the inner stuff of the person. It is only when a crow opens its mouth that we realize it is not a kokil (Cuckoo). Like this when a person starts to speak we immidiately judge whether he is cultured or ill-cultured.

जर एखादा माणूस योग्य शब्द योग्यवेळी, योग्य माणसासमोर आणि योग्य परिस्थितीत वापरतो, तर त्या माणसाला सहजपणे आपण सुसंस्कृत आहे असं म्हणतो. बोलण्यातले मर्म कळणे म्हणजे आपण कुणाबरोबर, काय, कसे, कोठे व कुठल्या परिस्थितीत बोलतो याचं व्यवहारचातुर्य असणं. लोक आपल्या व्यक्तिमत्त्वाचं परीक्षण जी भाषा आपण वापरतो, त्याच्यावरून करतात; नंतर आपल्या कर्तृत्वाचा (कार्याचा) विचार करतात. म्हणूनच आपण योग्यवेळी, योग्य शब्द (भाषा) वापरायला पाहिजे.

आपण भाषा वापरतो, ते भोवतालचं सौंदर्य टिपण्यासाठी आणि इतरांना भाषेच्या समर्थ शब्दांनी एखादी गोष्ट सांगण्यासाठी; तसेच इतरांना प्रेरणा देण्यासाठी व त्यांना त्यांच्या कार्यात प्रवृत्त करण्यासाठी आपण भाषा वापरतो. म्हणून भाषा ही माणसाच्या अन्न, वस्त्र, निवारा या दैनंदिन मूलभूत गरजांबरोबरच एक गरज बनलेली आहे.

माणसाच्या अंतर्मनातील एखादी गोष्ट आपण भाषेद्वारेच प्रकट करतो. झाडाच्या झुडपात लपलेला कावळा जेव्हा ओरडतो, त्यावेळेस आपल्याला समजतं की, तो कोकिळेचा आवाज नाही. तशाचप्रकारे एखाद्या माणसाच्या भाषेवरून (त्याचा आवाज व उच्चार) तो सुसंस्कृत आहे, का असंस्कृत आहे हे ओळखतो.

भाषांतर नमुना- २

The newest model in grammar is called 'generative transformational'. It is called generative because it aims to be an explicite as the mathematical formula. That generates a circle or a straight line on the sheet of graph paper. An explicit formula is capable of being proved tr} or false. A Vag} statement is not capable of being proved either tr} or false. So generative grammer aims to say explicitly many of the things that traditional grammars have said only vag}ly. It tries to generate the same sentences that people generate and it tries to generate none of the non-sentences. This grammar is by no means complete, but no other grammar is complete either, as any experienced grammarian knows.

'परिवर्तित वाक्यसाधक व्याकरण' हे आधुनिकतम व्याकरण होय. ज्याप्रमाणे आपण गणिताच्या एखाद्या सूत्राच्या साहाय्याने कागदावर वर्तुळ किंवा सरळ रेषा काढू शकतो, त्याप्रमाणेच प्रस्तुतच्या व्याकरणाच्या सुस्पष्ट नियमांनुसार आपल्याला वाक्ये सिद्ध करता येतात. एखादा गणितीय नियम बरोबर की चूक ते पडताळून पाहून निश्चित करता येते; परंतु कोणतेही संदिग्ध विधान अशाप्रकारे पडताळून पाहता किंवा पारखून घेता येत नाही. म्हणून हे परिवर्तित (नवीन) व्याकरण पारंपरिक व्याकरणांनी सांगितलेल्याच गोष्टींचे प्रतिपादन करत असते. फरक इतकाच असतो की, सांकेतिक व्याकरण त्या गोष्टी संदिग्धपणे सांगते, तर हे नवीन व्याकरण त्या गोष्टी सुविशदपणे सांगते. म्हणून त्याला 'परिवर्तित वाक्यसाधक व्याकरण' म्हणतात. आपण एरव्ही जी वाक्ये साधतो, तीच वाक्ये हे नवीन व्याकरणही साधते; किंबहुना ज्यांना वाक्ये असे म्हणता येणार नाही, अशी वाक्ये हे नवीन व्याकरण मुळीच साधत नाही. हे व्याकरण परिपूर्ण आहे, अशातला मुळीच भाग नाही; पण तसे पाहता कोणतेही व्याकरण परिपूर्ण नसते, हे अनुभवी लोक जाणतातच.

व्यवहार उपयोगी मराठी

संदर्भ ग्रंथ सूची

१) 'व्यावहारिक मराठी', - डॉ. कल्याण काळे, डॉ. दत्तात्रय पुंडे, निराली प्रकाशन, पुणे

२) 'राजभाषा मराठी, व्यावहारिक मराठी', सदानंद नाईक, नागरी सेवा प्रबोधिनी, मुंबई

३) 'व्यावहारिक मराठी' - य. प्र. कुलकर्णी, पुणे विद्यापीठ, पुणे

४) 'व्यावहारिक मराठी' - ल. रा. नसिराबादकर, फडके प्रकाशन, कोल्हापूर

५) 'व्यावहारिक मराठी,' संपादक स्नेहल तावरे, स्नेहवर्धन प्रकाशन, पुणे

६) 'व्यावहारिक मराठी' - प्रकाश परब, मिथुन प्रकाशन, डोंबिवली पूर्व, मुंबई

७) 'व्यावहारिक मराठी' - प्राचार्य रा. तु. भगत, निराली प्रकाशन, पुणे

८) 'आकाशवाणी : संवादाचे स्वरूप व कौशल्ये', चंद्रकांत भोंजाळ, यशवंतराव चव्हाण महाराष्ट्र मुक्त विद्यापीठ प्रकाशन

९) 'पासष्टावी कला (जाहिरात तंत्र-मंत्र)', - उपेंद्र धारवाडकर, प्रकाशक अजित धारवाडकर, मुंबई

१०) 'भाषांतर : शास्त्र की कला?', - प्रा. म. वि. फाटक, कु. रजनी ठकार, 'वरदा' बुक्स, सेनापती बापट मार्ग, पुणे

११) 'भाषांतर मीमांसा,' - डॉ. कल्याण काळे, प्रा. अंजली सोमण, प्रतिमा प्रकाशन, पुणे

१२) 'साहित्य समीक्षा परिभाषा कोश', मुंबई, १९८७

१३) 'प्रशासनिक लेखन', भाषा संचालनालय, महाराष्ट्र राज्य मुंबई

१४) 'महाराष्ट्र शासन व्यवहार' कोश, मुंबई, १९८४

१५) 'भाषांतर', सदा कऱ्हाडे लोकवाङ्मय गृह, मुंबई

१६) 'प्रयोजन मूलक हिन्दी- अनुनातन आयाम', - डॉ. अंबादास देशमुख, शैलजा प्रकाशन, कानपूर २००६

१७) 'संशोधनाची क्षेत्रे आणि पद्धती', डॉ. जयश्री पाटणकर, शब्दालय प्रकाशन श्रीरामपूर, २०१०

१८) 'पटकथा लेखन-एक परिचय,' भ. श्या. जोशी, राजकमल प्रकाशन, नवी दिल्ली

लेखक परिचय

प्रकाशित साहित्य

* सोलापूरच्या बंडखोर कविता, १९८५ (प्रातिनिधिक)
* वांझक्रांती आणि तीन एकांकिका, १९९१ (एकांकिका संग्रह)
* आईची कविता, १९९३
* काळा गुलाब, १९९१ (मराठी गझल संग्रह)
* मायभूमी (कथासंग्रह)
* गाणे अनाम पक्षाचे, १९९५ (एकांकिका)
* सुगंधी जखमा, १९९९ (कविता संग्रह)
* ती माझी, २००० (चारोळी)
* रेशमी अनुबंध, २००० (कादंबरी)
* प्रतिकार, २००० (कादंबरी)
* मन वढाय वढाय, २००१ (कथासंग्रह)
* वसंत कानेटकरांची समग्र नाट्य सृष्टी, २००६
* संत कबीर आणि संत तुकाराम : चिंतन, २००६
* पोस्टमॉर्टम आणि तीन एकांकिका, २००६

पुरस्कार, मानसन्मान

* महाराष्ट्र राज्य साहित्य आणि संस्कृती मंडळ, मुंबई यांचा 'यशवंतराव चव्हाण वाङ्मय पुरस्कार (राज्य पुरस्कार), १९९४
* अ. भा. दलित साहित्य अकादमी दिल्ली यांचा 'डॉ. बाबासाहेब आंबेडकर पुरस्कार व फेलोशिप', १९९४
* फ्रेंड सर्कल पुणे यांचा 'कविभूषण पुरस्कार', १९९५
* शिल्पकार समुह सोलापूर यांचा शिल्पकार पुरस्कार, १९९६
* सोलापूर महानगरपालिका सोलापूर यांचेकहून पुरस्कार, १९९७
* कवितोत्सव मंगळवेढा, जि. सोलापूर यांचेकडून गौरवपत्र व

सन्मान, २०००

* जनसाहित्य परिषद, अमरावती यांचा सर्वोत्कृष्ठ ग्रंथ पुरस्कार, २००५
* शब्दरंजन भिवंडी, ठाणे यांचा शब्दरंजन पुरस्कार, २००० आणि इतर ८ पुरस्कार प्राप्त.

इतर -

* मुंबई दूरदर्शन - कविता वाचन, एकांकिका, चर्चात्मक असे विविध प्रकारचे चार कार्यक्रम प्रसारित
* सोलापूर आकाशवाणी - युवावाणी, गावकरी मंडळ, कामगार-विश्व, जिणं आमचं, आवती-भोवती या मालिकांमधून अनेक कार्याक्रम प्रसारित.
* तसेच, निमंत्रितांचे कवीसंमेलन, कथाकथन, नभोनाट्य, व्याख्यान, मुलाखत अशा विविध प्रकारच्या कार्यक्रमांची निर्मिती व सादरीकरण असे ४२ कार्यक्रम प्रसारित.
* महाराष्ट्र आणि महाराष्ट्राबाहेरील साहित्य, नाट्य अशा विविध प्रकारच्या संमेलनामध्ये निमंत्रित सहभाग.
* अनेक दैनिके, साप्ताहिके, मासिके, दिवाळी अंक, नियत-कालिकांमधून विविध प्रकारचे लेखन सतत प्रसिद्ध.
* नाट्यलेखन, दिग्दर्शन, अभिनय-रंगभूमीवर अनेक प्रयोग सादर. नाट्यसंमेलनातून सक्रीय सहभाग.

www.ingramcontent.com/pod-product-compliance
Lightning Source LLC
LaVergne TN
LVHW060439051026
849518LV00002B/527
9788172948993